RA KHƠI

TẬP 4
Tháng 10-2020

NHÀ XUẤT BẢN
NHÂN ẢNH
2020

LỜI NGỎ

Khu vườn văn chương lại trải qua mùa dịch không vui!

Cơn đại dịch COVID19 vẫn phủ lên toàn cầu bầu không khí ảm đạm, Việt Nam lại bùng phát lần hai làm ảnh hưởng đến mọi sinh hoạt văn học nói riêng và ảnh hưởng đến toàn xã hội về mọi mặt nói chung. Do có kinh nghiệm phòng chống từ đợt đầu nên cả nước mau chóng sớm bỏ lệnh giãn cách xã hội và dần ổn định trở lại đời sống thường ngày...

Trong thời gian cách giãn giới văn chương lại nhận thêm tin buồn về sự ra đi của các cây cổ thụ văn học hải ngoại và trong nước, gần đây nhất là nhà văn Mang Viên Long, nhà văn Huỳnh Phan Anh, nhà văn, đạo diễn, biên kịch Văn Lê. Anh chị em giới nghệ sĩ chỉ biết ngậm ngùi thương tiếc và cầu nguyện cho các hương hồn được an nhiên về miền quá vãng...

Ban chủ trương RA KHƠI cũng có những khó khăn nhất định trong mùa dịch, nhưng nhờ có sự đồng hành của bạn văn chương và các anh chị động viên nên ban chủ trương vẫn giữ vững tinh thần và niềm đam mê để tiếp tục thực hiện RA KHƠI số 4

Rất vui vì vẫn có sự góp mặt của nhiều tên tuổi đã thành danh trong nước và hải ngoại, nội dung phong phú với nhiều thể loại giúp cho ấn phẩm RA KHƠI có nội dung chất lượng. Song song đó cũng có những cây viết mới cùng thử sức và trải nghiệm trên sân chơi giúp cho ấn phẩm thêm nhiều sắc màu...

Cũng xin nhắc lại, ấn phẩm RA KHƠI được Ban Chủ trương

thực hiện với chủ đề được mở rộng gồm các bài viết như biên khảo văn học, nhận định phê bình văn học, truyện ngắn, tạp văn, bút ký, tùy bút, tản văn, giới thiệu tác giả và tác phẩm, văn thơ…

Dù chỉ là một tập san nhỏ mang tính tự phát từ sự đam mê, ấn phẩm RA KHƠI vẫn nghiêm túc để mong góp sức một phần nhỏ bé trong sự phát triển văn học nước nhà trên tinh thần vui vẻ không vụ lợi.

Ban chủ trương RA KHƠI rất cảm kích có những bậc đàn anh, đàn chị đã không ngại sân chơi nhỏ đưa bóng mát tạo đất lành ươm mầm cho đàn em vươn lên. Hy vọng RA KHƠI sẽ ngày càng chất lượng hơn để thỏa mãn độc giả và bạn văn chương khắp nơi...

Ban Chủ trương cũng rất mong, trong tập tới RA KHƠI 5 sẽ được thêm sự cộng tác của nhiều tác giả mới nữa, thuộc mọi tầng lớp, nhiều thế hệ… để ấn phẩm thêm phong phú từ nội dung đến hình thức.

Tất nhiên, chẳng có gì là hoàn hảo, trong quá trình thực hiện sẽ có sự chủ quan để lại những khiếm khuyết trong ấn phẩm, cũng mong được các tác giả châm chước và góp ý chân tình để giúp ấn phẩm hoàn thiện, phát triển ngày càng tốt hơn.

Thay mặt Ban Chủ trương xin chân thành cảm ơn Quý anh chị em tác giả đã cộng tác bài vở cho ấn phẩm RA KHƠI. Kính chúc sức khỏe, an vui và sức sáng tác bền bỉ…

Nguyễn Thành

VŨ TRỌNG QUANG
Anh TÂM - HUỲNH PHAN ANH

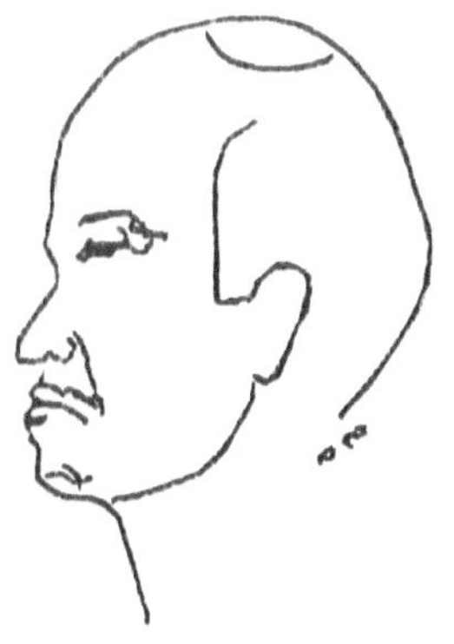

Anh Tâm. Tôi thường gọi thân mật theo tên thật Huỳnh Thành Tâm, anh giải thích về bút danh Huỳnh Phan Anh của anh, Huỳnh tức họ Huỳnh trong khai sinh, Phan là họ của mẹ, Anh là từ tên Ánh của người chị bỏ dấu sắc, một bút danh như gom cả gia đình.

Đa phần đều biết nhà văn dịch giả nhà nghiên cứu phê bình qua các tác phẩm đáng chú ý như: Văn chương và kinh nghiệm hư vô (Nhà xuất bản (NXB) Hoàng Đông Phương, 1968); Đi tìm tác phẩm văn chương (NXB Đồng Tháp, 1972), tập truyện Người đồng hành (NXB Đêm Trắng, 1969), truyện vừa Những ngày mưa (NXB Đêm Trắng), Chuông gọi hồn ai (tiểu thuyết, Ernest Hemingway, NXB Văn học), Tình yêu bên vực thẳm (tiểu thuyết, Erich Maria Remarque, NXB Trẻ), Sa mạc (tiểu thuyết, J.M.G Le Clézio, NXB Hội Nhà văn), Một mùa địa ngục (thơ Arthur Rimbaud, NXB Văn học), Tuyển thơ tình yêu (Paul Eluard, NXB Hội Nhà văn), Thơ Yves Bonnefoy (NXB Hội Nhà văn), Thế giới của Sophie (sau do Nhã Nam tái bản)...

Nhưng rất ít người biết anh là nhà thơ, đây, xem anh có lời mở trong tập Thơ Tự Do (*): "Dường như thơ tự do đã có từ lâu mà không được gọi tên, ngày nay nó đã trở thành tiếng thơ toàn cầu và không ai buồn gọi tên nó nữa, đơn giản thơ tự do là thơ. Những bài Nhã Ca trong Kinh Thánh là những bài thơ tình rất tự do, và hàng ngàn năm trước công nguyên, kinh Vệ Đà, thơ Homère nào có chịu sự chi phối bởi luật trắc, vần điệu máy móc nào nếu không nói đó là những câu thơ tự do đầu tiên… ”.

Tập thơ gồm 10 tác giả do tôi thực hiện, xin trích một bài thơ trong số ấy của anh:

ÁNH SÁNG CONG

Ngày cong xuống trên lối đi
Qua đồ vật đóng băng
Lời nói như đá cuội
Rơi tỏm vào đáy sâu

Và đêm xòe ra những thung lũng vô tận
Những hình dạng quấn lấy nhau xóa nhòa
Trong hơi thở lạnh tanh
Khi thời gian sôi sục
Của đá

Và ai khóc cô đơn
Trong đông đảo hồn mình

Người ta có nhìn thấy nhau
Trong làn ánh sáng úa, cong
Hay người ta chỉ nhìn thấy
Chính con mắt của mình?

Thời gian rụng trên xác lá
Trơ lại tôi và cây
Nơi ngưỡng mùa đông
Một vòm lá khác

Theo con nước ngọc ngà của ánh bạc
Xác lá cùng cỏ khô
Ôm bước chân tôi

Và tôi ngủ
Giấc ngủ cuộn tròn ẩm ướt

Rơi vào khoảng trống
Rơi vào sự rơi rụng
Và khởi đầu, khởi đầu.

(Huỳnh Phan Anh)

(Vào thời điểm ấy tôi nhớ có người hỏi anh Nguyễn Quang Thiều, nên tìm đọc tập thơ nào, nhà thơ trả lời hãy tìm đọc tập Thơ Tự Do).

Từ yêu thơ ông viết nhiêu tiểu luận về thơ:

Huỳnh Phan Anh nhận định "Hàn Mặc Tử hay là hiện hữu của thơ" đã băn khoăn với hàng loạt câu hỏi: "Trong ám ảnh của cái chết, trong thôi thúc của thời gian, trong khả hữu của hư vô toàn diện, đâu là cơ hội sau cùng của thi sĩ? Đâu là sự cứu rỗi cho phận số hữu hạn? Phải chăng đó là niềm tin ở một đấng? Phải chăng đó là phút huy hoàng mãnh liệt và đầy ắp? Phải chăng đó là sự kêu đòi hay nguyện cầu vô vọng?"

Anh đã dịch nhiều thơ, như Tuyển thơ tình yêu của Paul Eluard, thơ Yves Bonnefoy…, và đặc biệt Rimbaud toàn tập, cuốn sách mở đầu lời tựa tràn bờ dài gần 100 trang (Rimbau Toàn Tập dày gần 650 trang) như một cuốn sách trong cuốn sách, dưới mỗi bài thơ đều có chú giải / giải mã, mới thấy nhà văn kiêm dịch giả Huỳnh Phan Anh "yêu" Rimbaud đến dường nào, nên đã dồn hết sức dồn hết tâm cho ước mơ toàn cảnh của mình, như lời bộc bạch của tác giả chuyển ngữ: "Rimbaud Toàn Tập là ước mơ từ lâu, dầu biết công trình không đơn giản khi mà lẽ ra nó phải là công trình tập thể, càng không đơn giản khi bịnh ập đến giữa ngổn ngang những trang bản thảo, tưởng chừng là một kết thúc sớm, không riêng gì cho số phận cuốn sách", Và đúng như vậy, anh đã bị đột quy và sức khỏe yếu đi.

Thời còn ở Sài Gòn, anh sống rất khó khăn, eo hẹp tài chánh, có khi ngồi lại rai với tôi, anh mua bánh mì làm mồi. Chị Ý Nhi nhờ anh dịch những cuốn sách tiếng Pháp, chị rất quí anh và thường đưa đủ thù lao, chứ không ứng trước phần % như những ông "bầu" khác.

Khó khăn như vậy nhưng anh muốn ở lại Việt Nam, vì ngôi nhà thừa tự và còn một người em trai, con gái anh là Huỳnh Thanh Tuyền đòi bảo lãnh anh ra nước ngoài, anh dùng dằng không muốn đi, đến nỗi cháu Tuyền phải ra tối hậu thư," nếu ba không qua với tụi con, con sẽ không lấy chồng", cuối cùng anh lên đường, để lại ngôi nhà cho người em trai.

Ngày xưa Nhóm Sáng Tạo gồm Mai Thảo, Thanh Tâm Tuyền, Doãn Quốc Sỹ, Trần Thanh Hiệp… là một tạp chí làm cuộc cách mạng văn chương, lừng lẫy. Anh Huỳnh Phan Anh và Dương Văn Ba (dân biểu), gửi Thư cho nhóm Sáng Tạo trên Tuần báo Mã Thượng Sài Gòn, lúc ấy anh mới 21 tuổi, "phản ứng" lại nhóm, xin trích đăng một đoạn:

Nếu các anh trách nghệ thuật tiền chiến say ngủ mơ màng trước vận động diễn hành của đời sống, [như vậy là] bao gồm ý nghĩ bất lực, đớn hèn, thì ngày nay ý thức "làm mới, lay động, đốt cháy, sáng tạo sự vật" của các anh cũng đã nói lên sự thất bại trước cuộc sống. Chiến thắng trước đời sống không có nghĩa là tiêm vào ý thức nghệ thuật niềm khát vọng cải tạo cuộc đời, như những người của nghệ thuật tượng trưng đã có thời tham vọng thực hiện. Chiến thắng trước đời sống chỉ có nghĩa là chấp nhận nó, trần truồng, mới nguyên, và trọn vẹn, không cần thắc mắc, không cần tra hỏi và tách biệt hẳn những ám ảnh của những môn học sách vở đầy ngập những chủ nghĩa, lý thuyết, phán đoán, danh từ. Một nụ cười viên mãn, một nét nhăn đăm chiêu nổi loạn, hai thái độ này không cần thiết cho một thái độ trưởng thành đối diện với thực-tại-từng-phút-từng-giây.

Trước một kích thích, tôi đã biểu tỏ một phản ứng. Tôi lập lại, những ý nghĩ trên đây không ở chỗ tiếp nhận hay bác bỏ. Vì chúng chỉ nói lên một phản ứng tự phát và độc lập.

Tuy anh phản ứng nhóm Sáng Tạo "nhẹ nhàng" vậy, nhưng khi Thanh Tâm Tuyền tái bản cuốn Bếp Lửa lại nhờ anh viết lời bạt. Tài năng trân trọng tài năng.

Tôi thường trò chuyện với anh Huỳnh Phan Anh qua messenger, nhưng gần đây do bệnh nặng nên thấy anh không còn trao đổi với tôi, cách nay khoảng một tháng, tôi có viết bài về cuốn Bãi Hoang do anh dịch của Jean-René Huguenin, con gái anh đọc được và chuyển cho anh, anh xem và nhờ con gái, con nói cho ba gửi lời cám ơn chú Quang, vì không dùng vi tính được. Không ngờ đó là những ngày gần cuối anh ra đi, sáng ngày 31/8/2020 anh mất, dĩ nhiên sống là đi đến cõi vô cùng, nhưng tôi bàng hoàng kéo bản tin ngắn vội vàng chia buồn trên Facebook không nói được hết ý. .

Không còn tôi và anh ngồi tay đôi với nhau, Trống Đồng bây giờ trống vắng người bạn thiết, một người tôi kính trọng và khâm phục. Vĩnh biệt anh, xin thắp cho anh nén nhang và cúi đầu đưa tiễn anh từ xa. Anh Tâm!

Vũ Trọng Quang

Nhà văn Huỳnh Phan Anh

(*) Thơ Tự Do 10 Tác Giả: Huỳnh Phan Anh, Nguyễn Quốc Chánh, Trần Hữu Dũng, Trần Tiến Dũng, Nguyễn Đạt, Vũ Trọng Quang, Nguyễn Quyến, Nguyễn Thị Minh Thái, Nguyễn Quang Thiều, Khiêm Lê Trung. (NXB Trẻ, 1998)

- Tranh vẽ Huỳnh Phan Anh trong tập thơ

MINH NGUYỄN

GIÓ BIỂN SẦM SƠN

Trong lúc đi tìm chỗ ngồi trên chuyến bay từ Sài Gòn ra Thanh Hóa, tôi chợt thấy có chút lúng túng, khi phát hiện ra số ghế của mình trùng dãy với chỗ ngồi của cô nàng trẻ trung xinh đẹp, đã thế còn ở ngay cạnh tay phải cô gái nữa. Điều này có nghĩa, muốn vào ngồi đúng chỗ của mình, cạnh ô cửa nhỏ nhìn ra khoảng trời bao la bên ngoài, tôi buộc phải bước ngang qua trước mặt cô gái. Có lẽ, đọc thấy vẻ bối rối, khó xử, hiện ra trên nét mặt tôi hay sao, cô gái vừa tỏ ra lịch sự lên tiếng, vừa ép sát chân vào một bên ghế nói:

- Xin anh cứ tự nhiên bước vào chỗ ngồi của mình.

Tôi ngại ngùng nói:

- Xin làm phiền cô một chút.

Cô gái trả lời:

- Việc đi tàu xe như thế này là bình thường, có phiền hà chi đâu anh.

Dù đã được cô gái nhường chỗ cho lối đi, nhưng khi len lỏi giữa hai hàng ghế để vào ghế ngồi bên trong, tôi vẫn cảm thấy có cái gì đó không được thoải mái cho lắm. Cuối cùng, tôi sớm phát hiện ra sự bất tiện của việc mua vé máy bay giá rẻ, là phải chấp nhận mọi phiền toái xảy ra.

Sau khi đã yên vị, chỉ còn chờ giờ phi cơ được phép lăn bánh, tôi quay sang hỏi cô gái:

- Em đi công tác hay đi du lịch?

- Em về thăm nhà.

- Nhà trong thành phố hay còn phải đi xa hơn nữa?

Cô gái vui vẻ đáp:

- Nhà em ở ngay trung tâm thành phố.

- Em vào Nam lâu chưa mà nói giọng nghe không khác người Sài Gòn vậy?

- Em theo gia đình vào thành phố cách đây 20 năm.

- Em làm gì trong Sài Gòn?

- Em vừa tốt nghiệp Bachelor or Hospitality and Tourism tại RMIT.

- Ở Sing?

- Dạ ở trong nước..

- Ồ! Em gái anh cũng vừa tốt nghiệp ở đó.

- Thật vậy sao?

- Cùng ngành với em.

- Bạn í tên gì ạ?

- Thảo Trang.

- Tưởng ai, bạn ấy rất thân với em.

- Em tên gì?

- Ái Như.

- Ra vậy.

- Có phải nhà anh trên X đường X.

- Nhà của cha mẹ anh.

- Em có ghé đến nhà vài lần sao không gặp anh nhỉ?

- Chắc những lúc đó anh bận đi "giang hồ".

- "Giang hồ ta chỉ giang hồ vặt. Nghe tiếng cơm sôi cũng nhớ nhà".

- Em quen tác giả này sao?

- Em thấy hay nên thuộc thôi.

- Đó là hai câu kết trong bài thơ có tựa "Giang Hồ" của nhà thơ Phạm Hữu Quang. Cả bải thơ gồm 8 khổ như thế này:

"Tàu đi qua phố, tàu qua phố.
Phố lạ mà quen, ta giang hồ.
Chẳng lẽ suốt ngày bên bếp vợ.
Chẻ củi, trèo thang, với giặt đồ.

Giang hồ đâu bận lo tiền túi.
Ngày đi ta chỉ có tay không.
Vợ con chẳng kịp chào xin lỗi.
Mây trắng trời xa, trắng cả lòng.

Giang hồ ta ghé nhờ cơm bạn.
Đũa lệch mâm suông cũng gọi tình.
Gối trang sách cũ nằm nghĩ bụng.
Cười xưa Dương Lễ với Lưu Bình.

Giang hồ có buổi ta ngồi quán.
Quán vắng mà ta chửa chịu về.
Cô chủ giả đò nghiêng góc ghế.
Đếm thấy thừa ra một góc si.

Giang hồ mấy bận say như chết.
Rượu sáng lưa thưa đã rượu chiều.
Chí cốt cầm ra chai rượu cốt.
Ừ thôi trời đất cứ liêu xiêu.

Giang hồ ta chẳng hay áo rách.
Sá gì chải lược với soi gương.
Sáng nay mới hiểu mình tóc bạc.
Chợt tiếng trẻ thưa ở bên đường.

Giang hồ ba bữa, buồn một bữa.
Thấy núi thành sông biển hóa rừng.
Chân săn dép giày, trời săn gió.

Ngựa về ta đứng bụi mù tung.
Giang hồ tay nải cầm chưa chắc.
Hình như ta mới khóc hôm qua.
Giang hồ ta chỉ giang hồ vặt.
Nghe tiếng cơm sôi cũng nhớ nhà.

Nghe hết bài thơ Như cắc cớ hỏi tôi:

- Lần này anh cũng đi giang hồ hay sao?

Tôi cười, không trả lời thẳng vào câu hỏi của cô, mà chỉ nói bâng quơ:

- Đời người há chẳng giống như những chuyến đi hay sao?

Như than thở:.

- Làm đàn ông con trai sướng thật, thích đi đâu cũng được, không ai cấm.

- Nói đúng ra, do bản chất người phụ nữ thích quản lý gia đình, nên như vậy.

- Lần sau, nếu có đi chơi đâu anh nhớ dẫn theo Trang, để em được đi ké với nha?

- Sao không phải lần này luôn cho tiện?

- Đây là quê hương em, nếu cần thổ công anh cứ thuê em, bảo đảm không sót một chỗ nào..

- Được như vây thì còn gì bằng.

- Anh quên bọn em vừa tốt nghiệp ngành du lịch à?

- Anh chỉ sợ không đủ tiền trả công cho em thôi.

Như an ủi tôi:

- Giá của nhân viên trong thời gian thực tập rất hữu nghị, ok đại đi anh, thuê ai cũng vậy thuê em em cám ơn . . . hi hi.

Như nói chưa dứt câu, tôi đã cảm nhận được tiếng bánh xe phi cơ đang lăn bắt đầu ra phía đầu phi đạo, chờ đài kiểm soát không lưu cho lệnh cất cánh.

Trong khi chờ đợi tôi hỏi thăm Như về chỗ ăn ở:

- Ở ngay trong thành phố có nhiều khách sạn không em?

Như cười bí hiểm hỏi lại tôi:

- Anh hỏi khách sạn 5 sao hay trung bình?.

- Anh đi du lịch bụi thì đâu cần phải sang thế em.

- Khách sạn hạng trung thì thiếu gì anh, ngay khách sạn nhà em cũng tầm 2 sao.

Tôi ngạc nhiên hỏi cô:

- Ủa! Không phải cả nhà em vào Nam hết rồi hay sao, còn ai coi khách sạn ngoài này?

- Chú em làm quản lý, còn gia đình em điều hành qua mạng.

- Vậy thì tiện quá, em nói chú để dành cho anh một phòng, nha đại gia?

Như đùa:

- Khách hàng là thượng đế, còn anh . . .

Thấy Như ngập ngừng tôi hỏi luôn:

- Anh thì sao?

- Phải hơn thượng đế.

Tiếng động cơ bắt đầu rít mạnh làm lùng bùng hai bên lỗ tai, kèm theo sau đó sự rung lắc toàn thân, chứng tỏ phi cơ đang chạy lấy trớn trên đường băng, trước khi nhấc bổng mọi người lên khỏi mặt đất.

Nhìn qua ô cửa sát chỗ ngồi ra bên ngoài, tôi thấy những phi đạo, hăng ga, đài kiểm soát không lưu . . . đang chạy ngược về phía sau, nhường chỗ cho chuyến cất cánh an toàn.

Chờ cho phi cơ lên đến độ cao ổn định, tôi hít một hơi thật sâu vào phổi, rồi dùng hai ngón tay bịt kín mũi, dồn sức thở mạnh lên đôi tai, giải thoát sự lùng bùng khó chịu trước đó.

Sau gần 2 giờ bay, giọng cơ trưởng thông báo qua loa cho biết, phi cơ đang bay trên không phận tỉnh Thanh Hóa, yêu cầu mọi người thắt dây an toàn, chỉ trong ít phút nữa phi cơ sẽ đáp xuống phi trường Thọ Xuân, thời gian hiện giờ là 10 giờ, nhiệt độ bên ngoài 30 độ.

Theo thông tin tôi tìm hiểu được, sân bay Thọ Xuân hay sân bay Sao Vàng tên cũ, là sân bay hỗn hợp quân sự - dân dụng đặt tại thị trấn

Sao Vàng, huyện Thọ Xuân, nằm cách thành phố 45 cây số. Những năm gần đây, sân bay này được bổ xung qui hoạch để trở thành cảng hàng không quốc tế, có chức năng dự bị cho cảng hàng không quốc tế Nội Bài, đồng thời cũng là sân bay dùng chung cho dân sự lẫn quân sự.

Không phải chờ đợi lâu, ngay sau đó là tiếng chạm bánh kêu kịch - kịch khô khốc của phi cơ đáp xuống phi đao, kết thúc chuyến bay an toàn.

Trong lúc đứng chờ xe tôi hỏi Như.

- Từ đây về nhà em có xa không?

- Khoảng nửa tiếng.

Liền sau đó, một chiếc Grab do Như gọi đã kịp tới, đưa bọn tôi về phường Hàm Rồng và cũng là khách sạn của gia đình cô. Nơi tôi sẽ lưu lại vài hôm để, trước là khám phá thành phố Thanh Hóa sau đó mới là thành phố biển Sầm Sơn.

Về tới khách sạn, sau khi thu xếp chỗ ở cho tôi xong, Như thấy còn sớm nên đưa tôi qua thăm động Tiên Sơn nằm trên núi Hàm Rồng.

Để đến với Khu Du Lịch Sinh Thái Văn Hóa Lịch Sử Hàm Rồng, nơi tọa lạc nhiều điểm tham quan nổi tiếng, bọn tôi phải vượt qua cây cầu Hàm Rồng, bắc ngang sông Mã, khởi công xây dựng năm 1904, với lối kiến trúc kiểu vòm thép, hiện đại nhất Đông Dương thời ấy.

Được biết, thi sĩ Tản Đà đã từng đặt chân đến nơi này và cảm tác nên những câu thơ để lại:

"Ai xui tôi nhớ Hàm Rồng.
Muốn trông chẳng thấy cho lòng khôn khuây.
Từ ta trở lại Sơn Tây.
Con đường Nam Bắc ít ngày vãng lai.
Sơn cầu còn đỏ chưa phai?
Non xanh còn đối? Sông dài còn sâu?
Con thuyền đánh cá buông câu?
Còn xe lửa chạy trên cầu như xưa?"

Ngày nay, ngoài giá trị lịch sử của cây cầu Hàm Rồng ra, người ta không thể không nhắc tới quần thể Hàm Rồng, bao gồm những sông, núi, hang động . . . đã trở thành địa điểm du lịch, thu hút rất nhiều du khách tới thăm.

Theo ghi chép: Khi xưa núi Hàm Rồng có tên là Đông Sơn, trải dài trên 2 cây số từ làng Dương Xá, men theo hữu ngạn sông Mã, tới chân cầu Hàm Rồng thì kết thúc. Tương truyền, do thế núi uốn lượn, uyển chuyển, như một con rồng 9 khúc, đến khúc cuối phình to như đầu một con rồng đang há miệng, nên dân gian gọi luôn nó là núi Hàm Rồng.

Vòng qua dưới chân núi, bọn tôi đặt chân lên các bậc đá, đi dưới các mảng cây cỏ, hoa lá, xanh rờn, tới độ cao 30 m, nhìn lên thầy cửa động ghi ba chữ "Tiên Sơn Động". Đây là động đá vôi, ăn sâu vào núi 600m, rộng 12m 5, cao 20m, chỗ cao nhất lên đến 50m.

Bước vào bên trong, tôi thấy động được chia ra làm 3 khu: khu Chính Cung, khu hồ nước Tiên, khu Thoải Cung. Tùy vào hình dạng của mỗi nhũ đá, người ta liên tưởng có khi là những tòa sen, tượng Đức Phật, tượng Phật Bà Quan Âm, tượng chúa sơn lâm, tượng con rồng, tượng con cóc, hay tượng mãng xà.

Tiến sâu vào trung tâm động, hiện ra trước mắt tôi là những khối nhũ đá mang hình nàng Bạch Tiên Nương, cậu Hoàng Bơ tay cầm bó tơ hồng, mắt say đắm nhìn nàng tiên nữ ở phía đối diện. Tương truyền, ai đến đây cầu tình duyên hay xin hạnh phúc, chỉ cần dâng hương, khấn vái cậu Hoàng thì sẽ được toại nguyện. Ngoài ra, sau bàn thờ bà chúa Kho, còn có hình ảnh thửa ruộng bậc thang, các kho thóc, kho lúa, kho tiền, kho vàng, kho bạc... cùng với hồ nước Tiên linh thiêng, ai muốn sáng mắt, sáng lòng, chặt đầu gối, thì xin ít nước rửa mặt.

Ghé qua Thoải Cung, nhìn lên trần đá thấy những Nam Tào, Bắc Đẩu, tượng Ngọc Hoàng, ngự trị trên thiên đình. Nhìn sang phải, nơi thờ Đức Phật Bà Quan Âm, thấy các nhũ đá hình ngư long chầu, bên dưới có mãng xà thành tinh, uốn lượn từ trong hang vươn mình bay ra giữa khe núi.

Đến gần cuối động, bọn tôi đi men theo bãi Bụt, bước ra ngoài cửa động. Đứng ngắm dòng sông Mã thơ mộng cùng ngọn núi Nít hay còn gọi núi Ngọc, giống như một con rồng đang vờn ngọc, nằm ở phía đối bên bờ Bắc, cho nên khi đi qua vùng này người ta luôn nhớ tới câu ca dao:

"Chín chín ngọn núi bên Đông.
Còn ngọn núi Nít bên sông chưa về.

Chín chín ngọn núi đề huề.
Còn ngọn núi Nít chưa về bên Đông"

Rời động Tiên Sơn, Như đưa tôi đi tiếp sang động Long Quang. Theo truyền thuyết, đây là hiện thân của một con rồng, với đầu rồng chính là động Long Quang, lưng rồng là các dãy núi, đuôi ở cuối làng Đông Sơn... Sở dĩ, gọi hang Mắt Rồng là do phía trên động có 2 cửa 2 bên nhìn giống như 2 con mắt rồng, được xem là thắng cảnh nổi tiếng trong quần thể di tích lịch sử văn hóa Hàm Rồng.

Từ ngoài đường, tôi và Như lội bộ khoảng 100 m trên con đường rợp mát bóng cây xanh, sau đó leo tiếp 23 bậc thang đá lên đứng ở khoảng không gian thoáng mát nơi cửa động. Từ chỗ đứng, bọn tôi thu vào tầm mắt toàn cảnh thành phố Thanh Hóa, ẩn hiện giữa núi non trùng điệp cùng với dòng sông Mã uốn lượn quanh co. Có lẽ, nhờ có phong cảnh nên thơ, hữu tình, nên từ xưa động Long Quang đã lôi cuốn biết bao tao nhân mặc khách ghé đến vãn cảnh, đề thơ. Trong số đó có các vua nhà Lê, Nguyễn Trãi, Lê Quí Đôn, Phan Sư Mạnh, Nguyễn Thượng Hiền, Tản Đà; đặc biệt, trên vách đá của động còn lưu giữ bản khắc hai bài thơ của vua cha Lê Thánh Tông và vua con là vua Lê Hiển Tông.

Đi tiếp ra phía sau, bọn tôi thấy có một hang nhỏ, nghe kể vào mỗi mùa mưa, nước từ trần hang chảy xuống màu gạch đỏ cua, nên dân gian thi vị hóa thứ nước đó là nước mắt rồng.

Trưa. Trước khi chia tay quần thể khu di tích thắng cảnh Hàm Rồng về nhà cơm nước, Như đưa tôi ghé thăm làng cổ Đông Sơn cách xa đây 8 cây số.

Làng Đông Sơn có tuổi đời trên dưới 1. 200 trăm năm, nơi không chỉ được xem là một trong 10 làng cổ đẹp nhất nước ta, bao gồm đủ cả các loại hình di tích khảo cổ, di tích văn hóa lịch sử, danh lam thắng cảnh, kiến trúc truyền thống. Nổi bật nhất có lẽ là giếng cổ 2000 năm tuổi và 13 ngôi nhà cổ; mà còn là nơi đầu tiên tìm thấy các di chỉ văn hóa Đông Sơn, gồm các bộ nông cụ, các loại vũ khí, đồ gốm, đồ trang sức, trống đồng khắc họa những hoa văn tinh xảo.

Lên xe, bọn tôi tiến về phía bờ Nam sông Mã, nơi có ngôi làng cổ Đông Sơn tựa lưng vào dãy núi Hàm Rồng, xây dựng theo kiểu mẫu của một ngôi làng thuần nông Bắc Bộ, Tất cả được thể hiện qua cánh đồng mầu mỡ, bến sông tấp nập ghe thuyền, 3 phía còn lại là đồi núi bao bọc. Tuy có quá trình hình thành từ hàng ngàn năm trước, nhưng cái hay của ngôi làng là vẫn còn bảo tồn được các di sản văn hóa phi vật thể, vật thể, gồm các đình làng, miếu mạo, nhà cửa, con đường lát đá; đặc biệt, mỗi xóm còn giữ được nguyên cái cổng làng cổ kính, rêu phong, xây từ thập niên thứ 2 - thứ 3 thế kỷ trước, qua các tên, ngõ Trí, ngõ Nhân, ngõ Lễ, ngõ Dũng . . .

Xế trưa, cơm nước, nghỉ ngơi xong, Như tiếp tục đưa tôi đi thăm hệ thống di tích, di chỉ, thắng cảnh nổi tiếng xứ Thanh như: núi Mật Sơn, chùa Đại Bi, Thái Miếu nhà Lê, di chỉ khảo cổ núi Đọ, Lam Kinh, thành nhà Hồ,đền thờ Dương Đình Nghệ, Lê Uy- Trần Quang Khải, tượng đài Lê Lợi . . để rồi buổi chiều quay về trung tâm thành phố ăn tối với các món đặc sản xứ Thanh, chấm dứt một ngày ra sức quần thảo khắp hang cùng ngõ hẻm.

Sáng hôm sau, trong lúc ngồi thưởng thức món bánh cuốn nức tiếng xứ Thanh, tôi hỏi Như:

- Hôm nay em đưa anh đi những đâu đây?

Nhấp xong ngụm cà phê cô hỏi:

- Anh thích leo núi hay tắm biển trước?

- Tùy vào thổ công dẫn đi đâu anh theo đó.

Như nhờ ông chú đặt xe, chỉ vài phút sau, đã thấy chiếc xe 4 chỗ được khách sạn điều tới, chở tôi và Như chạy thẳng ra quốc lộ 47, hướng tới thành phố biển Sầm Sơn, cách xa nơi đây 16 cây số.

Được biết, trước thế kỷ XX thành phố Sầm Sơn thuộc huyện Quảng Xương, án ngữ bởi dãy núi Gầm ở phía Nam, nơi mà mỗi đêm về dân làng lại nghe thấy tiếng gió va vào vách núi, phát ra thứ âm thanh nghe giống như tiếng gầm nên gọi đó là núi Gầm. Ngoài tên gọi ấy ra, người dân còn gọi nơi này với cái tên khác là núi Trường Lệ, bởi ngày xưa ngay dưới chân dãy núi có một làng nghề đánh cá mang tên làng Núi hay làng chài Trường Lệ.

Xe chạy sắp tới vòng xuyến thành phố Sầm Sơn, bỗng tôi nghe Như nói với tài xế:

- Cho bọn em đi thăm các thắng cảnh nổi tiếng trước rồi, chiều mới ghé về khám phá bãi biển sau nha.

Tôi ngạc nhiên hỏi:

- Vì sao?

Như đáp:

- Giờ này xem ra cũng đã muộn, có lẽ du khách không còn ai trên biển, mà chuyển qua đi viếng cảnh ở những nơi khác.

Nghe báo vậy, người lái xe cười thân thiện làm y theo lời Như, thay vì rẽ về con đường sát biển chạy vào trung tâm thành phố, anh ta đánh tay lái sang phải, chở bọn tôi hướng tới dãy núi dài, đẹp, kiến tạo bởi 16 ngọn núi đá hoa cương, cao thấp, màu xám xẫm, xếp liên tiếp nhau, hướng từ trong đất liền vươn ra biển, trong đó ngọn núi cao nhất 87m 4 tên Trường Lệ.

"Sầm Sơn phong cảnh hữu tình.

Hòn Kèo cao nhất Hòn Ngành thứ hai.

Thứ ba hón núi Phù Thai" .

Thứ tư Cổ Giải – nằm ngoài Đầu Voi.

Tới chân núi, xe bọn tôi chạy lọt thỏm giữa những cánh rừng xanh mát, hoang sơ, lãng mạn, bắt gặp đây đó nơi ven đường hình ảnh dễ thương của một số cặp đôi cô dâu chú rể đứng tạo dáng chụp ảnh cưới, trước khi xe chạy lên đến Hòn Trống Mái.

Vừa leo hết các bậc tam cấp bằng xi măng, đập vào mắt tôi và Như là khoảng sân bằng phẳng, trơ trụi, không có lấy một ngọn cỏ; ngoại trừ, 3 khối đá có hình dáng xinh đẹp, xếp chồng lên nhau. Với hòn lớn bằng phẳng nằm dưới làm bệ đỡ, 2 hòn nhỏ xếp chênh vênh bên trên, một hòn có đầu nhọn giống hình con gà trống, hòn còn lại ở phía đối diện to hơn, trông giống hình con gà mái. Cả 3 vô tình hình thành nên biểu tượng một cặp đôi uyên ương chung thủy, trống mái suốt đời bên nhau.

Theo truyền thuyết, ngày xửa ngày xưa, tại làng chài Tầm Thôn có đôi vợ chồng nghèo, bám biển mưu sinh, sống hạnh phúc bên nhau. Vào một năm nọ, bỗng đâu nước biển dâng cao, gây ra lũ lụt giết sạch người dân trong làng, ngoại trừ gia đình họ. Tuy thoát chết, nhưng trong nhà không còn thứ gì để sinh sống, nên người chồng phải lên núi đi tìm thức ăn. Đợi ít lâu không thấy chồng trở về, người vợ ở nhà mòn mỗi đợi chờ trong sự bặt âm vô tín. Vì không thể chờ được mãi, ngượi vợ bèn lần theo dấu chân người chồng đi tìm, cho đến khi sức tàn hơi kiệt, người vợ mới tìm thấy xác chồng, rồi cùng chết bên nhau. Cảm động trước mối tình chung thủy ấy, trời đất biến họ thành đá chồng đá vợ, giúp họ ngàn năm sống đời bên nhau.

Ngoài vẻ đẹp trữ tình nơi hòn Trống Mái ra, cung đường tiến về phía Tây Nam cũng hấp dẫn, quyến rũ, bọn tôi không kém; nhất là, đoạn đường hoang sơ, uốn lượn, quanh co, khi tiến gần tới đền thờ cô gái chuyên nghề bốc thuốc cứu nhân độ thế, tục gọi Cô Tiên. .

Chuyện kể: Ngày xưa, trong làng có đôi trai gái yêu nhau tha thiết, nhưng chẳng may cô gái bị bệnh hủi, nên bị người dân đuổi ra khỏi làng. Thấy vậy, người yêu đã cùng nàng rời làng đến sống trong một hang núi, sau đó trở thành vợ chồng. Một hôm người vợ đi vào rừng hái thuốc, tình cờ nàng phát hiện ra cây thuốc lạ, ăn vào giúp nàng lành hẳn bệnh. Từ đó, nàng chuyên tâm nghiên cứu, bốc thuốc, giúp đỡ dân lành, nên khi nàng mất người dân quanh vùng đã lập nên đền thờ cô Tiên, để tưởng nhớ người đã giúp họ tránh khỏi mọi bệnh tật.

Bước qua cổng đền, bọn tôi leo tiếp hơn chục bậc thang xi măng, mới lên đến khoảng sân thoáng đãng ở trước ngôi đền. Được biết, đền xây dựng vào thời nhà Lý, theo kiến trúc cổ 3 lớp gồm, tiền đường, trung đường và hậu cung; đặc biệt, đứng từ hành lang trước sân, bọn tôi dễ dàng nhìn xuống bên dưới, thấy bãi biển Quang Vinh lởm chởm đá núi cùng với hòn Mê và cả một vùng Nghi Sơn thuộc huyện Tĩnh Gia.

Thắp xong nén hương quay ra, bọn tôi lên xe, tiếp tục chạy tới khu di tích đền Độc Cước hay còn gọi đền Thượng, nằm trên đỉnh hòn Cổ Giai.

Tương truyền, năm ấy nơi làng Kẻ Tường bỗng xảy ra một trận đại hồng thủy, cuốn trôi hầu hết mọi thứ ra biển. Đến khi thiên tai đi qua, người ta đi nhặt nhạnh lại những gì còn sót lại, bỗng thấy dạt vào bờ thi thể một phụ nữ bụng mang dạ chửa. Sau khi hạ sinh một cậu bé khôi ngô tuấn tú, người phụ nữ nguyện nằm lại tại đây làm đê chắn sóng che chở cho dân làng, trước khi mất. Cảm phục, thương xót trước tấm lòng cao cả ấy, dân làng mang đất đá đắp lên thi thể bà thành dãy núi, đó là núi Trường Lệ ngày nay.

Ngoài ra, cũng có huyền thoại cho rằng, trước khi chết người phụ nữ đã hạ sinh một cậu bé khôi ngô, tuấn tú, lớn nhanh như thổi. Chẳng bao lâu sau, cậu trở thành chàng trai vạm vỡ, với sức mạnh phi thường. Cho tới một hôm, bỗng xuất hiện loài quỷ biển, không chỉ cướp phá, giết hại, dân lành dưới biển, mà còn diễn ra ngay trên đất liền, khiến cho dân chúng vô cùng hoang mang, nhiều người phải bỏ đi nơi khác kiếm sống. Để diệt loài thủy quái giúp đỡ dân làng, chàng thanh niên đã dùng một thanh kiếm sắc, rạch thân mình ra làm đôi, một nửa theo dân ra khơi tìm diệt thủy quái, một nửa ở lại đất liền trừ khử bọn ác quỷ. Nhớ ơn chàng, người dân đã lập đền Độc Cước ngay cạnh vết lõm mà họ tin đó là dấu chân khổng lồ của chàng, thờ cúng, cầu mong sự che chở, phù độ cho cuộc sống dân trong làng được bình yên.

Để lên đến chân đền Độc Cước, tôi cùng Như phải leo hơn 40 bậc thang đá dựng đứng, mệt đến bở hơi tai, chứng kiến toàn cảnh ngôi đền rêu phong, cổ kính,.tọa lạc giữa một khoảng sân rộng thênh thang. Đặc biệt, trước sân thấy có 2 pho tượng hình ngựa đúc bằng đồng, một cặp phỗng tạc bằng đá khối, cộng thêm 2 bức tượng ông thiện, ông ác, trấn giữ 2 bên lối ra vào.

Bước vào trong đền, ngoài pho tượng thờ thần Độc Cước một tay một chân bằng gỗ ra, tôi thấy hiện diện quanh đây các vật thờ cúng cổ xưa, các đạo sắc phong có từ thời Cảnh Hưng, những câu đối ca ngợi công lao vị thần viết bằng chữ Nôm . . .

Theo nhiều người hiểu chuyện cho biết, ngôi đền được xây dựng từ thời Trần sang đến thời Lê, và cũng đã được trùng tu nhiều lần. Bằng chứng là trong đền còn tồn tại một số cột kèo, môn lưu, những hiện vật thờ cúng, có niên đại từ thế kỷ XVIII và XIX, được làm từ gỗ lim, gỗ chò..

Không thể chịu đựng hơn nữa mùi khói hương làm cay xè đôi mắt, tôi và Như sớm rời khỏi nơi thờ cúng, bước ra ngoài, đứng hít thở không khí bên dãy lan can xây dựng sát ngay mép núi, vô tình bắt gặp thành phố tương đối hiện đại, nằm cách bãi biển chỉ một con đường khá là hoành tráng.

Tôi hỏi Như:

- Có phải dưới kia là thành phố biển Sầm Sơn không em?

- Đẹp không anh!

Hỏi chưa dứt câu, Như vội kéo tôi quay ra xe, nhờ tài xế chở xuống thăm thành phố Sầm Sơn.

Theo lịch sử, hơn một trăm năm trước Sầm Sơn là vùng đất hoang vu, nhưng nhờ có khí hậu ôn hòa, núi non xinh đẹp, biển cả bao la, đã lọt vào tầm ngắm của thực dân Pháp. Vì thế, năm 1904 toàn quyền Đông Dương Jean - Ernet - Moulié đã ra nghị định xây dựng các đài quan sát, trạm y tế, trung tâm nghỉ dưỡng, ngay tại bãi biển và cả trên núi Trường Lệ, nhằm phục vụ các quan chức người Pháp, các quan lại triều đình nhà Nguyễn. Và, tiếp theo sau đó, chính xác vào năm 1906, Moulié tiếp tục cho làm con đường bộ dài 16 cây số nối Thanh Hóa tới Sầm Sơn cùng các công trình nghỉ dưỡng cao cấp, các thương nhân người Việt cũng cho xây dựng các khách sạn nhà hàng nằm dọc ven biển, đưa Sầm Sơn nhanh chóng trở thành khu nghỉ dưỡng lý tưởng nhất Đông Dương; đồng thời đánh dấu sự ra đời của ngành du lịch tại đây.

Chính vì vẻ đẹp hút hồn đó mà, ông nghè, nhà thơ Nguyễn Khuyến trong một lần nhàn du đến đây, đã để lại những vần thơ:

"Thú vị Sầm Sơn tựa chốn tiên.
Sóng vỗ nhấp nhô tung bọt nước.
Đá chồng khấp khểnh tựa tòa sen"

Ngày nay, trải qua bao thăng trầm lịch sử, Sầm Sơn vinh hạnh có được một bãi biển xanh, sạch, đẹp, với chiều dài khoảng 9 cây số, trải dài từ cửa Lạch Hới tới chân núi Trường Lệ hay còn gọi là núi Sầm. Bao gồm các bãi tắm tự nhiên A, B , C, D, Quảng Cơ, Vinh Sơn; đặc biệt, tất cả đều có điểm chung là rộng, bằng phẳng, sạch, đẹp, độ dốc thoai thoải, cát trắng mịn màng, sóng cao, nhưng mạnh đến nỗi nhiều người phải kêu lên rằng "Sầm Sơn sóng đánh tụt quần".

Tạm biệt dãy núi Trường Lệ với bao di tích, thắng cảnh nổi tiếng, bọn tôi quay xuống núi, bắt đầu cuộc hành trình khám phá thành phố biển Sầm Sơn. Chỉ tiếc là, hiện nay đang là buổi chiều, nên tôi không được may mắn có mặt nơi bãi biển vào lúc sáng sớm; bù lại, Như đã kể "chay" cho tôi nghe sinh hoạt trên biển Sầm Sơn vào mỗi buổi sáng, qua giọng nói ngọt ngào, truyền cảm, rằng "Biển Sầm Sơn mỗi thời khắc đều có sự thay đổi khác nhau. Chẳng hạn, vào lúc sáng sớm, bình minh trên biển để lại ấn tượng nhất là lúc ánh sáng mặt trời mới bắt đầu ngoi lên từ dưới biển, mang theo thứ màu cam vàng rực rỡ trước khi chuyển sang màu hồng, màu đỏ, dậy lên từ cuối chân trời; đồng thời, cũng vào thời điểm đó xuất hiện những đoàn thuyền của ngư dân làng Núi, ra khơi đánh bắt cá trong đêm trở về cập bến. Và, chợ hải sản cũng được họp ngay trên bãi biển, bày bán đủ các loại hải sản tươi ngon, cho mọi người tha hồ lựa chọn".

Qua lời kể của Như, tôi không sao tránh được sự thắc mắc, nên hỏi lại cô:

- Làm thế nào chỉ trong một đêm ra khơi đánh bắt, mà đoàn thuyền đã có thể trở về với đầy tôm cá, trong khi ngư dân ở nhiều nơi khác kể, mỗi chuyến đi biển của họ thường kéo dài cả vài tuần lễ hay cả tháng?

Như giải thích:

- Dân chài làng Núi, đặc biệt chỉ sử dụng loại bè thô sơ, nên di chuyển chậm, chỉ có thể đánh bắt gần bờ.

- Thì ra vậy.

- Nếu anh có hứng thú tìm hiểu về loại bè cổ này, lát nữa khi xe xuống hết núi, em sẽ hướng dẫn anh đến xem tận mắt.

- Nếu em thấy tiện đường.

Giữ lời hứa, khi xe vừa xuống hết đoạn đường dưới chân núi, Như yêu cầu tài xế cho xe tấp vào đầu đường Hồ Xuân Hương, đồng thời nói với tôi:

- Mình xuống đây thôi anh.

Tôi bước xuống đường cùng với Như, sau đó theo cô tiến về phía bãi hàng dương, nơi có mặt một số thuyền bè của ngư dân làng Núi, dùng để đi đánh bắt tôm, cá, hải sản, đang nằm phơi mình trên bờ cát.

Tôi hỏi Như:

- Đây là loại bè mà em nói phải không?

- Vâng! Anh cứ đi xem qua, có gì thắc mắc em sẽ nhờ ông anh họ ở đây giải thích.

Dặn tôi xong, Như bỏ đi đâu đó, sau trở lại, dẫn theo một đàn ông trung niên giới thiệu cho tôi làm quen.

- Đây là ông anh họ của em. Ngư dân thứ thiệt của làng chài này.

Tôi gật đầu chào:

- Chào chú.

Người đàn ông vạm vỡ, có làn da sạm nắng, cười nói thân thiện:

 - Tôi có thể giúp gì cho cậu?

Sẵn dịp tôi hỏi thăm:

- Việc làm ăn của ngư dân làng chài hiện nay có khá hơn so với trước khi nơi đây trở thành thành phố du lịch không?

- Nhìn chung, bộ mặt xã hội cũng có ít nhiều thay đổi, nhưng giá cả sinh hoạt ngày càng trở nên đắt đỏ, khiến cuộc sống của người lao đông thêm khó khăn.

- Vì sao?

- Vì giá cả đều dựa vào khách du lịch.

- Thời gian đi biển của ngư dân thường xuất phát vào giờ nào?

- Giữa đêm ngư dân dong buồm ra ngư trường, đánh bắt cho đến khi mặt trời ló dạng mói quay trở vào bờ, kết thúc một nhày làm việc.

- Vì sao ngư dân không sử dùng những chiếc thuyền lớn hơn mà vẫn cứ dùng loại bè mạn?

- Muốn cũng không được, vì đa số ai cũng nghèo, thậm chí có gia đình còn phải hùn vốn mói sắm nổi một chiếc bè đạp sóng ra khơi kiếm sống, đánh cược sinh mệnh mình với biển cả.

Than ôi, giữa thành phố lộng lẫy, xa hoa, người ăn không hết người lần không ra, nghĩ mà đau lòng trước cuộc sống hẩm hiu, buồn tẻ, nơi một số người.

Tôi hỏi:

- Mỗi chiếc bè có giá bao nhiêu vậy chú?

- Khoảng trăm triệu đổ lại.

- Để hình thành nên một chiếc bè người ta dùng các loại vật tư nào?

- Thường sử dụng loại cây luồng, một loại tre già, thân lớn, rỗng ruột, thẳng đều, ít bị tì vết, gọt bỏ lớp vỏ, hơ từng cây trên lửa để uốn cong một đầu làm lườn, sau đó dùng sợi cước ghép các cây lại với nhau.

- Mấy thứ đó mua trên thị trường khó lắm không?

- Để hoàn thành một chiếc bè man dài 9 đến 10m, rộng 2m, ngư dân sử dụng hết khoảng 20 cây luồng đặt mua từ trên Hòa Bình, 12 kg cước to từ 2,5 đến 3 mm mua ở đâu cũng có. Muốn bè vững chải trước phong ba bão tố, ngư dân ghép thêm 3-4 cây luồng vào mỗi bên, còn để nâng cao tải trọng người ta gắn thêm dưới đáy mạn một lớp xốp dày..

- Thời gian hoàn thành mất bao lâu?

- Tùy số lượng người tham gia công việc, song ít nhất cũng mất hơn một tuần.

- Vẫn chèo tay?

- Chỉ ngày xưa ngư dân mới phải chèo bằng tay, vừa di chuyển chậm vừa xoay trở khó khăn, nên mỗi chuyến ra khơi thường phải đối mặt với nhiều nguy hiểm. Còn hiện tại, đời sống mỗi ngày một khá hơn, nên chủ các bè mạn đã chuyển sang sử dụng động cơ.

Buổi chiều dịu mát dần, bọn tôi tạm chia tay ông anh họ của Như, hòa mình vào đám đông người đang tập trung ra đây vui chơi, tắm biển, thả diều, đuổi bắt nhau trên cát.

Ngồi uống cà phê ở hubway nhìn ra biển Như kể:

- Trước đây, vào tháng 7 tháng 8, khi học sinh các trường được nghỉ học, phụ huynh thường đưa cả gia đình về Sầm Sơn tắm biển, du lịch, nghỉ dưỡng, nên có ngày ở đây phải gồng mình đón cả vạn lượt du khách, trong khi cơ sở vật chất lại thiếu thốn, dẫn tới cảnh nhà nhà làm dịch vụ, người người đổ ra đường làm du lịch. Mới đầu, người dân còn tỏ ra lịch sự, thân thiện, lâu ngày nảy sinh thành vấn nạn tranh cướp khách. Hễ thấy xe chở khách nào dừng lại, bọn cò mồi liền vây đến chèo kéo, mời chào, gây ồn ào, mất trật tự, làm phiền lòng du khách không ít. Chưa dừng lại ở đó, với quan niệm kiếm tiền bằng mọi giá, người dân nâng giá các loại hình dịch vụ, ăn uống, vui chơi . . . một cách vô tội vạ, dẫn tới việc thành phố bị mang tiếng là thành phố du lịch chặt chém.

Tôi chợt hiểu và nói với Như:

- Hèn gì, trên diễn đàn du lịch Sầm Sơn, anh đọc thấy cô bạn gái kia ăn một quả trứng vịt lộn trả giá 5 ngàn, người bán đồng ý, nhưng sau khi ăn mấy quả trứng lại tính nâng lên một quả 10 ngàn đồng. Hỏi tại sao, người bán trả lời là họ đã có tính tiền một quả trứng lộn theo giá trả ban đầu giá 5 ngàn đấy thôi, nhưng những quả sau đó khách đâu có thương lượng giá? Hay chuyện những chú ngựa trắng được người ta mông má thành những chú ngựa vằn Châu Phi, mang xuống bãi tắm cho khách thuê cưỡi, hoặc đứng kế bên chụp ảnh, cũng được tính theo giá bốn mùa, nghĩa là sáng trưa chiều tối đều được tính theo giá khác nhau

Như cười nói:

- Hi hi! Tệ nạn chặt chém đó hiện giờ tuy có giảm, nhưng muốn ăn gì, chơi gì, mua gì, đều phải trả giá cho mạnh vào.

- Thật vậy ư?

- Nhất là nghe giọng miền Nam như anh. . . .

- Thì sao?

- Họ vui vẻ tặng ngay cho anh lưỡi dao lam hiệu Gillette.

Hu hu, tôi lơ đăng quay nhìn dòng xe cộ tấp nấp di chuyển, cùng với sinh hoạt ồn ào, náo nhiệt, của người qua kẻ lại, đang diễn ra nơi con đường ven biển Hồ Xuân Hương, khiến tôi không khỏi thắc mắc.

Tôi hỏi Như:

- Thành phố ngày nào cũng đông vui như thế này sao em?

- Không đâu anh, nhìn vậy chứ khách du lịch chỉ đông vào mấy tháng hè, ngày lễ, ngày Tết, còn thì vắng tanh.

- Hôm nay chỉ mới ngày cuối tuần thôi mà?

Như kể:

- Gần đây, do Sầm Sơn được chánh quyền đầu tư hàng trăm tỷ đồng xây dựng hạ tầng cơ sở, nhằm phát triển ngành công nghiệp không khói. Qua đó, các doanh nghiệp tư nhân có thêm cơ hội đầu tư, nâng cấp, xây dựng, hàng loạt các nhà hàng, khách sạn, với qui mô lớn. Điển hình là, quần thể khu du lịch nghỉ dưỡng FLC Sầm Beach &

Golf Resort. Chỉ trong một thời gian ngắn, họ đã biến những vùng đất ao hồ, ruộng vườn sình lầy, thành quần thể du lịch nghỉ dưỡng cao cấp gồm, một sân golf 18 lỗ, một khu resort lớn nhất phía Bắc, 2 khách sạn 5 sao lớn nhất miền Trung, một trung tâm hội nghị quốc tế có sức chứa 1.300 chỗ ngồi, một bể tắm nước mặn với diện tích 5.100 m2, thuộc vào hàng lớn nhất Đông Nam Á, 152 bể bơi lớn nhỏ, đền thờ vua cha Bắc Hải, vườn chim nhiệt đới, khu chợ đêm, vòng quay mặt trời, nhà game, khu vui chơi ngoài trời dành cho trẻ em.

- Mình vào đó xem được không?

- Trừ trường hợp anh là khách của FLC, còn không phải mua vé 100 ngàn đồng một người, bao gồm tham quan, dạo chơi và tắm hồ bơi.

- Vậy cũng đâu có mắc so với giá 300 ngàn chụp ảnh cưới ở các quán cà phê sân vườn ở Sài Gòn.

- Anh có muốn vào đó xem không?

Tôi lắc đầu từ chối:

- Để dịp khác đi em, giờ cũng đã muộn, thành phố sắp lên đèn, anh cảm thấy kiến đang bò trong bụng rồi.

Như cười nói

- Ừ nhỉ! Nếu anh không nhắc..

- Vậy mình đi ăn thôi.

- Anh muốn ăn gì để em đưa đi?

- Dĩ nhiên, đến Sầm Sơn mà không ăn đặc sản ở đây, mai mốt về lại trong Nam kể ai tin.

- Bạn em ra đây ai cũng đòi ăn đặc sản xứ Thanh, nhưng không phải ở trong mấy nhà hàng lớn.

- Vì sao?

- Bọn nó nói ăn uống trong các nhà hàng chỉ được cái sang trọng, trong khi các món ngon vùng miền thường được bán ở các quán chỉ lấy công làm lời, vừa ngon vừa có giá phải chăng.

- Với điều kiện có thổ công hướng dẫn, còn không thì mù tịt như đi trong đêm. Bởi thế, không phải ngẫu nhiên mà trong dân gian có câu "đất có thổ công sông có hà bá".

- Đời bây giờ khác trước rồi anh, chỉ cần lên mạng vào Google tra là ra hết.

- Lỡ ai đó mù IT thì sao?

- Thì bó tay chấm com thôi.

- Hãy kể cho anh nghe vài đặc sản ngon ở Thanh Hóa xem.

Như đọc vanh vách các món ăn nổi tiếng:

- Nem chua xứ Thanh, bánh chả tôm, bánh khoái tép, bánh khoái nồi, gỏi nhệch Nga Sơn, bánh cuốn Thanh Hóa, bánh đúc sốt, bánh gai Tứ Trụ, bánh răng bừa...

Tôi hỏi:

- Món bánh chả tôm ra sao?

- Đây là món cuốn, có cách ăn tương tự như món chả giò, nhưng được làm từ những con tôm thật tươi, bóc vỏ, băm nhuyễn chung với thịt ba chỉ, hành tím, tỏi, gia vị, bọc bên ngoài bằng một lá phở nhỏ cỡ bàn tay, sau đó kẹp 4-5 chiếc trên cùng một thanh tre, hoặc kẹp bằng vỉ sắt, đem nướng trên than hoa. Khi chín, ăn kèm với rau sống và chấm với chén nước chấm pha loãng gồm: đu đủ xanh thái mỏng, sung cắt lát, ớt, tỏi băm, đường.

- Còn bánh khoái tép có giống bánh khoái miền Trung không?

- Bánh khoái là loại bánh dân dã ở Sầm Sơn, nhưng hương vị chỉ cần ăn một lần là nhớ mãi. Nguyên liệu chính là gạo quê, ngâm vừa đủ, đem xay thành bột nước giúp bột không bị dẻo, nhờ vậy bánh khô ráo. Ngoài ra, bánh ngon nhờ thêm vào các nguyên liệu khác như rau cần bỏ lá cắt khúc, bắp cải thái sợi, hành lá... đặc biệt với loại tép đồng đang còn nhảy soi sói, ướp chung với gia vị. Để có được một chiếc bánh khoái ngon, đầu tiên người ta tráng một lớp dầu hoặc mỡ mỏng trên mặt chảo, rồi rải 1 lớp rau cần, rau bắp cải, tép tươi, sau cùng mới đổ bột lên, chờ vài phút cho mặt dưới bánh chín vàng, trước khi gập đôi chiếc bánh lại, cho ra dĩa. Bánh khoái ăn nóng, kèm rau sống, chấm với nước chấm pha loãng kiểu nước chấm của món chả tôm.

Rời bãi biển, tôi theo Như len lỏi qua mấy khu dân cư, có mặt ở các quán ăn đông khách, thiếu điều kiếm một chỗ ngồi cũng khó, dù địa chỉ đơn giản chỉ ở trước hiên nhà hay bên lề đường.

Sau khi thưởng thức các món chả tôm, bánh khoái tép, no cành hông, tôi còn bị Như ép ăn thử món bánh đúc sốt, đặc biệt chỉ có ở Thanh Hóa, do một chị bán hàng rong đi ngang chào mời. Nghe kể, đây là món ăn gắn liền với tuổi thơ của nhiều người sinh ra và lớn lên ở Thanh Hóa. Tò mò, tôi tìm hiểu mới biết nồi bánh được người bán ủ kín trong một chiếc thùng có nắp đậy, bên dưới là một bếp than hồng dùng để giữ cho bánh luôn nóng. Khi có khách ăn, người bán mở nắp thùng lấy bánh cho vào ly, mùi bánh bốc lên hương thơm ngạt ngào, khó ai có thể cưỡng lại..

Cầm ly bánh đúc sốt nóng trên tay, tôi không khỏi thích thú trước món ăn tưởng chừng đơn giản, nhưng có hương vị rất riêng cùng với cách trình bày khá bắt mắt của lớp đậu vàng bỏ bên trên lớp bánh màu xanh ngọc, kết quả của sự hợp hài hòa, khéo léo, của bột gạo tẻ, nước vôi, mỡ, hành phi, nước giã rau ngót, đậu xanh đồ, hòa quyện vào nhau tạo nên vị béo ngậy đầy hấp dẫn.

Để tránh bị bội thực, tôi và Như đi tản bộ dọc theo con đường ven biển, hòa mình vào sinh hoạt nhộn nhịp đang diễn ra bên tiếng nói cười, tiếng còi xe ầm ĩ, tạo nên âm thanh đặc trưng của thành phố du lịch biển về đêm.

Thật vậy, buổi tối ở Sầm Sơn, ngoài vẻ đẹp mờ ảo của biển dưới ánh trăng thì, con đường Hồ Xuân Hương rực rỡ bên ánh sáng đèn của những nhà hàng, khách sạn, cửa hiệu, tấp nập người qua lại, vui chơi, mua bán, ăn uống, đã nói lên một sức sống mãnh liệt nơi thành phố này.

Đã biết, cuộc vui nào rồi cũng tới lúc tàn, nên bọn tôi kết thúc một ngày bận rộn khám phá, vui chơi, ở Sầm Sơn, bằng cách hẹn xe tới đón về lại Thanh Hóa.

Trên đường đi, tôi không quên ghé mấy quán xá dọc đường, mua một ít nem chua xứ Thanh, bánh gai Tứ Trụ, bánh Răng Bừa, mang về làm qua cho gia đình và bạn bè./.

Minh Nguyễn

BÙI THẠNH MINH

LINH CẨU

- Ky! Mày mù hả? Ơ hay Ky! Ơ kìa... Tiên sư mày... Ơ ông Mạnh, ông cho con Ky một gậy nào.

Con Ky choãi hai chân trước nhe bộ răng nhọn hoắt trắng ởn, bao nhiêu mật xanh dồn hết lên mắt, lông cổ dựng đứng, chiếc đuôi cong vọt như cán cày chìa vôi, chồm lên vừa sủa, vừa sấn đến toan gây chiến với ông Lục. Lúc đầu ông Lục khựng lại, giả bộ mặt bình thản, ra giọng người nhà quát mắng con Ky. Nhưng con Ky vẫn không tỏ dấu hiệu hoà hoãn chút nào, tiếng sủa càng quyết liệt, nó quyết xông lên cắn ông Lục, không để ông tiến thêm một bước vào cổng. Đến nước này, ông Lục đành phải giở "miếng võ" trị chó dữ của mình, tuy chả đẹp đẽ, nam nhi chút nào. Ông ngồi thụp xuống đưa tay quơ một cái, giả vờ vung tay ném. Thường thì chó có dữ đến mấy, hễ thấy người ngồi xuống, nhất là vung ném là chúng sợ chạy biến. Con Ky rất dữ, dường như nó quyết chiến chứ không từ bỏ nhiệm vụ, tuyệt nhiên không có dấu hiệu lùi bước. Nó toan bổ vào mặt ông Lục, may mà ông quơ được hòn gạch cầm tay. Con Ky bật trở lại, sau đó càng hăng tiết. Vừa kịp, ông Mạnh cầm chiếc roi chạy ra. Con Ky bị một đòn chí tử vào lưng, đành cụp đuôi chạy ngấm vào gầm giường hậm hực.

Ông Lục chống tay đứng dậy, phủi phủi đít quần. Miệng cười hơi gượng gạo, nhưng mặt ông tái xanh. Bề ngoài ông Lục cười nói xởi lởi, ra ý coi thường, quên béng "sự kiện" vừa rồi, nhưng trong lòng ông còn chất đầy sợ hãi. Thật là hú vía, nếu vừa rồi ông Mạnh không ra kịp thì...

Ông Mạnh xin lỗi:

- Thôi, đúng rồi… sao ông lại ăn mặc khác thường, nó lại tưởng người lạ. Thôi, tôi xin lỗi ông nhé.

An ủi ông Lục qua loa cho phải phép, rồi mời ông Lục vào nhà. Ông Mạnh đi trước, ông Lục rụt rè bước né sang bên trái tránh phía con Ky nằm, lỡ nó bất ngờ xông ra, tiện đạp cho một nhát.

Con Ky phục trong gầm giường, mắt gườm gườm không rời đôi chân ông Lục. Thi thoảng nó lại gấm gứ trong họng như không nôn được tức giận ra ngoài. Những lúc ấy ông Lục nhìn ông Mạnh nói chuyện nhưng tinh lực lại hút vào gầm giường. Cũng chả biết đâu được, bất thình lình nó xổ ra đợp một nhát thì toi.

Kể cũng tức thật, bao nhiêu năm nay ông qua lại nhà ông Mạnh như cơm bữa. Con Ky quen ông như người trong nhà. Hoà bình với ông thì nó không bao giờ, đến vẫy đuôi cũng chả có, nhưng cũng không gây chiến tranh. Vậy mà hôm nay bỗng dưng nó lại đổ đốn, coi ông như kẻ xâm lược. Thật chẳng ra làm sao. Trước lũ chó dữ, cái thế của người quân tử bị mất. Thành ra hôm nay ông chẳng còn cái dáng đạo mạo, giọng nói sang trọng như mọi ngày nữa. Hình như cứ mỗi lần ông Lục cất giọng nói, con Ky lại nghiến ngoắng trong gầm giường vẻ tức tối phản đối?

Đã bước ra ngoài sân rồi mà ông Lục chưa dám bình yên, vẫn liếc đây đó, phòng khi con Ky ở trong nhà nhảy ra "tập hậu".

* * *

Tiễn bạn đi khỏi, ông Mạnh quay trở vào nhà lấy roi đe con chó. Con Ky thấy chủ mắng thì lủi sâu vào trong gầm giường, nằm im, đuôi nó phe phẩy có vẻ biết lỗi và sợ hãi. Ông Mạnh buồn lắm. Việc con Ky cắn ông Lục là một sự lạ. Ông nuôi con Ky mấy chục năm, ông biết. Ông hiểu tính nết nó hơn mấy đứa con trời đánh của vợ chồng ông. Vậy mà hôm nay con Ky lại làm một việc trái hẳn với tính nết thường ngày của nó.

Ông Mạnh có tay nuôi dạy chó. Mọi người bảo thế. Bao nhiêu con chó đã qua tay ông huấn luyện đều trở thành chó khôn có hạng. Bởi vậy khi con Ky được ông mang về dạy dỗ thì nó tinh khôn kỳ lạ. Ông còn nhớ, ông mua con Ky trong một dịp đi đám cưới cô em gái trên Yên Bái. Ông phát hiện con Ky ở chợ vì thấy đôi mắt của nó thật lạ. Mắt có lòng đen trong suốt như mèo, ở chính giữa có một đốm sáng là lạ trông giống như tinh lực của mắt người. Hình như đôi mắt của nó biết quan sát, phán đoán. Linh cảm bảo ông đây là con chó quý.

Con Ky càng lớn càng khôn và nó khác với tất cả mọi con chó trong đàn. Nó quấn quýt với người hơn với đồng loại. Nó rất ít sủa. Hễ có người lạ đến nhà, đàn chó vây lấy và thi nhau thi thố tài năng, chứng minh lòng trung thành với chủ. Riêng con Ky đậu ở trên thềm nhìn rất kỹ rồi hoặc vào chỗ nằm, hoặc đến bên chủ. Con Ky thể hiện tình cảm cũng rất đặc biệt. Mỗi khi ông Mạnh đi đâu về, cả đàn chó chạy nhắng lên, dồ đạp, quấn quýt, ư ử, ngoáy tít chiếc đuôi đến gập cả mình. Còn con Ky đứng bốn chân xuống đất nhìn ông. Khi thì với ánh mắt mừng rỡ, khi lại ngạc nhiên, có lúc nghi ngờ... Nếu nó mừng, chiếc đuôi ngoáy tít; nếu ngạc nhiên, chiếc đuôi chỉ ngoáy hai vòng rồi cụp xuống; còn nếu nghi ngờ, thì chiếc đuôi dựng đứng. Nhiều lần để ý, ông cảm thấy dường như con Ky đọc được ý nghĩ của ông. Mọi hành động của ông hình như bị phơi trần trước con mắt lọc lõi của nó.

Một lần để thử khả năng của con Ky, ông mượn bộ quần áo của đội múa lân và đeo luôn chiếc mặt nạ về nhà. Cả đàn chó, con thì sợ hãi chạy biến vào góc nhà, có con dũng cảm xông ra quyết ngăn kẻ đột nhập. Con Ky vẫn chốt trước cửa nhìn ông với đôi mắt mừng rỡ, chiếc đuôi ngoáy tít. Đến khi ông lột chiếc mặt nạ ra, đàn chó con thì len lén chui vào gầm ghế vẻ hối lỗi, con hạ chân trước rồi vừa bò tiến lại chỗ ông, vừa ngoáy đuôi kiểu nịnh bợ. Con Ky vẫn đứng ở tư thế cũ.

Một lần khác, theo sự phân công ông đi rình bắt một đôi quan hệ trai gái với nhau. Ông khoác bộ quần áo cũ, vá víu để tránh gặp người quen. Đêm hôm đó trời tối quá, mà ông lại không thể đi trên đường đàng hoàng, phải lén lút vượt tường, chui rào, về nhà theo lối sau. Thấy động, đàn chó xông ra sủa ầm ĩ. Đến khi nhận ra tiếng chủ rồi, thì lũ chó xúm lại quanh ông xin lỗi theo kiểu của thú vật. Riêng con Ky, mặc dù nhìn thấy ông mười mươi, nhưng nó vẫn cắn sủa một cách giận giữ. Sợ ầm ĩ, ông liền quất cho nó một roi, rồi rửa ráy chân tay vào nhà. Vừa trút đôi dép để leo lên giường, con Ky liền đến ngửi ngửi rồi tha từng chiếc dép đem vứt ra ngoài cổng. Ông lục cục ra mang đôi dép để vào chỗ cũ. Quay ra quay vào lại thấy đôi dép nằm ngoài cổng. Ông lại mang vào. Lần này con Ky chờ lúc ông sơ hở, nó mới tha đôi dép của ông thả xuống hố vôi. Ông bực quá vút cho nó một roi nữa. Từ đó con Ky không vào nhà ngủ mà ra ôm góc vườn. Sáng dậy, ông Mạnh đi tìm vội gọi vào nhà, nó không thèm mở mắt nhìn ông, đến chiếc đuôi cũng không cử động. Ông mang thức ăn đặt trước mõm, lỗ mũi nó quyết không động đậy, cứ ì ra như tuyệt thực. À, mày giận tao hả? Tao có làm gì vớ vẩn đâu mà mày giận? Được rồi cứ thi gan đi, để xem mày thắng hay tao thắng? Ông Mạnh cảm thấy thinh thích, vào nhà đổi đôi dép định mang ra cổng vứt để xem con Ky xử thế nào? Khi cầm lên, mới biết đôi dép không phải của mình. Ông đã đi nhầm của ai. Dép ông cũng mới, nhưng có hai khắc ông đánh dấu ở đế. Thảo nào... y rằng, khi ông mang đôi dép đi rồi, con Ky mới chịu thôi ôm góc vườn, đứng dậy đi từ góc vườn vào nhà. Rõ ràng con Ky nhà ông hơi đặc biệt.

Từ đó, ông Mạnh càng ra công chăm bẵm nuôi dạy con Ky hơn hẳn các con trong đàn. Con Ky mỗi ngày mỗi lớn, và khẳng định là con đầu đàn bằng tư thế đĩnh đạc, khôn ngoan của nó, chứ không phải bằng sức mạnh dữ tợn và vóc lực như những con chó khác. Nó chỉ ăn riêng một mình, và nhất thiết thức ăn phải đựng trong chiếc bát sạch sẽ riêng của nó. Chỗ nó ngủ phải có lùn rơm khoanh tròn, lót rơm sạch. Nó có đặc tính chỉ cắn sủa những người mặc quần áo nhem nhuốc, vá víu... dù người đó lạ hay quen. Lúc đầu ông Mạnh còn cho đó là chuyện lạ. Sau rồi ông chặc lưỡi, chẳng qua là "chó cắn áo rách" theo đúng nghĩa đen thế thôi.

Rồi đến một hôm có một người ăn mày, mặc rách rưới, da thịt lòi ra, đeo bộ mặt buồn, lê đôi chân vào cổng nhà ông Mạnh. Người ăn xin ngồi thụp và đặt chiếc bị, chiếc gậy xuống đất. Đàn chó nhà ông Mạnh thấy người lạ thình lình cầm gậy ngồi xuống thì bỏ chạy hết. Chỉ còn con Ky xông ra cắn sủa, rồi nhảy bổ vào ngoạm lấy gót chân người ăn xin xé rách, máu toá ra đỏ lòm. Thật không may cho người ăn mày, đường gân gót chân bị đứt, ông Mạnh phải băng bó và kịp thời đưa đi bệnh viện. Khi lập hồ sơ bệnh án, người ta phát hiện ra sự mập mờ về lai lịch bệnh nhân, liền báo công an huyện. Công an điều tra và phát hiện hắn chính là một tên gián điệp giả mạo đi ăn xin để dò la tin tức, chỉ điểm mục tiêu cho máy bay Mỹ đến bắn phá. Tin đồn về khả năng phát hiện kẻ gian của con Ky nhà ông Mạnh loang khắp huyện. Rồi người ta đan lát ra bao nhiêu là chuyện thần thoại về con Ky. Từ đó ông Mạnh và mọi người nhìn con Ky bằng con mắt thán phục. Con Ky vẫn không có gì thay đổi, ngoài việc ăn no, chơi bời quậy phá cùng lũ chó và đón chủ bằng cách riêng của nó. Chỉ khổ cho ông Mạnh, thời đó bói được người giàu có, sang trọng thật khó. Dù có của thật, họ cũng giả nghèo giả khổ, thịt con gà cũng phải giấu giấu giếm giếm, lỡ có ai biết... Thành ra nhà ông Mạnh vắng hẳn khách. Nhiều người muốn đến chơi nhà ông Mạnh mà đành chịu, chẳng lẽ lại đi mượn quần áo sang trọng mặc vào, mà mượn ở đâu? Chẳng ai làm thế. Ông Mạnh phải thường xuyên xích con Ky lại.

Thế rồi thời gian cứ lẳng lặng bò đi. Những người mặc áo rách, áo vá, quần bích kê cũng ít dần, rồi hết. Nhà cao cửa rộng được mọc lên. Người đi làm đồng đi xe máy, xe đạp, mặc áo màu, váy hoa. Đàn chó nhà ông Mạnh mốt hai vào quán cầy tơ hết. Chỉ duy nhất con Ky già vẫn đậu đó. Thỉnh thoảng có người đi làm đường ống ngầm, hoặc thu gom rác tạt qua nhà ông Mạnh việc này, việc nọ, họ đều đứng ngoài cổng gọi trước để ông Mạnh xích con Ky lại. Con Ky cổ tròng xích nhưng mắt cứ long sòng sọc, đu lên tru tréo. Nó không chịu từ bỏ thói quen cũ của nó. Chỉ những người như ông Lục ra vào nhà ông Mạnh là không phải đề phòng gì cả. Thế mà hôm nay, con Ky trở chứng lại cắn đúng ông hàng xóm giàu có của gia đình ông Mạnh. Có lẽ con Ky già quá đâm lú lẫn, hoặc nó mắc bệnh dại cũng nên. Ông Mạnh nghĩ như vậy và ngồi xuống quan sát con Ky. Không phải, con Ky tuy già yếu, bộ lông không còn mượt mà như trước đây mà xơ xác bết lại, vai nó nhô cao, mông hóp. Hai đùi sau của nó mảnh ra như hai sống dao; hai túm lông trắng trên hai mi mắt của nó trước đây như hai cái lông mày giờ trụi hết. Nhưng con mắt của con Ky vẫn tinh nhanh nhìn ông, rồi từ từ cúi xuống vẻ né tránh, lưỡi nó không thè ra và không có nhớt chảy, tuyệt nhiên không có dấu hiệu man dại... Ông lấy một mảnh sành ném cho con chó. Con Ky vẫn nằm, phần phật chiếc đuôi, hít hít chiếc mảnh sành để đáp lại hành động của chủ rồi lại đặt mõm xuống đất nhìn ông phân vân. Nó không nhai mảnh sành rau ráu, như người ta bảo là triệu chứng mắc bệnh dại. Ông lại lấy bát cơm trộn thức ăn đặt trước mõm nó, con Ky nhìn ông nghi ngờ, rồi cúi xuống liếm láp một lát và ăn hết bát cơm ngon lành, còn ngẩng lên liếm mép nhìn ông chờ đợi ra chừng bụng còn ngót nghét lắm. Rõ ràng con Ky vẫn bình thường và khoẻ mạnh. Vậy thì tại sao nó lại gây chiến với ông Lục? Mày chết Ky ạ. Hôm nay mày cắn ông Lục là lỗi lớn đó nghe con. Còn nhầm lẫn là ông thịt, nghe chửa?

Con Ky thả mi mắt nhìn xuống, buồn bã, chiếc đuôi rù rũ mệt mỏi và nó cúi đầu chậm chạp quay đi, từng bước đến chỗ lùn rơm. Trước khi nó thu mình, đôi mắt còn ngớp nhìn ông Mạnh một cái rồi mới lặng lẽ khoanh mõm vào lòng ra điều giận ông Mạnh. Ông Mạnh thương con Ky lắm. Chẳng gì nó cũng sống và trung thành với gia đình ông từ hồi nghèo đói đến thời đổi mới. Giống gì cũng vậy, khi đã quyến luyến với con người chẳng ai nỡ đối xử tệ bạc với nó. Nuôi con gà, đến khi phải giết, ông Mạnh cũng búng vào họng nó và nói: *"Hoá kiếp cho mày làm kiếp khác"* để tự an ủi mình thôi, chứ ông cũng chả biết có kiếp nào khác cả.

* * *

Buổi sáng Chủ nhật tuần ấy, mùa đông lạnh lẽo. Chiếc bể đặt hòn non bộ trên tầng ba nhà ông Lục nước đứng lặng, mặt như co lại. Trong bể kính ở tầng trệt, đàn cá vàng lững lờ quạt nước. Miệng người nào cũng như ngậm lửa, thở ra khói tuôn mù mịt. Ông Lục thèm uống một chén trà với bạn quá. Ông đứng lên, lại ngồi xuống với vẻ bồn chồn, đắn đo. Ông chỉnh lại bộ com lê màu ghi, rồi lau lại đôi giày cho bóng, cầm thêm cái ô, nếu cần thì xỉa cho con Ky một nhát. Việc ăn mặc đối với ông cũng chẳng quan trọng gì. Chẳng qua là để cho mọi người biết rằng giờ ông khác trước rồi. Với lại chủ yếu là chống con Ky nhà ông Mạnh, nó chỉ cắn kẻ rách rưới, bẩn thỉu. Cha tiên sư giống súc vật, mày nào có biết tao mới phất lên từ ngày trúng Chủ tịch huyện hai khóa, đúng thời kỳ hỗn quan hỗn quân, giờ đã *"hạ cánh"* an toàn.

Mặc dù đã chuẩn bị khá đầy đủ, cả tâm thế, trang phục và "vũ khí", nhưng khi bước vào cổng nhà ông Mạnh, ông Lục vẫn thấy lo lo. Ông Lục chủ động lên tiếng trước để ông Mạnh biết ra đón, lỡ có gì... giống chó má, chúng chỉ biết sợ chủ mà thôi:

- Ông Mạnh có nhà không đấy?

Ông Mạnh nghe tiếng ông Lục gọi ngoài cổng, chưa kịp trả lời, thì con Ky từ trong nhà vút như một mũi tên qua khoảng sân, lao ra cổng. Nó choãi hai chân trước, hạ thấp u vai, lông gáy đứng dậy, gầm gừ sẵn sàng cắn phập vào ông Lục, nếu ông vượt qua biên giới. Ông Lục lùi một bước, tay nắm chiếc ô chưa bật ra, cũng sẵn sàng đánh trả nếu con súc sinh kia xông vào. Ông Mạnh vừa chạy ra, vừa đe con Ky. Con Ky chớp thời cơ xông lên. Ông Lục nhanh như bắn, bóp cò, chiếc ô đánh rụp, xoè ra, con Ky thuận mõm ngoặm chiếc ô cắn xé, ray rỉa. Ông Lục mất đà ngã nhào. Vừa kịp, ông Mạnh lao đến giơ chân đá đánh ức vào bụng con Ky, làm nó hức lên, buông chiếc ô, lùi vào tuyến sau cửa nhà phòng thủ.

Ông Lục đứng dậy phủi quần áo, mặt mày xám ngoét. Ông Mạnh nhặt chiếc ô rách toạc đóng lại, rồi bước lên vừa chít lại chiếc ca ra vát cho ông Lục, vừa an ủi:

- Khổ, xin lỗi bác. Con chó nhà tôi dở chứng hư mất rồi. Sao bây giờ nó toàn cắn những người ăn mặc sang trọng, cổ đeo dây thắt cổ?

Ông Lục:

- Phải thịt thôi! Không có ngày mang họa đấy ông ạ.

Ông Mạnh phản ứng hơi vội:
- Thịt là thịt thế nào. Con Ky của tôi là của hiếm đấy. À… từ từ rồi tôi tính.

Bùi Thanh Minh

NGUYỄN THIẾU DŨNG

NGUYỄN DƯỠNG HẠO - DANH SĨ ĐẤT DUY XUYÊN VÀ CUỘC LUẬN BÀN VỀ TRÚC

Nguyễn Dưỡng Hạo hiệu Phúc Am, người huyện Duy Xuyên, phủ Thăng Hoa, Quảng Nam, sống vào thời Võ Vương Nguyễn Phúc Khoát (1714-1765) và Định Vương Nguyễn Phúc Thuần (1754-1777), đương thời nổi tiếng là một người tài hoa. Ông cùng với vợ là Nữ sĩ Phạm Lam Anh cùng sáng tác tập "Chiến Cổ Đường thi", tập này nay chỉ còn sót lại dăm ba bài.

Không có tài liệu trực tiếp viết về thân thế sự nghiệp của ông, nhưng thông qua người bạn lừng danh của ông là Ẩn sĩ Ngô Thế Lân ta có thể phác họa đôi nét về ông.

Người ta thường nói: "Hãy cho tôi biết anh giao du với ai tôi có thể nói rõ về anh là người thế nào", điều này có thể đúng với Nguyễn Dưỡng Hạo.

Ngô Thế Lân tự là Hoàn Phác, hiệu là Ái Trúc Trai, ở ẩn tại xã Vu Lai, huyện Quảng Điền, phủ Triệu Phong, nay là huyện Quảng Điền, Thừa Thiên Huế nức tiếng là bậc cao sĩ đất Kinh Thành. Lê Quí Đôn trong Phủ Biên Tạp Lục có nói về ông với lòng ngưỡng mộ. Lúc đó quân Trịnh đã chiếm Phú Xuân, chúa Nguyễn Phúc Thuần đã bỏ chạy vào Nam, nghe tiếng Ngô Thế Lân, Lê Quí Đôn với danh nghĩa là người chiến thắng cho người đến mời ông, nhưng Ngô Thế Lân thẳng thừng từ chối, ông không đến gặp Lê Quí Đôn mà chỉ gởi thơ cảm tạ trong đó ông nói rõ lập trường của mình:"lấy sự xu thời cầu cạnh làm hổ thẹn" khiến Lê Quí Đôn thực sự sửng sốt, nhưng với lòng liên tài của bậc quân tử Lê Quí Đôn không giận mà càng nể phục Ngô Thế Lân hơn.

Lê Quí Đôn viết Phủ Biên Tạp Lục vào năm 1776 lúc ông đang là "Thuận Hóa Quảng Nam đẳng đạo tham thị, Tham tán quân cơ. Thuận Hóa Trấn hiệp Trấn thủ Hữu Thắng cơ, nhập thị Bồi tụng. Hộ Bộ Tả Thị Lang Dĩnh Thành Hầu". Lê Quí Đôn áng chừng Ngô Thế Lân khoảng 50 tuổi, vậy có thể Ngô Thế Lân sinh khoảng 1726 vào đời Túc Tông Nguyễn Phúc Thụ (1697- 1738), Nguyễn Dưỡng Hạo là bạn tri âm tri kỷ của Ngô Thế Lân chắc cũng đồng trang lứa. Họ đều là những người

"Mê sách bỏ ăn ngủ
Hào hiệp quên quyền uy
Mắt thấy dân đen khổ
Mà lòng biết làm gì
Tự phụ ngọc đành cất
Giá lành bán có khi"

(*Tự vịnh-Ngô Thế Lân*).

Ngô Thế Lân rất yêu trúc vì trúc có hình tượng giống như đức của người quân tử thế nên Ngô Thế Lân mới lấy hiệu là Ái Trúc Trai và làm "Phong Trúc Tập" gồm nhiều bài thơ bày tỏ nỗi lòng và cũng để nói lên ý thoát tục của mình, Lê Quí Đôn khen "Phong Trúc Tập" là "nhã nhặn, có tình tứ".

Ngô Thế Lân không trao đứa con tinh thần của mình cho ai mà lại gởi gắm cho Nguyễn Dưỡng Hạo, nhờ Nguyễn Dưỡng Hạo đề tựa. Việc Ngô Thế Lân ưu ái dành cái vinh dự đó cho Nguyễn Dưỡng Hạo đã nói lên sự gắn bó mật thiết giữa hai bậc tài danh. Cả hai ông cùng với người bạn thứ ba là Trần Thế Xương, người viết lời bạt cho Phong Trúc Tập, cùng nhau luận bàn về trúc, qua đó ta có thể biết được quan điểm của mỗi người về cuộc sống và cách xử sự của họ.

Quan điểm của Ngô Thế Lân là "Gió là cái vật không có chất mà có hơi, trúc là cái vật có chất mà không có ruột, cho nên trúc nhờ gió mà có tiếng, gió nhờ trúc mà thành vết, cho nên gió đến thì trúc kêu, gió qua thì trúc lặng, gió to thì kêu to, gió nhỏ thì kêu nhỏ. Thế thì kêu là tại gió, chứ không tại trúc. Trúc vốn là hư không vậy. Theo Ngô Thế Lân, trúc "càng kêu mà càng chẳng biết, cũng là do chỗ vô tâm mà diệu ứng với gió vậy. Tuy thế, nhưng sở dĩ xướng phát thiên cơ, du dương chân vận thì cũng là ở chỗ người nghe nhận lấy thôi, chứ nhã nhặn hay tục tằn, xấu xa hay lành tốt thì có dự gì đến trúc." (Đề từ) (1)

Có thể mượn chuyện Thiền Sư Huệ Năng để hiểu rõ hơn ý của Ngô Thế Lân:

"Lục tổ đến chùa Pháp Tánh tại Quảng Châu và gặp Pháp sư Ấn Tông đang giảng kinh Niết Bàn. Lúc ấy có luồng gió thổi động lá phướn. Một vị tăng nói gió động, một vị tăng khác nói phướn động, cả hai tranh cãi không ngừng. Huệ Năng bước ra nói: "Chẳng phải gió động, chẳng phải phướn động, mà là tâm các ông động."

Theo Ngô Thế Lân gió động hay trúc động là ở chỗ người nghe nhận thấy (hiện tượng) còn Trúc vốn hư tâm (bản chất). Gió, tác nhân xã hội biến động làm phát ra tiếng trúc. Tiếng trúc là hiệu ứng của tác nhân biến động xã hội. Tiếng thơ của tác giả cũng như là tiếng trúc chỉ là phản ứng hiện tượng, còn bản chất tác giả vốn là hư tâm chẳng màng danh lợi, chẳng khác gì "trúc vốn là hư không" vì vậy tác giả mới sảng khoái reo lên "Ôi! trúc ơi! trúc ơi! Ta có sở đắc ở trúc đấy".

Nguyễn Dưỡng Hạo viết tựa cho Phong Trúc Tập cùng lòng ái trúc như Ngô Thế Lân, cũng nhân đấy mà bày tỏ quan điểm của mình, ông viết "Tiếng của muôn vật thì nhiều lắm, có loại thuộc về tiếng nguyên chất, có loại thuộc về tiếng rườm rà. Tiếng nguyên chất là tiếng của trời, tiếng rườm rà là tiếng của người, cho nên tiếng người thì phân biệt tà chính, mà tiếng trời thì không có chính tà." Ông phân biệt tiếng có hai loại, loại thuộc bản chất (nguyên chất) là tiếng trời, loại thuộc hiện tượng nhị nguyên là tiếng người.

"Tiếng trời thác vào vật tự nhiên, như tiếng thông reo, tiếng chim mùa xuân, tiếng trùng mùa thu, tiếng mưa trên tàu lá chuối, tiếng gió trong bụi tre" tất cả đều có "phẩm điệu kín đáo, khiến cho người nghe bỗng nảy ra lòng xa xôi như hạc nội, tứ xa xôi như mây ngàn"

Theo ông tiếng người có loại chính và loại tà. Tiếng tà là "ai mà đến thương tâm, vui mà đến say đắm, như tiếng trong dâu trên bộc là tiếng người của người vậy".Tiếng chính là tiếng "xếp đặt rõ ràng không rối...đều đặn, đứng đắn là tiếng trời của người vậy".

Đối với ông "trúc không có ý với gió, nhưng gió đến thì trúc động mà sinh ra tiếng; lòng không dung vật, nhưng vật tiếp thì lòng cảm mà thành thơ. Gió đi thì trúc lặng, việc đi thì lòng không."

Đến đây ta có thể nhận ra Nguyễn Dưỡng Hạo là nhà nho bảo thủ, ông có xu hướng "văn dĩ tải đạo", văn để phục vụ nhân sinh, đem lại điều hay lẽ phải dẫn dắt con người đến chỗ đoan chính, tình tiết phát ra đúng lúc, không thái quá cũng không bất cập. Ông cho rằng Ngô Thế Lân đã thất bại khi "chán tiếng rườm rà của thói đời, hăng hái đi tìm tiếng nguyên chất của thiên hạ" trong khoản mười năm mà chẳng được gì chỉ vì Ngô Thế Lân đã xa rời đạo Nho để chạy theo đường chủ lưu của Phật Lão. Thành công chỉ đến với Ngô Thế Lân khi họ Ngô tỉnh ngộ quay về với sáu kinh (đạo Nho). Với bản chất bộc trực của người Quảng, Nguyễn Dưỡng Hạo đã nói thẳng với Ngô Thế Lân "Bác học rộng mà chưa có gạn lọc" (2) khi Ngô Thế Lân định đưa ra thuyết "Tam giáo quan Thái Cực đồ" không muốn xem Thái cực đồ là của riêng Nho giáo, mà muốn nhìn Thái cực đồ qua nhãn quan của Phật Giáo, Lão Giáo nữa. Nhưng Nguyễn Dưỡng Hạo là người chủ trương Nho Giáo độc tôn, cho quan điểm của Ngô Thế Lân đã mê lầm khi theo chủ thuyết "một nguồn khác dòng" (nhất nguyên dị lưu). Ngô Thế Lân cũng hăng hái không kém khi nhất quyết bảo vệ chính kiến của mình: "Bác muốn đi tìm cái vui chống Phật chăng? Sao mà hẹp hòi quá vậy" (2)."không thể lấy việc có tín đồ làm việc không đúng mà coi là đục được". Quan điểm của Nguyễn Dưỡng Hạo cũng giống như Hàn Dũ đời Đường hay Trương Hán Siêu thời trẻ đời nhà Trần phản bác đạo Phật chỉ vì sai lầm của người đi đạo chứ không căn cứ và bản chất của đạo Phật chính truyền.

Cả hai, Ngô Thế Lân và Nguyễn Dưỡng Hạo khi cần bảo vệ chính kiến của mình thì họ không ngại va chạm, người nào cũng muốn thuyết phục tha nhân chấp nhận quan điểm của mình, bề ngoài ai nghe cứ tưởng họ thường xung đột, nhưng nghĩ như vậy chỉ là chỗ người nghe nhận thấy thôi, nghĩa là chỉ nghe được tiếng rườm rà của người, còn họ thì lúc nào cũng là tri âm tri kỷ của nhau "gió đi thì trúc lặng, việc đi thì lòng không", lòng họ cũng như lòng trúc vì "trúc vốn là hư không".

Nguyễn Dưỡng Hạo có thể nói là nhà văn có khuynh hướng triết luận hiếm thấy ở đất Quảng thời các vương triều.

Nguyễn Thiếu Dũng

Chú thích:

(1) các bài Đề Từ của Ngô Thế Lân, Tựa của Nguyễn Dưỡng Hạo và Bạt của Trần Thế Xương đều có chép trong Phủ Biên Tạp Lục (Lê Quý Đôn toàn tập-tập I, nxb Khoa học Xã hội, Hà Nội 1977 tr. 285- 288)

(2) Ngô Thế Lân "Thư phúc đáp Nguyễn Dưỡng Hạo"- Tổng tập văn học Việt Nam, 9A, tr 143.

CHÂU YẾN LOAN

ĐÓNG GÓP CỦA NGƯỜI VIỆT
TRONG SÁNG TẠO CHỮ QUỐC NGỮ

Đầu thế kỷ XVII với mục đích chinh phục lương dân theo đạo Ki tô, các giáo sĩ người Âu đến Đàng Trong đã nỗ lực học tiếng bản xứ để có thể trực tiếp rao giảng phúc âm mà không cần thông ngôn, từ đó họ đã sáng chế ra cách ghi âm tiếng nói của nước ta bằng mẫu tự La Tinh. Trong công cuộc sáng tạo chữ Quốc ngữ, ngay từ lúc phôi thai, người Việt Nam đã có những đóng góp lớn lao vào cuộc cách mạng chữ viết này.

Bức thư của Pina viết năm 1623 gởi cho cha Khâm mạng Jeronimo Rodriguez Senior tại Macao, cho biết: "Về vấn đề học ngôn ngữ thì luôn luôn ở Kẻ Chàm (Dinh Chiêm) chính là nơi tốt nhất. Đây là kinh đô của triều đình. Ở đây người ta nói hay. Nhiều người trẻ quy tụ về đây. Họ là sinh viên (nho sĩ). Gần họ, những người mới bắt đầu học ngôn ngữ có thể được giúp đỡ."

Những thanh niên Việt Nam giúp việc tại các nhà giảng rất cần thiết để giúp đỡ cho những giáo sĩ trẻ mới bắt đầu đến Đàng Trong, những người mà Pina sẽ chịu trách nhiệm đón tiếp và huấn luyện: "Với con những thanh niên này không cần thiết lắm vì con đã biết tiếng, nhưng với những người bắt đầu đến và cho tương lai thì có việc cho họ." (Những người Bồ Đào Nha tiên phong trong lãnh vực Việt ngữ học, Roland Jacques, nxb Khoa học Xã hội 2007, tr 43, 46).

Những người này đã luyện tập cho các giáo sĩ nói tiếng Việt và phiên dịch cho họ. Cha bề trên Manoel Fernandez đã phải nhờ một giáo dân người Việt tên là André tập cho ông đọc mỗi ngày hai lần và làm thông ngôn cho ông, và nếu không có André thì cha Fernandez cũng không thể ra khỏi nhà và không có ai để luyện nói cũng như dạy từng từ tiếng Việt cho cha. Cậu thanh niên André chính là người Pina đã giáo dục, đào tạo, sau đó ở lại làm thông ngôn cho cha Marques rồi lại làm thông ngôn cho cha Fernandez. Trong bức thư, Pina cũng khen ngợi một thanh niên giáo dân người Việt làm phiên dịch cho cha Buzomi ở Quy Nhơn tên là Augusto. Người này rất giỏi vì không những được học tiếng Bồ Đào Nha mà còn thông thạo chữ Hán và chữ Nôm. Ngoài ra cha Buzomi còn có hai hoặc ba ông sãi giúp cho cha mọi việc.

Francisco de Pina tuy tự mày mò học tiếng với nỗ lực của chính mình nên đã vận dụng ngôn ngữ thoải mái không cần có người thông ngôn nhưng đó chỉ là sử dụng tiếng Việt ở trình độ nói, còn khi nghiên cứu ngôn ngữ và văn học thì ông ước ao được làm việc với những người thầy giỏi. Chính ông đã nhận thấy: "Nếu con cũng có tiền trả công cho thầy dạy con học ngôn ngữ và văn chương thì ngày nay con đã là người thợ đầy đủ phẩm chất. Chỉ vì lý do này con không biết văn chương. Và đây là chỗ trống rất đáng tiếc." (Những người Bồ Đào Nha tiên phong trong lãnh vực Việt ngữ học, Roland Jacques, nxb Khoa học Xã hội 2007, tr 47).

Khi Pina tập hợp những truyện thuộc nhiều loại khác nhau để cung cấp những trích dẫn của các tác giả nhằm củng cố nghĩa của từ và các quy tắc ngữ pháp, ông phải nhờ ai đó đọc các từ để ông phiên âm.

Như vậy là không phải đợi đến khi chữ Quốc ngữ hình thành người Việt mới tham gia để cải tiến và hoàn thiện mà ngay buổi đầu họ đã có những đóng góp âm thầm mà vô cùng quan trọng để sáng tạo chữ Quốc ngữ chứ nó không phải là công trình riêng của các giáo sĩ người Âu.

Trong buổi bình minh của chữ Quốc ngữ, có hai nhóm người Việt đã hợp tác với cha Pina và các giáo sĩ phương Tây để La Tinh hóa tiếng Việt:

Nhóm thứ nhất là các thanh niên giáo dân ở các nhà đạo, các nhà thờ Thiên chúa giáo. Đó là những học sinh trẻ ở giáo đoàn do các gia đình tình nguyện phó thác cho nhà đạo để được các giáo sĩ giáo dục và đào tạo trong một thời hạn nhất định và họ hoàn toàn tham gia vào đời sống tu viện về mọi mặt. Tôn giáo phải bảo đảm giáo dục miễn phí, kể cả tri thức của người thanh niên, ngược lại họ phải phục vụ không công cho giáo đoàn.

Những người trẻ này phải bắt đầu học tiếng Bồ Đào Nha để làm thông ngôn cho các giáo sĩ trong việc giảng đạo và trong các cuộc tranh cãi. Họ phải đọc và viết được tiếng Bồ để đạt được sự thông suốt và sự vững chắc trong việc vận dụng trí tuệ mà người thông ngôn của giáo đoàn phải có.

Roland Jacques cho rằng: "Biết đọc tiếng Bồ thì chỉ trong một thời gian tập luyện ngắn, người ta có thể dễ dàng đọc hiểu được các văn bản tiếng Việt đã phiên âm theo chữ cái La Tinh. Khi đã học văn tự Bồ Đào Nha các trò trẻ nhanh chóng đem lại sự đóng góp thực sự cho việc phiên âm theo chữ La Tinh những văn bản mới của kho tàng văn học Việt Nam. Họ cũng đóng góp vào công việc hệ thống hóa chính cách phiên âm dẫn đến chữ Quốc ngữ" (Những người Bồ Đào Nha tiên phong trong lãnh vực Việt ngữ học, Roland Jacques, nxb Khoa học Xã hội 2007, tr 75).

Năm 1618, Pina cùng với một thanh niên giáo dân người Việt có tên đạo là Phê rô lần đầu tiên dịch sang tiếng Việt kinh Lạy cha và các kinh căn bản khác trong Ky tô giáo, có thể xem là khởi đầu của công cuộc ghi âm tiếng Việt bằng mẫu tự La Tinh. Kiến thức uyên bác về chữ Hán của Phê rô đã giúp ích rất nhiều cho Pina trong công việc nghiên cứu ngôn ngữ và văn hóa Việt Nam. (Theo Roland Jacques, Các nhà truyền giáo Bồ Đào Nha và thời kỳ đầu của Giáo hội Công giáo Việt Nam, tr 80)

Sự kiện này, Roland Jacques rút ra từ một bản phúc trình chính thức của cơ sở truyền giáo "người ấy (một nhân sĩ quen thân với đoàn truyền giáo) có một người con trai 16 tuổi, là thanh niên lanh lợi và thông minh nhất trong vùng; anh này lại viết tiếng Hán rất đẹp, được dân chúng hâm mộ vô cùng... Anh tên thánh rửa tội là Phê rô, nhờ có tài hay chữ nên giúp linh mục rất nhiều trong việc dịch kinh Pater noster, Ave Maria, Credo và Mười điều răn ra tiếng địa phương, (các kinh) mà Ki tô hữu đã thuộc lòng. Linh mục cũng viết ra các điều phải tin bằng tiếng địa phương ấy." (Theo Roland Jacques, Các nhà truyền giáo Bồ Đào Nha và thời kỳ đầu của Giáo hội Công giáo Việt Nam tr 83)

Đây là bản kinh Lạy cha được viết tay năm 1632, trích từ sách "Các nhà truyền giáo Bồ Đào Nha và thời kỳ đầu của Giáo hội Công giáo Việt Nam của Roland Jacques.

Bản văn gốc tiếng Việt trong tài liệu (1632)

Cia ciúm toi ỡ tlen blời ciúm toi nguiẽn daim Cia cã sám. Coác Cia trĩ đen. Bum í cia lam cium đết bàm cium blời bẽi. Ciúm toi tlom cia rài cio ciúm toi hàm ngãi dum đũ. Mà tha nẽ ciúm toi bảm ciúm toi ít tha kẽ ciũ nẽ toi bẽi. Lãi cớ đẽ ciúm toi sa cium cám dỗ. Bèn cẽa ciúm toi cium tai dũ.

Bản văn 1632 ghi lại theo chính tả được chuẩn hóa trong từ điển Alexandre de Rhodes (1651)

Cha chúng tôi ở tlên blời, chúng tôi nguiện danh Cha cả sáng. Cuốc Cha trị đến. ßâng í Cha làm chưng đất [đết] bảng chưng blời ßậy. Chúng tôi tloũ Cha rày cho chúng tôi hàng ngày dũ đủ, mà tha nợ chúng tôi bàng chúng tôi ít tha kẻ chủ nợ tôi ßậy. Lại chớ để chúng tôi sa chưng cám dỗ, bèn chữa chúng tôi chưng tai dữ.

Năm 1622, Pina đã hoàn thành việc xây dựng một hệ thống chuyển mẫu tự La Tinh cho thích hợp với lối phát âm và thanh điệu tiếng Việt Nam. Ông đã làm được một tuyển tập và bắt đầu viết một bản văn phạm.

Kết quả đó, linh mục Pina đã đạt được một cách vất vả, với sự trợ giúp của một số ít học sinh Việt Nam qui tụ chung quanh ông. (Theo Roland Jacques, Các nhà truyền giáo Bồ Đào Nha và thời kỳ đầu của Giáo hội Công giáo Việt Nam, tr 85)

Nhưng muốn cho công trình đạt kết quả tốt hơn thì các học sinh trẻ ngoài việc học tiếng Bồ cần thiết phải học chữ Nho và chữ Nôm. Pina đã giáo dục, đào tạo cho một giáo dân người Việt tên là André trở thành một thông ngôn, anh có thể giao tiếp bằng tiếng Bồ và ít nhất cũng biết khái quát các phần cơ bản của giáo lý Cơ Đốc. Có thể là anh cũng biết đọc hiểu chữ cái La Tinh, vì điều đầu tiên mà Pina yêu cầu ở những người trẻ là phải học chữ La Tinh. Tuy nhiên Pina không thể đào tạo cho anh một cách đầy đủ như ông mong muốn. Pina rất tiếc cho André, một người có khả năng và nhiệt tình mà không được cha bề trên Fernandez cho đến trường học chữ Nho. Và như thế thì năng lực của anh sẽ bị yếu kém đi không thể vững vàng như Augusto (thông ngôn của cha Buzomi ở Quy Nhơn) vừa giỏi tiếng Bồ Đào Nha vừa tinh thông chữ Hán, chữ Nôm.

Alexandre de Rhodes cũng được một cậu bé ở Thanh Chiêm giúp đỡ ông học tiếng Việt một cách đắc lực. Cậu bé này sau được đào luyện trở thành thầy giảng tên là Raphael Rhodes. Trong ba tuần lễ cậu đã dạy cho ông các dấu khác nhau và cách đọc hết các tiếng. A. de Rhodes kể lại: "Cậu không hiểu tiếng tôi mà tôi thì chưa biết tiếng cậu, thế nhưng, cậu có trí thông minh biết những điều tôi muốn nói. Và thực tế cũng trong ba tuần lễ, cậu học các chữ của chúng ta, học viết và học giúp lễ nữa. Tôi sững sốt thấy trí thông minh của cậu bé và trí nhớ chắc chắn của cậu. Từ đó cậu đã làm thầy giảng giúp các cha….cậu rất mến thương tôi nên đã muốn lấy tên tôi" (Hành trình và truyền giáo, Alexandre de Rhodes, Bản dịch Việt ngữ của Hồng Nhuệ, Tủ sách Đại Kết, Ủy ban Đoàn kết công giáo TP Hồ Chí Minh 1994, tr 56).

Nhóm thứ hai là các trí thức am hiểu sâu sắc tiếng mẹ đẻ và nền văn hóa dân tộc, có khả năng đóng góp cho các giáo sĩ phương pháp phiên âm và các tư liệu nghiên cứu. Đó là các thầy đồ, các nhà sư v.v..., những tinh hoa của xứ Đàng Trong từ Thanh Hoá, Nghệ An, Thuận Hoá đến Bình Định, Phú Yên, khắp nơi đã hội tụ về đây. Họ là những cọng tác viên đắc lực của Pina trong công trình ghi âm tiếng Việt bằng mẫu tự La tinh.

Trước hết là các thầy đồ. Đó là các nho sĩ theo đạo Khổng, có trình độ học vấn cao, am hiểu các kinh sách của Nho học, dạy chữ Nho theo phương pháp truyền thống. Pina ao ước được học chữ Nho với một thầy đồ để nắm chắc được các chữ tượng hình hầu có thể hiểu được toàn bộ khối văn học mà không cần trung gian. Nhưng rất tiếc là ông không thực hiện được.

Xung quanh các nhà truyền giáo còn có các đạo trưởng, các nhà sư, nhất là khi họ đã cải tôn theo đạo Thiên Chúa. Pina mong muốn có thể sử dụng ảnh hưởng và tài năng của họ để phục vụ cho đạo Chúa. Ông cũng có thể sử dụng họ để hoàn chỉnh kiến thức ngôn ngữ của chính ông, nhất là về thuật ngữ tôn giáo và để cải thiện cách tiếp cận trong các tranh luận về tôn giáo, trong đó việc làm chủ ngôn ngữ một cách hoàn hảo là công cụ làm việc không thể thiếu được (Những người Bồ Đào Nha tiên phong trong lãnh vực Việt ngữ học, Roland Jacques, nxb Khoa học Xã hội 2007, tr 78).

Trong thư, Pina nói đến các ông sãi (nhà sư) là những người có trình độ học vấn khá cao, có thể đọc các văn bản và tài liệu tra cứu. Chính họ đã giúp cho Pina rất nhiều khi ông tập hợp các tư liệu văn học để soạn cuốn ngữ pháp. Ông phải nhờ những người thông thạo chữ Hán và chữ Nôm đọc và viết các từ ngữ để phiên các văn bản này ra chữ cái La Tinh. Pina viết: "dù con đã tập hợp các truyện thuộc các loại khác nhau để cung cấp các trích dẫn của các tác giả nhằm củng cố nghĩa của các từ và các quy tắc ngữ pháp, cho đến bây giờ con phải nhờ ai đó đọc các từ đó cho con" (Những người Bồ Đào Nha tiên phong trong lãnh vực Việt ngữ học, Roland Jacques, nxb Khoa học Xã hội 2007, tr 44).

Những người Việt cũng đã giúp rất nhiều cho A.de Rhodes khi ông viết cuốn sách giáo lý "Phép giảng tám ngày". Đọc tác phẩm này ta thấy ông sử dụng nhiều từ ngữ, thành ngữ, tục ngữ tiếng Việt như: *lộn lạo, láo nháo, đơm (thêm), trời che đất chở, sống gửi thác về, dây bền khả buộc sừng trâu, ba năm bú mớm, chín tháng cưu mang, bên ướt mẹ nằm, bên ráo con lăn.v.v..* chứng tỏ đã có những người Việt hợp tác với ông để soạn sách vì nếu không có họ thì làm sao một người nước ngoài mới học tiếng mà có thể vận dụng ngôn ngữ Việt Nam một cách thành thạo như thế.

Trong lời tựa của cuốn từ điển Việt-Bồ-La, A. de Rhodes cũng nói đến sự đóng góp của những người Việt vào công trình này:

"Tuy nhiên trong công việc này ngoài những điều mà tôi đã học được nhờ chính người bản xứ trong suốt gần mười hai năm thời gian mà tôi lưu trú tại hai xứ Cô sinh (Đàng Trong) và Đông Kinh (Đàng Ngoài)" (A.d.Rhodes, Từ điển An Nam-Lustian-La Tinh (bản dịch của Thanh Lãng, Hoàng Xuân Việt, Đỗ Quang Chính) nxb Khoa học Xã hội 1991, tr 3).

Ngoài ra trong thời kỳ nầy còn có tài liệu của 14 giáo dân Việt Nam ghi bằng chữ Quốc ngữ, tán đồng ý nghĩa mô thức rửa tội, do 31 linh mục Dòng Tên thảo luận ở Viện Thần học tại Áo Môn năm 1645

Tài liệu nầy là một bản La văn do các linh mục Dòng Tên soạn, để trả lời cho Linh mục Sebastião de Jonaya, nhan đề: "Cirra formam Baptismi Annamico Idiomate prolatam' (Chung quanh mô thức rửa tội bằng thổ ngữ An Nam). Phần chữ Quốc ngữ của 14 giáo dân Việt Nam ghi như sau:

"Nhin danh Cha uà con uà Su-phi-ri-to-sang-to í nài An-nam các bổn đạo thì tin ràng ra ba danh ví bàng muốn í làm một thì phải nói nhin nhít danh cha etc.- tôy là Giu ão câi trâm cũ nghi bậi - tôy là An re Sen cũ nghi bậi - tôy là Ben tò vẫn triền cũ nghi bậi - tôy là Phe ro uẫn nhit cũ nghi bậi - tôy là An jo uẫn tãu cũ nghi bậi - tôy là Gi-ro-ni-mo cũ nghi bậi - tôy là I-na sô cũ nghi bậi - tôy là tho-me cũ nghi bậi - tôy là Gi-le cũ nghi bậi - tôy là lu-i-si cũ nghi bậi - tôy là Phi-lip cũ nghi bậi - tôy là Do-minh cũ nghi bậi - tôy là An-ton cũ nghi bậi - tôy là Giu ão cũ nghi bậi "(nhân danh Cha và con và Su-phi-ri-to Sang-to Spirito Santo ý nầy An nam các bổn đạo thì tin rằng ra ba danh. Ví rằng muốn ý làm mộy thì phải nói: nhân danh Cha vân vân. Tôi là Giu an Cai (?) Trâm cũng nghĩ vậy - Tôi là An rê Sen cũng nghĩ vậy - Tôi là Ben tô Văn Triều cũng nghĩ vậy - Tôi là Phê rô Văn Nhất cũng nghĩ vậy - Tôi là An gio Văn Tang cũng nghĩ vậy - Tôi là Gi-rô-i-mô cũng nghĩ vậy - Tôi là Gi le cũng nghĩ vậy - Tôi là lu-i-si cũng nghĩ vậy - Tôi là Phi líp cũng nghĩ vậy - Tôi là Đô Minh cũng nghĩ vậy - Tôi là An ton cũng nghĩ vậy - Tôi là Giu an cũng nghĩ vậy).
(Theo Huỳnh Ái Tông, Nguồn gốc chữ Quốc ngữ) Tài liệu đã cho chúng ta thấy sự đóng góp của người Việt Nam trong tiến trình hình thành chữ Quốc ngữ.

Về việc phiên dịch sách giáo lý sang chữ Nôm, các giáo sĩ cũng nhờ người Việt hợp tác "Về hình thức sách dạy giáo lý được biên soạn bằng tiếng Đàng Trong, đó là tiếng nói thông dụng. Chắc chắn là nó đã được viết ra hoặc là trong khi biên soạn hoặc là sau này nhằm bảo tồn và phổ biến nó. Nó phải được biên soạn bằng sự cộng tác của các giáo sĩ, được sự giúp đỡ của những người phiên dịch mà các giáo sĩ sử dụng hoặc bởi một số trí thức đã quy theo đạo Thiên Chúa hay được các giáo sĩ kết bạn." (Lettre du Père Gaspar Luis sur la Concincina. "Bulletin des Amis du Vieux Hue" 1931, N 3-4)

Philip phê Bỉnh cũng cho biết giáo sĩ Girolarmo Majorica đã cọng tác với một nhà sư rất giỏi chữ Hán và chữ Nôm (về sau quy đạo Thiên Chúa tên là Phanxicô) để phiên dịch sách giáo lý sang chữ Nôm.

Khi A. de Rhodes hoạt động ở Đàng Ngoài thì bà Catarina, công chúa em chúa Trịnh Tráng đã soạn cuốn tiểu sử Chúa Giê Su bằng thơ Nôm.

Trong công trình ghi âm tiếng Việt bằng mẫu tự La Tinh, Pina và các đồng huynh đã tập hợp được các cộng tác viên người Việt có chất lượng cao để sáng tạo một thứ chữ viết mới - Chữ Quốc ngữ - rất tiện lợi cho chúng ta . Họ đã có những đóng góp quan trọng vào cuộc cách mạng chữ viết này mà nếu "không có họ, mọi công trình ngôn ngữ học nghiêm túc không thể hoàn thành được" (Những người Bồ Đào Nha tiên phong trong lãnh vực Việt ngữ học, Roland Jacques, nxb Khoa học Xã hội 2007, tr 72).

Vậy là, từ đầu thế kỷ XVII, Francisco de Pina là người tiên phong sáng tạo ra cách ghi âm tiếng Việt bằng mẫu tự La Tinh dẫn đến sự hình thành chữ Quốc ngữ trong đó có sự đóng góp rất quan trọng của những người Việt ở Dinh Chiêm nói riêng và Quảng Nam nói chung. Rất tiếc là trong buổi đầu của công trình này, tên tuổi của những người Việt không được ghi lại một cách rõ ràng mà chỉ ghi bằng tên Thánh như André, Augusto hoặc nói chung như những học trò trẻ, các thầy đồ, nhà sư, đạo trưởng ...

Cho đến thế kỷ XVIII trở về sau, chúng ta mới được biết tên những người Việt Nam tham gia trong việc cải tiến và hoàn chỉnh chữ Quốc ngữ như Philipphê Bỉnh hợp tác với giám mục Pigneau de Béhaine (Bá Đa Lộc) biên soạn Từ điển An Nam-La Tinh năm 1772, Phan Văn Minh hợp tác với Giám mục Taberd biên soạn Từ điển An Nam-La Tinh in năm 1838…

Châu Yến Loan

PHAN TRANG HY
NẮNG TRONG LỜI CA CỦA PHẠM DUY

Ca từ trong nhạc Phạm Duy có đủ bốn mùa, có cả trăng, gió; có cả nắng, mưa. Nắng trong lời ca của Phạm Duy thật đa dạng, biểu lộ nhiều sắc thái biểu cảm cho người nghe nhiều suy tưởng.

Trước tiên là nắng trong tuổi mới lớn. Tuổi mới lớn có khác chi nắng mới mùa Xuân. Nắng trong tuổi mới lớn nhẹ nhàng biết bao. Đó là nắng mùa Xuân dịu dàng sưởi ấm ngôi nhà xanh, đồi cỏ non mềm mướt. Đó còn là nắng vừa lên rung theo đàn bướm vàng đùa bay trong tiếng đàn cho "Bé". Nắng sưởi ấm lòng và đem niềm vui cho "Bé", cho "Bé" tin yêu cuộc đời. Nắng như tiếng nhạc rộn ràng theo lòng "Bé"ngoan hiền:

"Một sáng mùa Xuân nắng soi trên đồi
Nắng đã lên rồi bên mái nhà vui
Nắng đã lên cao ươm vàng ngọn cỏ
Nắng sẽ tô hồng cuộc đời bé ơi!
Bé cảm ơn bằng nụ cười rất tươi
Vẫy chào anh về, xuống đồi xa xôi"...

("Bé, Cây Đàn, Ngôi Nhà Xanh, Đồi Cỏ", Sài Gòn 1974)

Tuổi mới lớn mượn nắng để tôn lên cái đẹp hiền dịu. Còn gì đẹp bằng vào một chiều nắng đẹp, cô bé tròn trăng mặc chiếc áo màu xinh xắn để mọi người phải ngước nhìn. Nắng chiều làm cho phố đẹp hay cô bé khiến cho phố xôn xao? Nắng hòa vào cô bé. Cô bé reo vui cùng nắng khiến ai cũng nhìn theo cái dáng tiểu thơ như mây hồng hương thơm thành sắc:

"Xin cho em, một chiếc áo màu
Cho em đi nhẹ trong nắng chiều
Một chiều nhiều người theo
Ở ngoài đường, trên phố
Và lòng người như áo phất phơ"

("Tuổi Ngọc", Sài Gòn, 1973)

Những cô gái thường làm đẹp khi vuốt tóc làm duyên. Và nắng lại góp phần làm đẹp thêm. Trong nắng, mái tóc nồng xanh mềm, như dòng suối mượt mà ôm ấp bờ vai càng tô thêm vẻ duyên dáng thần tiên cõi mộng:

"Xin cho em một mớ tóc dài
Cho em phơi ngoài hiên nắng rọi
Rụng một vài sợi thôi
Còn lại một con suối
Dòng mượt mà buông xuống chùm vai"

("Tuổi Ngọc", Sài Gòn, 1973)

Là con gái ai không làm duyên làm dáng? Con gái làm duyên làm dáng bất kể nắng, mưa. Và kể cả không cần mưa, nắng các cô vẫn cứ làm dáng làm duyên. Không có nắng và cả không rượu mời, lòng các cô vẫn nóng cháy, má các cô vẫn bừng bừng, mắt các cô vẫn long lanh, môi nóng như mặt trời hồng đang tuổi lớn:

"Hôm nay em đi trời không có nắng
Nhưng sao đôi má em lại bừng bừng
Nơi em đi qua lửa không bốc cháy
Nhưng sao đôi má em như người say
Em không hung hăng giận, hay tức tối
Em không biết uống ly rượu người mời
Đôi khi em đi hạt mưa giăng lối
Nhưng sao môi mắt em như mặt trời".

("Tuổi Hồng", Sài Gòn, 1973)

Tuổi mới lớn đâu chỉ có niềm vui. Mà còn có chút buồn vu vơ, vô cớ qua những ngày tháng vắng tiếng cười nói trên sân trường. Chỉ có hoa phượng rơi rơi buồn bên góc phố cùng với tiếng ve như khúc nhạc sầu mùa hạ. Nỗi lòng con gái mới lớn như đường tơ trong vạt nắng chiều chờ đợi chút bình yên:

"Ngày tháng Hạ, nơi rừng rú
Trên cánh đồng hay Thủ đô
Buồn kéo dài như đường tơ
Vạt nắng chiều vẫn còn chờ".

("Ngày Tháng Hạ", Sài Gòn, 1971)

Tiếp đến, là nắng trong cuộc sống. Ai cũng biết nắng nuôi cuộc sống muôn loài, trong đó có cây lúa trĩu nặng hạt vàng. Một thời nghe Thái Thanh ca bài "Gánh Lúa" (Thanh Hóa, 1949), tôi như thấy trước mắt mình hiện lên đoàn người gánh lúa nhịp nhàng lúc rạng đông, khi nắng vừa lên. Tôi như thấy những bà mẹ quê phơi thóc dưới nắng vàng dòn, góp sức già nuôi dân:

"Rung rinh, rung rinh, gánh lúa rung rinh
Sức già mà còn nhanh, còn nhanh
Thóc bà phơi nắng, lúa nhà tôi gánh
Hai vai đem sức nuôi toàn dân".

Hoặc trong một bài hát khác, cũng hình ảnh bà mẹ chờ nắng lên phơi lúa:

"Trời mưa, trời mưa ướt áo mẹ già
Mưa nhiều, mưa nhiều càng tươi bông lúa
Trời soi, trời soi bốc khói sân nhà
Nắng nhiều, nắng nhiều thì phơi lúa ra".

("Bà Mẹ Quê", Sài Gòn, 1954)

Phạm Duy viết về quê hương đâu chỉ là con đò, bến sông, nụ cười cô bé xinh, khói lam chiều, mái tóc sương của mẹ mà còn có cả nắng im lìm lúc trưa với những con trâu hiền lành nằm yên bình như mơ mộng:

"Quê hương ơi! Bóng đa ôm đàn em bé
Nắng trưa im lìm trong lá
Những con trâu lành trên đồi
Nằm mộng gì? Chờ nghe tôi thổi khúc sáo chơi vơi".

("Tình Hoài Hương", Sài Gòn, 1952)

Nắng quê hương còn được Phạm Duy miêu tả theo bước chân người thương binh trong ngày về lại quê nhà với mẹ già, sống bình yên bên người vợ hiền lành:

"Ngày trở về, anh bước lê
Trên quãng đường đê đến bên lũy tre
Nắng vàng hoe, vườn rau trước hè cười đón người về".

("Ngày Trở Về", Ấn Độ Dương, 1954)

Trong một bài ca khác, Phạm Duy viết cũng có nắng. Nắng trở thành không gian – thời gian cho những cuộc tình, cho khát vọng, thương yêu, cho cả Đức Tin để tâm hồn được ngơi nghỉ:

"Tìm nhau trong hoa nở
Tìm nhau trong cơn gió
Tìm nhau trong đêm khô hay mưa lũ
Tìm nhau khi nắng đổ
Tìm nhau khi trăng tỏ
Tìm nhau như chim mộng tìm người mơ"...

("Tìm Nhau", Sài Gòn. 1956)

Nắng như đeo bám với người nông dân trên đồng ruộng. Người dân nghèo đâu dễ gì thoát được cảnh "một nắng, hai sương". Người nông dân đội sương, đội nắng để mà tồn tại. Yêu người dân cày, Phạm Duy yêu luôn cả cái nắng khổ:

"Tôi yêu bác nông phu
Đội sương nắng bên bờ ruộng sâu
Vài ngàn năm đứng trên đất nghèo
Mình đồng da sắt không phai màu".

("Tình Ca", Sài Gòn, 1953)

Cũng như các văn nghệ sĩ khác, Phạm Duy dùng hình ảnh nắng như một hình ảnh ẩn dụ nói về lý tưởng của mình. Những người chiến sĩ ra tiền tuyến, không quản ngại khó khăn, nguyện hiến dâng máu xương cho Tổ quốc cũng vì lý tưởng độc lập, tự do. Lý tưởng ấy muôn đời vẫn vậy, vẫn sáng soi tâm hồn người ra trận:

"Khói hôn hoàng xuống men rừng
Qua con sông khuất ngàn nẻo thương
Trăng non dị thường, ngựa tung vó bước
Hiu hiu, lá rơi lối mòn tuyết sương
Sao băng trên vòm, mong qua đêm buồn
Là ánh nắng đến, sáng soi tâm hồn".

("Đường Ra Biên Ải", Thanh Hóa, 1948)

Vẫn là hình ảnh ẩn dụ, nhưng nắng ở đây có ý nghĩa khác. Nắng là người tình muôn thuở từ trăm năm, bốn mùa vẫn khát khao nhau theo cuộc hóa sinh:

"Người từng là nắng mùa Xuân
Đã dắt em đi trên đường trần
Đã vuốt ve em trong Hạ mềm
Rồi lạnh lùng Thu đến... lìa em
Người trở thành cây mùa Đông
Lá úa rơi vun cao cội nguồn
Nhưng cuối bước đi trăm năm một lần
Đầu cành khô bỗng hoa nở tràn".

("Người Tình Già Trên Đầu Non", California, 1988)

Còn gì đẹp và bình yên khi nắng chứa chan tình yêu hòa bình trên đất Mẹ Việt Nam. Nắng sưởi ấm muôn triệu trái tim, làm sống lại chuyện xưa tích cũ, khơi nguồn mạch yêu thương cho mọi gia đình:

"Xuân huy chan hòa trên khắp quê hương
Nắng chói gia đình huyền bí trăm con"...

("Xuân Hiền", Sài Gòn 1972)

Nắng hiền hòa theo tiếng hát ca, theo giọng ca hòa bình của loài chim nhỏ. Hòa bình đem yêu thương nhuần rưới khắp chốn quê hương. Hòa bình theo nguồn mạch của cây, theo mưa gội khổ đau của mẹ để cho gió lả lơi trên vòm tre, trên ngọn thùy dương, để nắng rọi soi trên đất mẹ Việt Nam và mơn man cùng đồng cỏ xanh rờn, để hoa nở đầy muôn lối:

"Một con chim nhỏ trên cành yêu thương
Cất tiếng ca đêm Việt Nam hoang đường
Nhựa hòa bình loang nhành khô héo rũ
Mưa hòa bình gội tóc mẹ sau nương.
Vòm tre lơi lả theo ngọn thùy dương
Nắng đã soi trên Việt Nam mơ màng
Đồng cỏ xanh lơ đợi chờ cơn gió
Hoa nở đầy miền, bia mộ đường quên".

("Một Con Chim Nhỏ Trên Cành Yêu Thương", Sài Gòn, 1975)

Và cuối cùng và đặc biệt nhất, nắng là khát vọng sống của Phạm Duy. Khát vọng sống ấy chảy trong huyết quản, trong lời ca thành ước nguyện cuối đời của ông. Bởi khi tuổi xế chiều, ai cũng nghĩ đến lúc từ giã cõi trần gian. Do vậy, chẳng nên buồn làm gì. Cứ vui mà sống, mà cống hiến những gì còn lại trong tinh lực của mình thuận theo lẽ âm dương. Và với Phạm Duy, nắng như nguồn sinh lực của con người. Nguồn sinh lực ấy không kể thời gian. Nguồn sinh lực ấy như nguồn điện hóa sinh trường tồn trong kiếp người, thắp lên ngọn sáng khát vọng sống hết mình trong ông:

> *"Từng vạt nắng chói chang*
> *Còn chảy loang trước hiên*
> *Từng vạt nắng ấm êm*
> *Còn là bao ước nguyện*
> *Ước nguyện thầm cho đôi lứa ân cần*
> *Nuôi thật dài hoàng hôn ái ân*
> *Ước nguyện rằng khi đêm chết chưa về*
> *Nắng chiều hồng tươi hơn nắng trưa".*

("Nắng Chiều Rực Rỡ", California, 1988)

Khát vọng sống cuối đời, sống hết mình ấy của Phạm Duy có khác chi nắng chiều. Nắng chiều cuối ngày là tinh lực cuối đời của Phạm Duy. Và tinh lực ấy rực rỡ giống Phan Khôi một thuở: "Nắng được thì cứ nắng/ Tiếc tài gần chạng vạng/ Mặc dầu còn chạng vạng/ Nắng được thì cứ nắng" ("Nắng Chiều", 1956):

> *"Em có thấy không nắng chiều rực rỡ*
> *Em có thấy không nắng đẹp còn đó*
> *Nắng còn nắng lê thê*
> *Thì đêm ơi, vội gì?*
> *Nắng còn nắng bao la*
> *Thì xin đêm đợi chờ!"*

("Nắng Chiều Rực Rỡ", California, 1988)

Đôi điều về nắng trong lời ca như trên chỉ là một phần khám phá của tôi về sự đóng góp của Phạm Duy trong nền tân nhạc. Theo tôi, dẫu Phạm Duy từ giã trần gian, nhưng trong lời nhạc của ông nắng mãi còn vang lên trong cuộc sống.

Tháng 08/2020
Phan Trang Hy

HỒ CHÍ BỬU

CHÚT CHÂN TÌNH...

Đức lùa hết bầy vịt vào chuồng. Anh đến chiếc võng giăng ngang hai cây bần nằm xuống. Khói đốt đồng bay tản mạn. Nắng chiều còn thoi thóp trên cánh đồng đã gặt. Bỗng tiếng thằng Tý từ chòi vịt kế mé sông vang lên:

- Cứu người... anh Đức ơi... cứu người!

Đức ngồi bật dậy, chạy lại chòi thằng Tý:

- Cái gì? Cứu ai?...

Thằng Tý đưa tay chỉ ngoài sông, chỉ còn chiếc xuồng trống và một vùng nước động đậy:

- Có người từ trên xuồng nhảy xuống nước rồi chìm lỉm..

Đức cởi phăng áo giắt trên cành cây rồi nhảy đùng xuống sông. Bơi nhanh đến vùng nước còn động đậy. Anh nín hơi lặn xuống, mò mẫm. Chộp đúng vào thân một người rồi đạp nước bơi lên. Anh nghe nặng quá, không cân xứng với người. Nhìn kỹ lại, thì ra là cô hai Sẻ. Cô đã bất tỉnh nhưng trên hai tay vẫn ôm chặt cục đá xanh lớn. Đức gỡ cục đá ra khỏi tay hai Sẻ và bơi về phía chiếc xuồng. Anh cố đưa cô gái nằm lọt vào lòng xuồng và bơi nhanh vào bờ. Thằng Tý đứng đón anh ở bờ sông, nó la lên:

- Trời đất! Là chị hai Sẻ mà...

Rồi nó phụ với Đức khiêng cô gái lên bờ. Đức cõng cô gái trên lưng, đầu cô quay xuống đất, chạy cập theo bờ sông. Đức cấp cứu theo kiểu dân gian gọi là xốc nước. Nước từ miệng cô gái chảy òng ọc ra. Thằng Tý chạy theo sau, thấy cô gái đã mở mắt được. Nó kêu lên:

- Chỉ tỉnh rồi anh Đức ơi!...

Đức chạy luôn vào chòi vịt của Tý, đặt cô gái lên chiếc giường tre cũ kỹ, hư gãy nhiều nơi. Cô gái rên ư... ư... rồi khóc oà lên, thảm thiết. Cô nói trong tiếng nấc:

- Anh cứu tôi làm gì... tôi không muốn sống nữa...!

Đức bối rối:

- Chuyện gì cũng từ từ... sao cô lại tự tử. Con chó còn muốn sống để ăn... Nói đến đó anh biết mình lỡ lời nên làm thinh. Anh đi ra bờ sông lấy chiếc áo của mình, nói với Tý:

- Mầy coi chừng cổ, tao về thay đồ rồi lấy lấy cái mền cho cổ mượn. Lạnh chết...

Đức về chòi mình thay quần áo và mang cái mền sang đắp cho cô gái. Cô gái chìm vào giấc ngủ trong tiếng thút thít của mình. Đức và Tý đi ra bờ sông, ngồi lên chiếc rễ lớn của cây bần. Đức lấy thuốc ra hút, nhướng mày nói với Tý:

- Mầy còn nhỏ... mà cứ nhìn thom lom vào ngực của người ta...

Thằng Tý bất giác đỏ mặt:

- Anh nầy kỳ. Sao anh biết?

Đức ngồi dựa vào gốc cây bần. Nắng đã tắt từ lâu. Trời đang nhá nhem tối. Côn trùng đang bắt đầu trỗi nhạc đồng quê. Anh hỏi Tý:

- Mầy nấu cơm chưa, cho tao gởi gạo nấu chung dí.

Thằng Tý lấy bàn chân trái xủi xủi xuống đất:

- Nấu rồi, cũng ăn rồi. Tôi nấu nhiều để sáng mai ăn khỏi mắc công nấu nữa. Vậy anh ăn đi rồi mai nấu thêm cho tui ăn.

Vừa nói nói vừa đi về phía chòi của nó, cầm nguyên nồi cơm đem ra:

- Còn con khô lù đù, tôi nướng rồi bỏ luôn trong nồi đó. Anh ăn đi..

Đức giở nắp vung, có cái chén đựng con khô còn nguyên. Cơm đã nguội từ lâu, đóng thành cục. Đức bẻ cục cơm ra, tay kia bẻ miếng khô ăn ngon lành.

Cha Đức đã chết hồi còn chiến tranh, còn lại người mẹ già, đau yếu bệnh tật liên miên. Đức học hết lớp năm rồi nghỉ học ở nhà làm mướn nuôi mẹ. Năm mười hai tuổi đi coi trâu cho ông Bé. Ông Bé không trả tiền mặt mà trả bằng trâu. Ông có hai con trâu cái giống. Mỗi năm đẻ được hai con. Chia đôi, mỗi người một con. Bốn năm sau, Đức có được bốn con. Chàng thanh niên mười sáu tuổi vạm vỡ, cao to. Năm nầy anh nghỉ coi trâu vì ông Bé bán nguyên đàn cho lái. Đức bán bớt một cặp trâu đực, còn chừa cặp trâu cái lại nuôi. Anh lấy tiền mua chiếc ghe máy đưa khách qua sông. Tiền bạc cũng đủ nuôi hai mẹ con. Nhưng từ ngày nhà nước làm cầu bắc ngang sông, đâu còn ai đi ghe nữa. Đức bán ghe và nuôi vịt chạy đồng. Mới nói đó mà từ ngày Đức nghỉ coi trâu cho ông Bé đến nay đã mười năm rồi. Năm nay anh ta hai mươi sáu tuổi.

Còn thằng Tý là con út của một nhà đông con. Đi chăn vịt mướn cho bà năm Khá. Nó làm chòi gần Đức cho vui, tối sớm tắt đèn có nhau. Năm nay nó tròn mười lăm tuổi.

Đức đã ăn hết phần cơm trong nồi. Thằng Tý nói:

- Để tui lấy nước anh uống!

Nó nói xong, tay quơ nồi cơm rồi đi thẳng vô chòi. Tiếng Tý vang lên:

- Chị hai Sẻ thức rồi anh Đức ơi!

Đức đứng lên đi thẳng vô chòi. Cô gái ngồi lên:

- Tôi muốn về nhà!

- Được rồi, để tôi đưa cô dìa!

Hai Sẻ bước xuống giường, gỡ cái mền ra thì Đức ngăn lại:

- Lạnh chết, cho cô mượn cái mền đó, hôm nào trả lại tui!

Cô gái tần ngần:

- Rồi anh lấy gì đắp đêm nay?

- Trời nầy nực nội thấy mồ, đắp gì mà đắp.

Hai Sẻ nói với Tý:

- Chị về nghe, cám ơn em nhiều!

Bên ngoài, trăng mười sáu lên cao. Hai Sẻ co ro trong cái mền, cô bước đi chầm chậm. Đức lẽo đẽo theo sau:

- Buồn gì mà dại dột vậy? Mai mốt đừng có dậy nữa nghen!

Hai Sẻ nói mà không quay lại:

- Anh không biết đâu. Mỗi người có một tâm sự. Tôi buồn nản lắm!

- Cô còn trẻ mà! Buồn gì cũng phải ráng. Ờ, nhà cô ở dưới vàm phải không?

- Dạ!

Tiếng dạ nghe êm ái làm sao. Từ đó giờ Đức chưa nghe cô gái nào dạ với mình như vậy hết. Bất chợt anh nghe lòng xao xuyến. Một cử chỉ hay một lời nói đúng lúc, đúng chỗ cũng làm cho người khác bâng khuâng. Hai Sẻ lên tiếng:

- Anh tên gì? Nhà gần đây không?

- Tui tên Đức, nhà ở dưới Miếu!

- Vậy cũng gần hén!

...

Đã đến nhà hai Sẻ. Đức dừng lại ngay hàng rào bông bụp:

- Thôi cô vào nhà nghỉ cho khoẻ, khi nào rảnh xuống chơi. Tui về nghe.

- Dạ, anh về nghỉ. Cảm ơn anh nhiều lắm!

Đức quay đi:

- Ơn nghĩa gì hổng biết!

Đức cố ý đứng chần chờ, xem cô hai Sẻ có vô nhà không, đến khi thấy cô Sẻ vào trong nhà rồi anh mới về. Đức là tay bơi giỏi, không phải mới lần đầu anh cứu người chết đuối. Khi chưa xây cầu bắc qua sông, người ta qua lại bằng xuồng. Anh đã nhiều lần cứu mấy em trọc sinh bị chìm xuồng. Anh làm nhiều việc đúng như cái tên của anh. Nhưng sao lần nầy, Đức nghe như có điều gì đó khác lạ trong lòng. Vừa tưng tức, vừa vui vui. Kỳ vậy! Bất chợt, anh buột miệng xuống câu vọng cổ thiệt ngọt ngào. Bước chân Đức đi lào xào trên gốc rạ làm mấy con chuột đi ăn đêm hốt hoảng chạy lung tung.

* * *

Đêm nay là đêm hai mươi âm lịch. Tối rồi đốt tàn một cây nhang trăng mới lên. Tý đến chòi của Đức chơi, hai anh em tâm sự:

- Anh Đức nè, không biết chị hai Sẻ về rồi có khỏe luôn không?

- Sao lại không! Cổ còn trẻ mà, nằm vài ngày là lại sức thôi!

- Chắc tại chỉ giận gia đình bắt chỉ gả cho người chỉ không thương, nên mới tự tử chứ gì!

Đức bập bập điếu thuốc sắp tắt:

- Ai nói với mầy vậy?

- Em thấy trong phim giống như vậy đó!

Đức bẹo tai Tý:

- Xạo mầy ơi! Phim là phim, còn chuyện thật là khác chứ. Đừng có đoán mò.

Có tiếng chân trên bờ ruộng. Đức bước ra khỏi chòi, thấy cô hai Sẻ đang đi đến chòi mình, tay xách bọc đồ, tay cầm đèn bão. Đức tiến tới đỡ cây đèn trên tay hai Sẻ:

- Cô hai đi đâu mà tối dữ vậy?

- Dạ! Em đi trả cái mền cho anh, luôn tiện gởi anh với em Tý mấy bịch bánh ăn lấy thảo!

- Lạnh lẽo gì đâu mà cô lật đật!

Tý chạy ra nắm tay hai Sẻ cười toe tét:

- Chị hai khoẻ luôn hén!

- Khoẻ! Em làm siêng nấu nước nhé, pha trà chị em mình với anh Đức ăn bánh!

- Dạ! Ma đờ…

Tý đi gầy lại bếp lửa gần tàn, đun nước bằng nồi nấu cơm của mình. Đức và hai Sẻ đi về phía bờ sông. Đức lấy cái mền gấp lại trải xuống đất:

- Cô ngồi cho sạch!

Đức ngồi xuống, hai Sẻ ngồi kế bên. Đức nghe mùi nước hoa xông lên nhè nhẹ. Hai Sẻ mặc bộ đồ hoa sặc sỡ, mốt mới. Trông cô rất khác với ngày trước. Trăng đã lên khỏi ngọn cây bần. Hai Sẻ đưa tay ngắt mấy đọt cỏ dại:

- Em đến cảm ơn anh…

Đức xua tay, không để Sẻ nói tiếp:

- Thôi mà, ơn nghĩa gì không biết nữa.. đừng nhắc chuyện đó. Ờ, mà lâu quá không thấy cô? Chắc đi làm ăn ở đâu hả?

Im lặng một chút, hai Sẻ lên tiếng:

- Thì anh biết đó. Em chỉ còn hai má con. Má em bán tạp hoá nhỏ cũng đủ qua ngày. Em đi với con Hoa lên Kampuchea bán cà phê, ba năm, em dành dụm được chút đỉnh, về quê định mở tiệm may. Tháng rồi, em có mua chiếc Dream Trung Quốc chạy bị tai nạn nhẹ, nhưng nhà thương xét máu, nói em... bị bệnh... bị bệnh... nguy hiểm lắm!

Đức lẻ miệng:

- Bệnh nan y hả?

Hai Sẻ ngần ngừ rồi gật đầu:

- Dạ, bệnh không có thuốc chữa! Em buồn nên ở nhà thương ra, em định... chết cho xong!

...

Im lặng hồi lâu. Đức lên tiếng:

- Ai cũng có số phận. Chừng nào chết hẵng hay. Chứ bây giờ cô còn khoẻ mà. Số của ai, trời kêu nấy dạ, cô đừng có dại dột, biết đâu nhà thương họ lầm lộn với ai đó? Nhà thương cũng đoán bệnh lầm hoài đó sao?

- Thời nầy hiện đại lắm, lầm sao được mà lầm! Vả lại, em nghe trong mình em, em biết mà!

Thằng Tý khệ nệ mang nồi nước lại, cười:

- Em để trà trong nồi luôn, đâu có bình, thông cảm nghe, cây nhà lá vườn mà!

Đức nói với Tý:

- Mầy chạy đi lấy ba cái chén sạch với cái áo mưa, mình để bánh trên tấm mủ cho kiến khỏi lên.

Tý chạy đi và mang lại y như Đức dặn, Sẻ xé mấy bọc bánh ra:

- Bánh nầy ngon lắm, hôm đi thành phố, em mua ở siêu thị đó..!

Thằng Tý:

- Cái gì ở siêu thị là ngon hả chị?

- Cũng có cái ngon cái dở chứ, bầy vịt mầy có con ốm con mập đó sao! Đức múc nước trà trong nồi ra chia cho từng người vừa trả lời Tý.

Trăng đã lên xéo đỉnh đầu. Gió từ sông thổi vào nghe mát rượi. Bất giác đàn vịt chạy nhốn nháo kêu vang. Tý nói:

- Anh chị ngồi nói chuyện nghe, em lại xem coi vịt nó làm gì mà la om sòm, có khi mấy con chuột quậy...

Thằng Tý coi vậy mà cũng biết điệu nghệ. Nó lánh mặt để người lớn làm việc. Hai Sẻ cầm bánh lên, nhét vào tay Đức:

- Ăn... cho vui anh.

- Cô cũng ăn đi chớ!

- Dạ! Thì em đang ăn đây!

Trăng đã lên trên đỉnh đầu. Không một áng mây. Ánh sáng lung linh huyền hoặc. Có tiếng chim kêu đêm. Gió lồng lộng. Thổi tung mái tóc hai Sẻ về phía sau. Nét đẹp chân chất của gái quê. Đức tằng hắng lấy giọng rồi nói:

- Cô hai nè...

- Nói tiếp đi... sao anh làm thinh vậy?

- Tôi ngại quá... nhưng cô đừng cười nghe, nếu không chịu thì thôi!

Bất chợt Đức nắm lấy tay hai Sẻ:

- Cô không chê... thì cho phép tôi đi cưới cô nghe. Lấy cô về làm vợ?!

Hai Sẻ rút tay lại, ngồi xê ra, cô cúi xuống hai cánh tay đang để ngang hai đầu gối và cô lặng lẽ khóc. Nói trong nước mắt:

- Không được đâu anh Đức ơi! Tôi cũng đã thương anh từ cái đêm đầu tiên anh cứu tôi. Nhưng tôi lại mang bệnh... bệnh không có thuốc chữa. Phải cách đây hai, ba năm thì tốt quá... đẳng nầy...

Đức ôm lấy bờ vai thon nhỏ của hai Sẻ, anh hôn nhẹ vào gáy:

- Bệnh... thì mình cùng nhau chia sẻ, từ từ mình tìm thuốc chữa. Tôi không tin là không tìm được thuốc chữa cho... e... m!

Hai Sẻ vụt đứng lên:

- Anh biết là bệnh gì không? Căn bệnh... thế kỷ đó!

Hai Sẻ nói xong chạy như trối chết về nhà. Đức đứng nhìn theo chết trân. Thì ra cô ấy mang bệnh AIDS. Bất giác anh rùng mình và lầm bầm: bệnh hết thuốc chữa!

* * *

Trưa nay, để cải thiện bửa ăn. Đức rủ Tý cùng đi bắt chuột đồng. Rất đơn giản mà thú vị nữa. Tìm trúng hang chuột rồi, lấy gốc rạ khô nhét kín hang lại. Đốt rạ cháy và lấy nón lá quạt. Khói sẽ đi luồng vào trong hang. Ta thấy khói bốc lên từ hang nào thì chắc rằng chuột sẽ chạy lên hang đó. Bởi chuột không khi nào làm một hang. Chờ đến khi nào chàng ta chịu hết nổi khói thì sẽ lừ đừ chun lên. Ta cầm khúc cây và chỉ cần nện cho chàng ta 'ngay đơ cán cuốc'. Hai anh em chỉ bắt có một hang mà gần chục con. Đức lột da, cắt đầu, bỏ hết bộ đồ lòng. Lấy muối ớt ướp vào thịt đem đi phơi nắng khoảng 30 phút rồi đem nướng. Tý đi dọc theo bờ sông lượm những cành khô về gầy bếp. Lửa cháy riu riu, thịt chuột bốc mùi thơm ngon lành. Đức đi cắt lá chuối trải xuống đất chuẩn bị dọn cơm thì thằng Tý nheo nheo mắt nhìn ra xa, miệng thì thầm:

- Ai... như là chị Hai Sẻ anh Đức ơi!

Đức nhìn theo tay thằng Tý. Đúng là hai Sẻ rồi. Mặc chiếc quần jean bó sát và chiếc áo pul màu hoa cà. Đang tất tả đi về phía hai người, đi như chạy. Đức bước ra đón Hai Sẻ. Hai Sẻ lao vào ôm lấy Đức, khóc nức nở. Nước mắt nóng hổi rớt đầy trên vai trần của Đức. Để cho tiếng khóc dịu lại, Đức vuốt tóc Hai Sẻ và hỏi:

- Gì vậy... Hai. Sao tự nhiên khóc dữ vậy? Bộ có chuyện buồn sao?

Hai Sẻ buông Đức ra, lấy từ trong ngực áo ra một miếng giấy đưa cho Đức, miệng thì nói:

- Chị Y tá Điều dưỡng trên Trung Tâm Y Tế X... tìm đến nhà em và nói họ đưa lộn giấy xét nghiệm. Vì người đụng xe với em cũng một tên, một họ như em, chỉ khác có chữ lót mà thôi. Giấy nầy mới của em. Em... âm tính... là không có bệnh gì hết. Chị ấy nói tìm nhà em hơn tuần nay mà không gặp, vì ở đây không có số nhà nên khó tìm quá trời. Chị nói trung tâm xin lỗi em và họ gởi tặng cho em một gói quà.

Đức nhảy toáng lên. Ôm Hai Sẻ quay ba bốn vòng:

- Mừng quá... vậy là mình hạnh phúc rồi... à... à...

Thằng Tý nãy giờ chú ý theo dõi nhưng cũng không biết khỉ gì (biết...chết liền). Nó cầm mấy lụi chuột quơ quơ:

- Thôi... mình ăn cơm đi!

6/2007
Hồ Chí Bửu

NGUYỄN HẢI THẢO

NGƯỜI TÌNH ẢO

Mỗi ngày
nàng đều đặn mời tôi cà phê
với lời chúc ngọt ngào buổi sáng
lễ lộc, sinh nhật
nàng không quên gửi tặng
quà, hoa và câu "Happy Birth Day" quen thuộc
đôi khi hứng tình
nàng ban tặng tôi chút «thính»
với nụ hôn gió
với câu "anh yêu" sặc mùi cải lương
tôi đón nhận tất
và thả tim
thả like, tặng hoa đáp lại...
một năm 365 ngày
nàng có mặt giữa tim tôi
hết 360
tôi hưng phấn
hạnh phúc trong cuộc tình xa...

Một ngày
anh bạn thân trên facebook
vào messenger trò chuyện
kể tôi nghe anh đang si một ẻm cực kỳ dễ thương
ngày nào cũng thả thính, mời cafe, gửi nụ hôn gió...
y chang người tình ảo tôi yêu
bạn tôi tiết lộ nick cô gái

Tôi buồn ba bốn bữa...

PHÙNG QUANG THUẬN
BỐN TUẦN TRÀ

Trà thơm
Nước trong
Ấm chén sạch
Tâm bình lặng
Một chỗ ngồi đủ vắng
Chờ nước sôi
đợi trà tan

Pha tuần thứ nhất
hương nhiều hơn sắc vị
châm vào chén tống
rót ra chén chuyên
chờ nước nóng vừa
đưa lên mũi thưởng hương
chưa vội uống

Tuần thứ nhì
hương sắc vị đồng qui
rót chén tống
ngắm màu hổ phách
qua chén chuyên
nâng lên cao
hương ngạt ngào
chiêu từng ngụm nhỏ
sắc - thanh - xúc
vừa mắt tai môi
vị đậm đà
thần thức thăng hoa...

Tuần thứ ba
vị sắc còn hương mất
hòa cùng nước nhất
cũng còn thú vị
đủ vui riêng ta...

Tuần thứ tư
nuối tiếc danh trà
pha thêm nước nữa
chỉ còn chút sắc
hương vị thời không!

Tuần trà cuối
như tuổi già
như tình yêu
như đời người...
ấm chén nguội
vị nhạt
hương tàn
chỉ còn chút sắc màu
của năm tháng đi qua...

BT ÁO TÍM
TÌNH CỜ

Em giờ nắng ngả qua cầu
Mây trời bàng bạc, mái đầu điểm sương
Đâu rồi mười ngón tay thon
Sắc hương một thuở, phấn son phai màu.

Tình cờ ta gặp lại nhau
Áo anh ngày đó đã nhàu thời gian
Bao nhiêu năm chút ngỡ ngàng
Ôi! Người trai của một thời xa xưa

Bỗng nghe hồn đổ cơn mưa
Đường trơn, phố nhỏ anh đưa em về
Tay mềm đan chặt đam mê
Môi hồng âm vọng lời thề sắt son
Bóng câu, ngựa nhịp chân bon
Giờ đây mắt cũ không còn xanh xưa
Ngậm ngùi biết mấy cho vừa
Mình quay lưng bước cũng vừa vàng thu...

LÊ HỮU MINH TOÁN

KHUYA NGHE
GIÓ THỞ

Từ ta
lưu lạc chốn nầy
Phố xa hiu hắt tình gầy héo hon
Sắm giùm nhau
mấy
nụ hôn
Dẫu môi tê cứng hồn đông đặc rồi

Đêm thao thức
hong
tiếng cười
Chênh vênh dốc
đứng cõi người
trần thân
Buồn se
từng sợi
sắc
không
Hư hao vạt nắng
mây
bồng bềnh
trôi

Khuya nghe gió
thở
ngậm ngùi...!

NGUYỄN QUỐC HƯNG

NÓI VỚI NGƯỜI THẦM YÊU

Làm sao em hiểu được
Lòng ta đau thế nào
Đâu chỉ vài vết xước
Mà tim nghe hư hao!

Đôi tay ta gầy guộc
Đếm tháng ngày qua đi
Uống cạn xị rượu thuốc
Thấy sầu nghiêng theo ly

Cha mong ta thành đạt
Ta không số làm quan
Mẹ ước ta đại cát
Mà đời ta làng nhàng

Ta băng qua đời rộng
Đạp nhằm gai buốt chân
Nên ngã ngay trước cổng
Em cười ta mấy lần?

Trăm năm tình buồn bã
Thương em dấu trong lòng
Mai xa đâu từ giã
Em nhớ gì ta không?

Mai xa rồi, người ạ
Nhớ chút gì ta không?!

BÙI DŨNG

CHIỀU RƠI

Chiều rơi
Vàng vọt cơn mê
Nghe hồn chấp chới
Bộn bề xuyến xao

Ngày tàn
Cảm xúc hư hao
Trăng lên thấy lạnh
Ngã vào hư không

Yêu tôi
Nhiều trải long đong
Yêu em
Yêu cả nỗi lòng
Xanh xao...

Ru nhau
Đến bến bờ nào
Đường trần chung bước
Cỏ cào cấu đau

Em chiều
Xin chút nhiệm mầu
Tôi chiều
Lòng thấy thung sâu
Võ vàng

Quay về
Nương tựa tâm an
Thung sâu trổ nhánh
Ưu đàm bình yên...

HUỲNH DUY LỘC

PHÙ DU

xui chi ai khiến đôi ta gặp gỡ
trên chuyến xe đêm về San Gillian
thì ra em cũng người Châu Á
thoáng nhìn qua ngờ ngợ rằng quen

tiếng mẹ đẻ cả hai không thể nói
thôi thì English chuyện trò lai rai
bập bõm vài từ phát âm lơ lớ
bày tỏ ý lòng mà tay mỏi cánh tay
đôi ta đối thoại ngôn ngữ mắt
tâm hồn đồng cảm vai đồng điệu vai

xe ghé trạm em nói lời hò hẹn
cuối tuần sánh bước dạo phố đêm
gió biển nồng nàn chảy môi kem tan lạnh
ánh mắt trao nhau giấu nỗi khát thèm

đưa em về sương đêm buồn đẫm mắt
lủi thủi ta cùng bóng bước hoang đường
ngùi thương chợt nhớ thân viễn khách
mà em nào khác cũng ly hương

bèo nước nổi trôi tấp chung bờ bến lạ
đặt cược cuộc chơi hạnh phúc phù du
dẫu biết mai này người đi mỗi ngã
nhưng sao tim mãi vọng lời tình ru

hè Malta ngày bước dài đêm nằm ngủ ngắn
ngóng cổ đợi chiều sao chưa phai
tan việc em về hây hây bờ má ửng
rượu thời gian thấm ngất tình say...

NGUYỄN HÙNG PHONG

LÊN ĐỈNH PHÙ VÂN

Đường khúc khuỷu lên núi thiêng Yên Tử
Đỉnh Phù Vân mây phủ bóng non xa
Mưa chiều rơi gió lùa qua khe đá
Che ánh tà le lói khuất xa xăm

Ta qua đây nhìn suối chảy bao năm
Đá rong rêu thì thầm cùng tuế nguyệt
Tiếng rì rào bốn bề sao da diết
Như kể về gương tiết liệt người xưa!

Qua lối nhỏ gập gềnh bên vách dựa
Chùa Giải Oan đứng tựa núi chênh vênh
Từng áng mây nương theo gió bồng bềnh
Chuông ngân nga buồn tênh hồn cung nữ

Ta đứng dưới tượng Phật Hoàng an ngự
Nét từ bi phổ độ cứu chúng sinh
Hồn lâng lâng nhìn lên đấng anh minh
Thấy đức tỏa lung linh ngàn tia nắng

Chùa Thiên Trúc* trầm tư niềm sâu lắng
Đỉnh non cao mưa nắng lộng mây ngàn
Chốn thiền tâm lòng thanh tịnh bình an
Quên nhân thế với vô vàn nghiệp chướng

Lên Yên Tử nhìn núi cao muôn trượng
Đỉnh Phù Vân tám hướng chập chùng mây
Rũ bụi trần thanh thản với ngàn cây
Yêu cuộc sống đong đầy tình nhân ái!

* Chùa Đồng

KIỀU HUỆ

SƯƠNG MÙ THUỞ ẤY

Em nhớ mãi một chiều Đà Lạt
Đôi ta cùng sánh bước bên hồ
Xuân Hương trầm lắng đẹp nên thơ
Làn gió buốt cơn mưa nhỏ hạt

Đà Lạt ơi thành phố lãng mạn
Sương mù bay mờ mịt chân trời
Chiếc dù che những hạt mưa rơi
Đi bên nhau hạnh phúc ấm áp

Thanh Thủy tím màu buồn man mác
Ly cà phê lắng đọng bình yên
Bên kia đồi vọng tiếng chuông thiền
Thêm trầm mặc ảo huyền sương khói

Mắt buồn vợi nhìn nhau không nói
Liễu bờ hồ buông rủ hoàng hôn
Mai anh đi, em vỡ mảnh hồn
Chắp ước hẹn chuỗi ngày mong đợi

Thời gian qua dòng đời thay đổi
Chẳng trách nhau nên không hờn dỗi
Xin anh hiểu đừng hỏi vì sao
"Tình chỉ đẹp khi còn dang dở..."

Đà Lạt ngàn thông reo nỗi nhớ
Khúc ru tình vi vút ngẩn ngơ
Thành phố buồn sương mù thuở ấy
Người ở nơi đâu em vẫn chờ.

DUNG THỊ VÂN
NGHE EM KỂ

Hôm nay nghe em kể - Xóm dưới họ đánh nhau
Hai vợ chồng lục đục - Hồi sáng công an vào
Chị nghe câu chuyện kể
Thấy lòng chợt vu vơ

Em ơi trên đời này
Có những kẻ bội bạc - Họ đâu cần đánh nhau
Họ chỉ cần im lặn g- Là xa cách vô lời
Họ chỉ cần âm thầm - Là tự lánh xa thôi

Ngẫm nghĩ cũng hay hay
- Sao em không bảo họ
Học sách im lặng trên
chị nhìn thấy cũng nên

Cứ im là họ chán - Cứ im là họ quên
Tình yêu khi đã hết - tình yêu khi đã bội
Họ sẽ bạc như vôi
Họ sẽ không là họ - thuở ban đầu ta yêu,

Aug 22, 2020

DUNG THỊ VÂN
LÀ LÚC TIỄN ĐƯA NHAU

1-
Tuổi của chúng mình bây giờ
Là lúc tiễn đưa nhau
Kẻ trước - Người sau

2-
Trả hết nợ trần thì đi trước
Nặng nợ trần gian thì đi sau
- Thế thôi

3-
Đừng sân si
Những điều được mất - dở hay
Thác đi rồi - tay trắng há như nhau.

Aug 12, 2020-05:06AM

BỐN CÂU RỜI

Ông bà đã bảo - Trâu già gặm cỏ non - ba
Ngỡ đồng hương tận ta bà quạnh thâu
Thành phu gom rác vì đâu
Này em có kẻ qua Cầu Si Khoe.

22/4/2019

NGÀN THƯƠNG
CÓ GÌ HƠN

ra khơi buồm no gió
như ngực em căng đầy
nhấp nhô đêm nguyệt động
giữa lòng anh mê say

mùa này - ôi thuở ấy!
những xác người nổi trôi
vì tự do cuộc sống
đành xa quê ngậm ngùi

tình treo đầu ngọn sóng
nẻo về sao quá xa
nụ hôn nào giã biệt
trên môi em thật thà

theo thời gian bôi xóa
hai phương trời rưng rưng
nhớ thương rồi cũng thế
biển vẫn xanh muôn trùng

kìa xuân sang tươi mới
bềnh bồng trên tóc em
nâng ly ta uống cạn
những giọt đời lênh đênh

dìu em khúc luân vũ
vô tình chạm đồi non

đôi tim hòa chung nhịp
có gì hạnh phúc hơn…

NGUYỄN SÔNG TRẸM

QUÁ GIANG

Này em! Có phải về Huyện Sử?
Xuồng nhẹ dùm cho tôi quá giang
Hay là em về qua miệt Thứ
Tay chèo có ngược gió Tây Nam?

Tôi muốn quá giang xuồng ba lá
Nhìn dáng ai chèo khua nước sông
Tóc mây nhè nhẹ bay theo gió
Hồn tôi trôi lạc bến tình không …

Sớm mai con nước vừa mới lớn
Ngã ba – em về nhánh sông nào?
Bến vắng tôi một mình ngơ ngẩn
Nghe sóng triền sông vẫn vỗ bờ

Em chở về sông từng sợi nắng
Soi buồn qua mấy nhánh sông xưa
Tôi cũng thả hồn theo ngọn sóng
Sông dài mấy nẻo có đâu xa!

Em có về ngang miền quá khứ
Tôi quá giang tìm thuở hẹn hò
Dòng sông bến nước bao mùa cũ
Xuồng khẳm sợ chìm trôi giấc mơ!

QUỐC THÁI

CHÊNH VÊNH

Lúa trổ đòng thơm nồng hương sữa
Phận anh nghèo hai bữa cháo rau
Lấm lem ruộng cạn, đồng sâu
Dầm mưa, dãi nắng dám đâu học đòi

Em xóm trên xinh tươi phơi phới
Nhẹ gót hồng kẻ đợi người trông
Thương em anh để trong lòng
Chờ cho tới vụ mới mong tỏ bày

Ngày cứ thế qua ngày lần lữa
Chiều lại chiều tựa cửa ngó sang
Đồng xanh nay đã ươm vàng
Lời thương chưa ngỏ, thuyền sang ngang rồi

Không hờn trách ai người hờ hững
Chỉ tủi mình phận mỏng thân đơn
Tình giờ có cũng như không
Anh đem cất mối tơ lòng buồn tênh

Chiều nay hát lý mình ên
Chơ vơ gốc rạ, chênh vênh anh ngồi!

TRẦN HỮU DŨNG

TRIỀU UYÊN PHƯỢNG (1948-2011)
ÁNH SAO BUỒN HIU HẮT CUỐI TRỜI

Nhiều khi thực tại luôn đánh đố người làm thơ, tôi gặp Triều Uyên Phượng lần đầu ở quán 10C Sương Nguyệt Anh, rũ rượi, buồn thảm, cặp kính cận trên 15 diop. Áo quần lôi thôi, xốc xếch, anh khác rất xa hình dung khi tôi đọc những bài thơ rất lạ về ý tưởng, tài hoa của anh đăng trên tạp chí Văn như *Bầy mối của chàng, Trước khi đi lính, Đêm, Ngày...*

Anh tên thật là Quách Phụng Hiếu, sinh năm 1948 (Mậu Tý) tại Sóc Trăng, các bút danh thường dùng: Triều Uyên Phượng, Trương Phương Trinh, Võ Hồng Đông, Hồ Lê Sinh, Toàn Hùng, Tô Cary... Triều Uyên Phượng trong nhóm chủ biên tờ tạp chí Tiếng Động Mùa Hạ, cùng với Lan Sơn Đài, Trần Như Liên Phượng... năm 1964. Anh bắt đầu làm thơ viết văn từ năm 14 tuổi. Trước năm 1975, anh xuất hiện trên các nhật báo, tuần san, tạp chí ở miền Nam như: Ngàn Khơi, Văn, Nghệ Thuật, Tiểu Thuyết Tuần San... Tác phẩm hoàn thành: Con So (bản thảo hoàn chỉnh từ năm 1965, đến nay đã thất lạc) và Thơ Triều Uyên Phượng.

Nhà văn Trần Bang Thạch viết ở Thư Quán Bản Thảo số 48 tháng 9 năm 2011: *"... Phượng có người anh ruột từng làm tỉnh trưởng Sóc Trăng sau lên đến chức Tổng Ủy Trưởng Tổng Ủy Công Vụ thời Đệ Nhị Cộng Hòa nhưng cậu công tử họ Quách tên Phụng Hiếu của Sóc Trăng, bút danh Triều Uyên Phượng, sống rất bụi đời. Mỗi khi gặp chàng là y như thấy cái áo sơ mi tay ngắn màu xanh lục nhạt. Tóc không nhiều nên có lẽ chàng chưa hề cần cái lược, cứ để mấy cọng tóc nằm ngồi tự nhiên trên cái đầu hơi nhỏ so với cái cổ cao. Phượng không bao giờ nhắc tới cái "đại gia" của nhà mình ở trong khu hành chánh bên kia Cầu Bon. Chàng lãng tử ít khi có mặt ở nhà. Nhưng nhiều khi có mặt ở nhà các bạn văn thơ tại tỉnh nhà hay các tỉnh lân cận. Bạn bè nhiều nên thuốc lá, bia rượu nhập vào cái thân thể mỏng như lá cỏ nầy cũng nhiều. Thuở đó tôi không nghĩ Phượng có người yêu. Bạn bè đã chiếm hết thì giờ của Phượng. Vậy mà Phượng nổi tiếng, nhất là trong giới học trò, là nhà thơ của tình yêu. Những bài thơ tình yêu không vui. Thơ tình buồn, phần lớn là thể thơ 4, 5 chữ. Mới đầu xoàng xoàng xuất hiện trên Tiểu Thuyết Thứ Năm, Ngàn Khơi... sau leo tới Văn, Bách Khoa... với những bài thơ gọi là thơ tự do..."*

Đó là giai đoạn văn nghệ các tỉnh miền Tây sông Cửu Long, thập niên 60-70, nổi lên hàng loạt cây bút chiếm lĩnh diễn đàn văn học như Phù Sa Lộc, Hà Thúc Sinh, Ngô Nguyên Nghiễm, Ưu Thức, Đặng Đình Tòng, Uyên Yên Sa, Trịnh Bửu Hoài... Tập thơ đầu tay của Triều Uyên Phượng năm 17 tuổi là *Con So* dồn hết tinh lực thời trai trẻ khai phóng, sáng tạo, nên để lại dấu ấn sâu đậm trong lòng bạn đọc.

Sau năm 1975, anh sống trôi dạt ở Sài Gòn, gắn bó với vỉa hè bằng nghề bán vé số, rượu thuốc ở góc đường Sương Nguyệt Anh - Cách Mạng tháng 8, Tú Xương - Cách Mạng Tháng 8. *Bỗng một hôm nghe bàn chân trái / Gió trở trời bải hoải trong xương**. Giai đoạn này anh túng thiếu liên miên, có khi phải ăn bánh mì trừ bữa. Tôi nhớ dịp nhà văn Huỳnh Phan Anh mới nhận tiền dịch cuốn sách mới, tới mua hết giấy vé trên quầy và rủ anh đi nhậu. Lâu lắm rồi tôi mới thấy lóe lên tia sáng vui nơi ánh mắt u tối, gương mặt thăm thẳm buồn. Anh làm bài *Tứ tuyệt cho chàng*, tặng Huỳnh Phan Anh như lời tri ngộ *Ngồi quán cóc uống rượu dăm bào / Đường Tú Xương dạt dào thiếu nữ / Ta tưởng ngàn năm ngồi trong sử / Cổ lai chỉ hóa bướm vờn thôi.**

Khoảng cuối năm 1999, gia đình dọn về một xóm đạo tỉnh Bình Phước, lâu lâu anh lại cọc cạch đạp xe lên quán 81 Trần Quốc Thảo, ngồi tán chuyện văn nghệ. Lúc nầy sức khỏe anh sa sút, trí nhớ mờ dần, không còn nhận ra người mới quen. Mỗi lần ghé báo Văn Nghệ Thành phố anh gửi một xấp thơ viết tay trên cuốn agenda xé rời. *Bây giờ tôi về ở Bình Long / Nhớ một Sóc Trăng hồng ký ức / Tôi đã có một thời hạnh phúc / Nơi quê nhà từ lúc lớn lên / Dấu ấn còn in đậm nét riêng**

Tôi cứ nghĩ mãi về Triều Uyên Phượng, mà không biết lí giải con đường làm thơ của anh một cách tỏ tường. Mới 14 tuổi anh làm thơ, em trai của tỉnh trưởng Sóc Trăng, 19 tuổi có tên tuổi trên văn đàn, từng đi lính, thông dịch viên tiếng Mỹ. Thế rồi sau năm 1975 giống như ngôi sao vụt qua bầu trời rồi tắt lịm, không để lại dấu vết gì. Thú thật đọc thơ Triều Uyên Phượng sau năm 75, tôi nhớ đến chuyện "tẩu hỏa nhập ma" mất hết võ công trong truyện chưởng Kim Dung mà đau xót cho một đấng tài hoa bất phùng thời! Cái chết anh cũng âm thầm, lặng lẽ, sau cơn đột quị, ngày 06 tháng 06 năm 2011, anh mất mãi gần vài tháng sau làng văn nghệ mới hay tin. Định mệnh dành cho anh một số phận thật trớ trêu…

Trần Hữu Dũng

** Thơ Triều Uyên Phượng*

Thơ TRIỀU UYÊN PHƯỢNG - Trước 1975

Đêm

Một con ốc nằm lăn trong tâm hồn chàng
Chàng tưởng rằng đời mình bị rút tỉa
Nên ngậm tăm buồn
Đêm thì đen như chàng
Vỏ ốc thì cứng
Chàng thì thở ra thở ra hoài
Nhìn bầu trời chàng nghĩ mình là cơn lốc
Một cơn lốc bay trong vô vọng
Và nàng ở sau lưng bưng kín nỗi buồn chàng

Bằng đôi cánh đen
Chim đã cao thời gian đã lớn
Hãy nhìn tận mặt chàng
Tận mặt tâm hồn chàng và chiếc vỏ ốc
Những sợi râu của đêm
Dài ra hơn nữa.

(Văn số 25, phát hành 1-1-1965)

Ngày

Nàng tự ve vuốt khắp cùng thân thể rồi mọc cánh bay lên
Những khoảng trời ở trước
dấu mặt nàng trong đó.
Đó mặt trời, nàng vẫn nhủ thầm:
Một ngày nào đó nàng sẽ sáng rỡ như mặt trời
Sáng rỡ trên cao
bất diệt
… … …
Buổi chiều đã qua và ngày đã hết
Nàng co vai
chạy một mình trên cánh đồng
Những tiếng tù và liên hồi
réo gọi nàng trở về.
***
Ôi, em ôi nàng không còn nữa?!

(Văn số 30 ngày 15-3-1965)

Buổi sáng

Tách cà phê đen
Vũng bùn buổi sáng
Tôi ngồi chưa quen.
Bên này nóc phố
Cuộc đời nhô lên
Một mặt trời đỏ.
Bây giờ ở đó
Tiếng cười sớm hôm

Thưa dần tuổi nhỏ.
Tôi nhìn tôi luôn…

1965

Trước khi đi lính

Em yêu hãy hôn anh một lần trước khi anh đi lính
giữa thời đại chiến tranh cái gì cũng vội vã hết
phải không em
nhưng nhớ hôn anh một lần này thôi
vì không chừng anh sẽ ra đi
hoặc trong mười năm mười lăm năm
hay vĩnh viễn
Bây giờ anh còn tay bây giờ anh còn chân bây giờ anh còn mắt
bây giờ anh chưa đui mù chưa câm điếc chưa què quặt
nhưng biết mai anh còn đủ không
và cả trái tim anh nữa
biết còn rung động
hay im lìm
ngừng đập.
Nhiều lúc anh tự hỏi không biết chiến tranh để làm gì
không biết để làm gì
nhưng dù không biết để làm gì đi nữa
hãy nhớ hôn anh một lần đi
em nhé.

Bầy mối của chàng

Chàng mãi loay hoay trí nhớ
sao bầy mối cứ đùn lên hoài
tội nghiệp cho tuổi trẻ chàng
thật tội nghiệp hết sức.
Xin hãy nói dùm với bầy mối
hãy kêu la dùm chàng
hãy kêu la và thét
bầy mối ơi bầy mối

tội nghiệp hết sức.
Sao bầy mối cứ đùn trong trí nhớ chàng vậy
ai làm ơn nói dùm với nàng
Xin hãy buông tha chàng.

Khi mãn cuộc

Chàng ngồi xe ra đi và đốt thuốc
Một đốm lửa lòe trong tay chàng
Rồi vụt tắt
Chàng thì thầm trong tay
Đoạn khóc rất sỗ sàng
Điếu thuốc dần tàn dần tàn trên môi
Chàng thì buồn hơn lúc nào
Những hơi thở lụn bại
Kéo dài trong chàng từng cơn.

Thơ TRIỀU UYÊN PHƯỢNG - Sau năm 1975

Tuyệt tình dưới mưa

Tuyệt tình tôi hát, mưa bay
Tôi đi trong gió ướt vai thân gầy
Ngấm trong tôi nỗi buồn dài
Mưa qua kẽ lá làm đầy tay hơn.
Như người xa xứ cô đơn
Tôi soi bóng nước tôi ôm bóng mình
Tuyệt tình tôi hát tuyệt tình
Quên trong nỗi nhớ để nhìn hư không.
Lòng tôi nhả khói mênh mông
Còn đây điếu thuốc cuối cùng tắt đi
Gió mưa cứ thế thầm thì
Hát dùm tôi nỗi vân vi đời mình.

Tứ tuyệt cho chàng
(Tặng Huỳnh Phan Anh)

Ngồi quán cóc uống rượu dăm bào
Đường Tú Xương dạt dào thiếu nữ
Ta tưởng ngàn năm ngồi trong sử
Cổ lai chỉ hóa bướm vờn thôi.

1992

Nói với người tình giang hồ

Ở chốn giang hồ em có biết
Anh làm thơ như một người điên
Thơ của anh giữa đời oan nghiệt
Những dòng những chữ cứ quàng xiên.

Thơ tình hoan hỷ

Em như con kỳ nhông đổi màu
Luôn thay sắc như người thay áo
Tôi cả khoảng đời sục sạo
Chạy tìm em rỉ máu bàn chân.
Đếm trong tôi nhịp thở mòn dần
Đến khi gặp, em cười bằng mũi
Tôi nhốt lại thơ tình đầy túi
Gài nút khuy cho khỏi bay rơi.
Thôi đành về nhai tàn thuốc chơi
Sống hoan hỷ một đời công cốc
Chỉ còn lại thơ tình để đọc
Lúc bạn bè tán dóc đưa hơi.

1992

TIỂU NGUYỆT

HOÀNG HÔN BÊN DÒNG SÔNG TẮC

Tâm tham dự buổi hội thảo về đề tài *"Ảnh Hưởng Của Văn Học Phật Giáo Với Đời Sống Xã hội "*, do trường đại học Khoa học Xã hội và Nhân văn, phối hợp với Giáo hội Phật giáo Khánh Hòa tổ chức trong ba ngày, vừa mới kết thúc sáng hôm nay; tối nay, mười chín giờ ba mươi, anh sẽ lên tàu TN 1, trở về nhà.

Không biết làm gì trong suốt buổi chiều, Tâm lang thang xuống biển để thư giãn với không khí tươi mát, và ngắm lại biển trong ánh nắng chiều êm ả. Những tiếng sóng rì rào ru êm của biển, gợi cho anh cảm giác an lành, thoải mái hơn khi nhìn những áng mây trời phản chiếu xuống mặt nước một mầu xanh êm dịu, quyến rũ.

Tâm đón nhận cảm xúc dạt dào, an nhiên, thư thái tràn ngập trong tâm hồn anh - hít thật sâu cái không khí yên lành, mát mẻ vào buồng phổi (vốn anh không bỏ hẳn được thói quen hút thuốc mỗi lúc ngồi vào bàn máy vi tính, hay ngồi trầm ngâm một mình), rồi thở ra thật nhẹ nhàng, chậm rãi, đếm bước.

Khu phố hôm nay đã trở nên xinh đẹp, thoáng mát, sạch sẽ hơn xưa nhiều. Tâm nghe niềm vui dấy lên trong lòng, khi nhìn những dòng xe ngược xuôi trên đường phố đầy bóng cây xanh; với những ngôi nhà nhiều tầng, hotel cao ngất. Tâm đi dọc theo công viên về phía Nam, ngắm nhìn sự phồn vinh của thành phố đang phát triển nhanh chóng. Khách du lịch khắp nơi đổ về thành phố biển thật nhộn nhịp, như con phố đang cựa mình bay lên. Một số khách du lịch thích nằm phơi mình trên những chiếc ghế dài, để ngắm biển; dường như để bù đắp cho những ngày tháng miệt mài cặm cụi trong văn phòng, hay trong các cơ xưởng căng thẳng.

Trước mắt anh là bến đợi của xe buýt. Trong anh chợt lóe lên ý nghĩ, muốn lên xe buýt đi một vòng thành phố, để khám phá thêm những cái mới lạ mà anh chưa có dịp biết đến.

Một chiếc xe buýt vừa tới, tấp sát vào lề. Anh bước lên xe.

Tâm ngồi vào chiếc ghế sát cửa sổ, để tiện việc nhìn ngắm thành phố. Cô bé bán vé bước lại chỗ anh, hỏi:

- Chú xuống đâu ạ?

- Chú cũng không biết mình xuống đâu nữa. Xe này chạy về đâu cháu?

Cô bé cười, giọng ngạc nhiên - vui vẻ:

- Chú không biết mình xuống đâu, thật đấy à? Xe này về Hòn Rớ đó chú.

Anh cười theo cô bé bán vé:

- Thì cho chú về Hòn Rớ vậy.

- Dạ! Tám nghìn một lượt, chú!

Tâm rút ví từ trong túi đưa tiền xe cho cô bé. Anh ghi nhận thật nhanh những hình ảnh vụt thoáng qua ngoài cửa sổ vào chiếc đầu háo hức của mình. Anh miên man ngắm nhìn những con đường rộng rãi, với đủ loại xe đang lưu thông tấp nập. Những chiếc xe máy, ô tô đời mới chạy nối đuôi nhau; những ngôi nhà cao tầng, hai bên đường đẹp đẽ, như khoe sự giàu sang, chuyển mình của thành phố.

Xe vừa chạy lên cầu, anh bỗng thấy lòng nao nao nhớ lại, dường như mình đã có bận đi ngang qua nơi đây mười mấy năm trước; đó là những tháng ngày buồn đau, đã làm anh gần như suy sụp hoàn toàn. Ngày ấy, cây cầu kia nhỏ hơn, không rộng lớn như bây giờ. Tâm nghĩ như thế, nhưng anh quay lại hỏi một chị ngồi ghế bên cạnh, để xác định lại trí nhớ của mình cho rõ ràng.

- Xin cho hỏi, đây có phải là cầu Bình Tân không chị?

- Cầu Bình Tân đó anh!

- Cảm ơn chị! Tôi nhớ lúc trước con đường này nhỏ, giờ khác quá, hở chị?

- Giờ là đại lộ Nguyễn Tất Thành mà anh, trước kia là đường cầu Bình Tân, chỉ một làn đường thôi.

Tâm muốn xuống xe, đi bộ dọc theo bờ dòng sông Tắc như ngày nào, để tìm chút kỷ niệm đang dạt dào sống lại trong anh.

- Cho tôi xuống trạm vừa qua khỏi cầu nha bác tài.

Cô bé bán vé lập lại:

- Ghé trạm nha anh!

Xe qua khỏi cầu, chạy một đoạn tới trạm dừng. Tâm xuống xe.

Tâm rẽ vào con đường nhỏ theo hướng ra bờ sông. Một làn gió mang theo hơi nước từ dòng sông trước mặt thoảng qua mát rượi, gợi cho anh cái cảm giác lần đầu anh đã đến nơi đây. Thuở ấy, dòng sông thật yên ả, xinh xắn, với hai hàng liễu rũ bên đường, hoa đỏ đung đưa mời gọi. Đi một đoạn dài mới thấy một vài ngôi nhà, không như hôm nay, nhà cửa san sát, kín mít. Anh đi về hướng phía cầu. Dòng sông trơ đáy, phơi bày ngổn ngang bao thứ rác, mà những lúc triều cường đã che giấu; để dòng sông trở lại mênh mông, quyến rũ. Rồi anh chợt liên tưởng đến *"lòng người"*, sao mà giống *"lòng sông"* quá đỗi.

Anh đi dưới con đường có cầu vượt, về phía công viên. Dưới sông, mọi người đang cào đất đãi bắt những con sò, con ngao, từng nhóm từng nhóm nhỏ; rồi mang vào bờ cân bán cho những người mua ngao sò ngay tại chỗ.

Nhìn qua phía bên kia sông, là khu biệt thự đang xây dựng, làm đường, trồng cây, xây kè, chia lô theo dự án phát triển của thành phố. Những ngôi nhà hai, ba tầng mọc lên phủ kín hết khu đất, không còn trống trải như trước kia; chỉ vài ngôi nhà cấp bốn rải rác, nằm hiền lành dọc theo bờ sông yên tĩnh mà thôi.

Tâm thơ thẩn đi trong nắng chiều vàng nhạt, nhớ nghĩ về dòng sông thuở trước, với lòng luyến tiếc, ngậm ngùi. Ngày ấy, cũng vào buổi chiều như hôm nay, trên sông thật đông vui. Những chiếc thuyền đánh cá, bủa lưới, đập bình bịch; những thuyền thả lưới ghẹ đụng đầu, réo gọi nhau í ới. Tâm nhớ, có một cái rớ sát bên bờ sông, kéo rất nhiều tôm cá. Người chủ rớ lấy "chòi rớ" làm quán để bán cho khách quen từ ngoài phố xuống, muốn thư giãn cùng sông nước; thưởng thức món cá tươi nấu cháo, tôm tươi hấp chấm muối ớt. Đơn giản thôi, nhưng quán "chòi rớ" luôn có khách, với các món bình dân, cá, tôm vừa đánh bắt từ sông lên.

Tâm nhìn quanh, không thấy dấu vết gì về cái "chòi rớ" thuở ấy, bèn đi tiếp. Anh lại bên chiếc ghế đá ven bờ kè, ngồi nghỉ chân. Nhìn qua phía bên kia đường, anh thấy một người phụ nữ đang chăm sóc hoa trước sân nhà. Những giỏ lan treo lủng lẳng nở hoa đủ mầu sắc, rất đẹp; những chậu cây kiểng được cắt tỉa gọn gàng, xanh tươi, cho anh cảm giác yên bình, ấm áp. Người phụ nữ vẫn cần mẫn làm việc, không để ý đến chung quanh, nên không biết anh đang chăm chú nhìn mình. Nàng bỏ chiếc kéo, và hì hục nhích đẩy chậu hoa xếp sát dọc bờ sân.

Tâm vội đứng dậy, chạy qua phía nàng - nói lớn:

- Để tôi giúp giùm cho.

Nàng quay lại nhìn anh, mỉm cười:

- Tôi làm được mà.

Tâm phụ giúp nàng bưng chậu hoa đặt sát bờ sân như ý nàng muốn, xong hỏi thăm - giọng thân mật:

- Tôi nhớ trước kia có cái rớ sát bờ kè này, không biết ở đoạn nào, cô có biết không?

Nàng thoáng nhìn thẳng vào anh, dò hỏi:

- Anh hỏi thăm để làm gì? Anh là người quen của họ à?

Tâm cười, ngại ngùng:

- Tôi đã từng ăn cháo trên cái chòi rớ đó, có dịp ghé lại thôi. Như vậy có phải là người quen không cô?

- Cũng có thể là quen mặt, vì cái chòi rớ đó, thường không có khách lạ.

- Ồ! Vậy à? Lần đầu tôi đến đó ăn cháo, cũng không phải khách lạ sao?

- Vậy anh là khách *"đặc biệt"* của họ đấy!

Tâm vui vẻ:

- "Trước lạ sau quen", phải không cô?. Cô rành về cái quán đó nhỉ?.

Hạnh - tên người phụ nữ, quay nhìn anh thật chăm chú, như tìm trong trí nhớ của mình một điều gì đó đã theo tháng năm trôi vào lãng quên. Nàng bỗng có cảm giác thấy anh quen quen, nhưng không nhớ ra được điều gì rõ ràng. Nàng cười:

- "Quen trước, lạ sau". Đó là phương châm của tôi.

Tâm vừa ngạc nhiên, vừa xúc động, khi nghe nàng nói. Hình như câu nói đó anh đã nghe từ lâu lắc rồi. Anh quay nhìn kỹ người đang trước mặt mình, và cố lục trong trí nhớ - cái giọng nói rặt "xứ nẫu", cái cách trả lời, và đôi mắt (dù cười vẫn thấy nét buồn) ấy. Trí nhớ anh bỗng lóe lên, hình như nàng là chủ quán "chòi rớ" ngày nào. Anh mừng rỡ:

- Cô là chủ quán cái "chòi rớ" ngày ấy, phải không?

- Đã lâu lắm rồi cái chòi rớ đó không còn nữa. Anh hỏi để làm gì?

- Tôi ngang qua đây, có dịp ghé thăm thôi, vì cô chủ quán đó là ân nhân của tôi.

Nghe anh nói thế, nàng quay nhìn anh kỹ hơn - giọng phân vân:

- Ân nhân thế nào? Họ giúp anh... - giọng nàng bỗng chùng xuống, ngập ngừng, như nhớ ra anh là ai - anh "nhà văn" phải không?

- Tôi... lâu quá rồi phải không cô? Tôi đến Nha Trang tham dự hội thảo, không ngờ được gặp lại cô chiều nay.

Hạnh cười thân thiện:

- Gần hai chục năm rồi còn gì, anh? - Hạnh gắng giữ điềm tĩnh, trông anh có vẻ tươi vui hơn ngày trước, dù tóc đã bạc nhiều - nàng cười vui, mời anh vào nhà! Đúng là "trước lạ sau quen" - nói xong, nàng vội bước đi trước.

Tâm nhìn theo dáng Hạnh - nàng vẫn điềm đạm, xinh xắn, nhưng nét mặt, giọng nói có vẻ gì khang khác, lòng anh rộn lên niềm vui vô cớ. Đã ngần ấy thời gian xa cách, gặp lại, anh vẫn tìm thấy ở nàng nét đẹp dịu dàng, đôn hậu cũ; rồi phân vân không biết bây giờ cuộc sống nàng như thế nào, có được an vui, hạnh phúc không? Nhưng rồi, anh nhủ thầm: *"một con người phúc hậu như thế, chắc phải có một cuộc sống yên vui thôi"*.

Hạnh đưa Tâm vào nhà, pha bình trà nóng, mời anh. Hai người nhìn nhau với ánh nhìn vừa chắt chiu hạnh phúc, vừa bẽn lẽn. Hình ảnh của gần hai mươi năm trước như trôi dần trở về - thật rõ ràng, sống động, trong hai tâm hồn đồng cảm yêu thương.

* * *

Tâm vội vã đi ngay trong đêm, không kịp chuẩn bị thứ gì, khi nghe vợ hằn học, coi anh như người làm công, rồi chìa trước mặt anh tờ đơn xin ly hôn mà vợ anh đã ký sẵn. Anh vội vã bước nhanh ra cửa như chạy trốn một tai ương, đến nỗi chỉ có một bộ áo quần trong người, cái ví đựng ít tiền và một số giấy tờ tùy thân.

Anh đau đớn vì người mình thương yêu nhất, lại đối xử với mình tệ nhất. Anh luôn dành cho gia đình những gì tốt đẹp mà anh có thể, nhưng vợ anh lại nghĩ khác - luôn coi thường, khinh rẻ anh, bởi dưới mắt nàng, anh luôn là một người thợ tầm thường, tay chân lấm lem. Mỗi lần xung đột, cãi vã, dù là nửa đêm, anh luôn ra đi, để tránh nhìn thấy sự đổ vỡ phũ phàng trước mắt. Nhưng cuộc hôn nhân, có lẽ đã rạn nứt, từ ngày anh bước vào trại cải tạo.

Trong một lần ra đi, anh trôi dạt về thành phố biển Nha Trang, thăm chơi với một người bạn thân tại thành phố này. Một buổi chiều, anh đi bộ lang thang từ ngã ba rẽ vào cầu Bình Tân, rồi đi dọc theo bờ kè bên dòng sông Tắc. Chợt nhìn thấy một cái "chòi rớ" ngay trên sông, anh muốn ra đó ngồi chơi, nhìn ngắm trời mây và sông nước cho nguôi ngoai. Thế là anh bước lên chiếc cầu bằng cây tre, bắc từ bờ ra chòi rớ. Anh nằm trên chòi rớ nghe nỗi buồn thấm vào cơ thể, ao ước được ngủ một giấc dài, nhưng không thể nào chợp được mắt. Anh vùng ngồi dậy, và cảm thấy vui, khi thấy một cái túi bằng lưới dày đựng tôm cá đang tung tăng bơi lội dưới nước.

Anh đang ngạc nhiên xem bầy cá vùng vẫy, bỗng nghe tiếng một cô gái vọng lại từ phía sau lưng mình:

- Nè, anh kia! Đang làm gì đấy?.

Tâm quay lại nhìn cô gái cười, giả lả:

- Tôi chỉ xem thôi, cô.

- Thì tôi thấy anh đang xem rồi. Nhưng sau đó, ai biết anh làm gì?

- Cá tôm này, có bán không cô?

-Có. Nhưng chỉ bán cho khách quen thôi. Ở đây không bán cho người lạ.

Tâm cười hồn nhiên:

- Thì "trước lạ sau quen". Cá tôm tươi như thế này mà nấu cháo thì ngon lắm.

Nàng thản nhiên:

- Chắc chắn là ngon rồi. Ở đây món cháo cá là đặc biệt nhất.

- Vậy chỗ này là quán của cô hả?. Cô có thể cho tôi thưởng thức tô cháo cá, được không?.

- Đây là quán của tôi, nhưng chỉ bán khách quen thôi. Anh ở đâu tới mà lại đây đòi ăn cháo cá?

- Quán mà còn phân biệt khách lạ quen sao cô? Trước lạ sau quen chớ!

- "*Quen trước, lạ sau*". Đó là phương châm của tôi. Tôi đã từng "khổ" với mấy ông khách lạ, lang bạt, giang hồ rồi.

Tâm nhỏ giọng:

- Thì cô cứ cho tôi là khách "đặc biệt" đi, vì tôi ở xa trôi dạt tới - anh ngập ngừng với lại, từ sáng đến giờ tôi chưa ăn gì cả.

- Chưa ăn thì có mắc mớ gì đến tôi, nhưng... - giọng nàng dịu xuống khi nhìn khuôn mặt hiền từ của anh nhìn nàng như năn nỉ. Thôi được, đây là trường hợp "đặc biệt" đấy.

Hạnh vừa làm cá nấu cháo vừa chạy ra chạy vào mang thức uống, mắm, chén đũa ra cho khách. Tâm nói chuyện cởi mở, vui vẻ, tự nhiên hơn, cảm thấy nỗi buồn trong lòng không cánh mà bay đi mất. Anh ngẫu hứng đọc mấy câu thơ - có lẽ vừa "tức cảnh sinh tình", làm

Hạnh gọi đùa anh là *"anh nhà thơ"*; dù sau đó anh phải nói đi, nói lại với nàng rằng, anh không muốn mạo nhận, anh tên là Tâm - Lê Kỉnh Tâm, nhà văn.

* * *

Hạnh niềm nở rót nước mời Tâm, khiến anh thấy ấm áp, gần gũi như gặp lại người thân yêu cũ của mình. Anh cảm thấy thoải mái tự nhiên, kể cho nàng nghe về cuộc đời thăng trầm của mình, sau năm 1975 - nhất là anh đã bị bắt buộc phải ly hôn để vợ anh có một chọn lựa mới, theo ước mơ của nàng.

Tâm nhìn Hạnh - chờ đợi, thật lâu, như muốn biết cuộc sống của nàng bây giờ thế nào?.

Anh do dự:

- Hình như, ở đây cô cũng sống một mình? Tôi thấy vắng vẻ quá!

Đôi mắt Hạnh trở nên xa xăm:

- Chồng tôi đã mất cách đây mười năm rồi, anh à!

- Tôi xin lỗi! Đã vô ý khơi lại nỗi buồn.

Hạnh gượng cười:

- Không sao, tự nhiên thôi mà, anh.

Không khí trở nên trầm lắng xuống, không ai nói thêm lời gì. Sự im lặng dường như đã đưa họ đến gần nhau hơn. Nỗi xúc động ngập tràn trong Hạnh, trong Tâm - mỗi người miên man theo đuổi một ý nghĩ, không dứt.

Nắng chiều vàng nhạt, mặt trời dần khuất sau dãy núi phía tây, hoàng hôn đang trải rộng dần xuống dòng sông Tắc.

Tâm vụt đứng dậy, nói khẽ:

- Mời Hạnh đi uống nước với anh một lát, nhé!

Hạnh như vừa thoát khỏi cơn mộng - nàng vội đứng lên, dịu dàng:

- Anh chờ em chút xíu!

Nàng vào nhà sau, một lát, quay trở ra.

Tâm ngạc nhiên nhìn Hạnh như một người khác. Nàng xinh xắn, trẻ trung trong chiếc váy dài mầu xanh nước biển, làm nổi bật làn da trắng mịn phơn phớt hồng nhờ có chút phấn trang điểm.

- Chúng ta đi thôi anh!

Hoàng hôn buông nhanh! Chỉ còn một vài vệt sáng loang loáng dưới sông rồi thẫm mầu hẳn. Một mầu tím sẫm, đỏ ửng phía chân trời xa - chiếu xuống trên dòng sông như hối hả để chìm dần vào đêm.

Tâm và Hạnh sóng bước bên nhau, đi dọc theo bờ kè dòng sông Tắc, để tìm xuống cái quán nước ở dưới kia. Họ bước đi chầm chậm trong ánh hoàng hôn đang dần buông, như muốn kéo dài giây phút hạnh phúc. Trên sông, một thứ ánh sáng vàng nhạt, ửng đỏ, phản chiếu từ ánh hoàng hôn như chòng chành, lăn tăn trên sóng nước.

Tâm ân cần cầm tay Hạnh mân mê, bóp chặt; nàng nghe luồn hơi nóng, ấm áp len dần vào cơ thể. Nàng để yên tay mình trong tay anh, cảm xúc yêu thương đã tắt lịm từ lâu bỗng réo gọi trong trái tim đơn lạnh, bé nhỏ của nàng. Và có lẽ, Tâm cũng đang tiếp nhận một thứ hạnh phúc ngọt ngào, êm dịu, mới mẻ, mà anh chưa bao giờ cảm nhận được, đang cuồn cuộn trong anh.

Một cơn gió nhẹ, mang theo hơi nước từ dòng sông vừa thoáng qua mát rượi. Tâm bỗng dừng lại, trong bóng đêm, choàng tay ôm chặt lấy Hạnh, kéo nàng sát vào người anh, rồi cúi xuống thật lâu trên khuôn mặt hâm hấp nóng của nàng: *"Anh sẽ hủy chuyến tầu về đêm nay để được sống bên em, em yêu quý!"*.

4/2019
Tiểu Nguyệt

TIỂU LỤC THẦN PHONG
ĐỔI THAY

Con Mén đi ngang, mùi hương bông bưởi từ mái tóc tỏa ra thoang thoảng. Thằng Mẽn hít lấy hít để, lại lấy tay quạt quạt như muốn gom hương vào mũi, tụi thằng Chí, thằng Ròm… cười ngặt nghẽo làm con Mén thẹn thùng. Con Mén liếc một cái sắc lẻm:

- Đồ dzô duyên!

Nói xong ngúng nguẩy đi thẳng một lèo.

Tối đó thằng Mẽn nằm mơ, hái bông bưởi nấu nước cho Mén gội đầu, mái tóc dài xanh mướt. Mẽn cầm gáo dừa múc nước đổ lên suối tóc mà lòng lâng lâng sung sướng. Mẽn còn đang mơ màng thì bị cu Hai, anh thằng Mẽn đạp cho một phát đau điếng.

- Mầy mê con Mén phải hông? Lại còn tính hái bông bưởi nấu nước cho nó gội đầu nữa chứ! Tía mà biết mầy hái bông bưởi thì ăn đòn ráng chịu à nha.

Thằng Mẽn vừa đau vừa mắc cỡ nên nín thinh, vả lại tâm trí nó còn đang nghĩ về con Mén. Nó mê con Mén thật tình, ở trường nó cứ la cà theo Mén, về nhà lần quần rồi cũng chạy ra ngoài xóm chơi với con Mén. Con Hường, bạn của Mén ghẹo:

- Thằng Mẽn nó thương bà quá trời, đi đâu nó cũng tò tò theo bà kìa!

Con Mén chu miệng:

- Ai mà thèm thương thằng Mẽn!

Con Mén ra chợ phụ dọn hàng cho má, thằng Mẽn cũng lò dò đi theo nhưng đứng xa xa, đợi lúc má con Mén đi đâu đó là xáp tới. Con Mén nói trổng trơ:

- Làm gì mà cứ theo người ta hoài dzậy?

Thằng Mẽn trả lời:

- Tui cũng hổng biết nữa, tại cái chưn nó đi chứ bộ.

- Dzậy chứ chưn ông hay chưn ai?

- Thì chưn của tui.

- Chưn ông mà ông hổng khiển được nó coi chừng bị khùng.

- Ừ, tui bị khùng cũng bởi người ta.

- Người ta là ai dzậy?

- Thì Mén chứ ai!

- Ê, đừng có đổ thừa tầm bậy à nha! Ông khùng kệ ông, mắc mớ gì đến tui.

- Tui cũng hổng biết, tui chỉ biết khùng là do Mén!

- Ông dìa đi, má ra thấy má la chết!

- Cho nắm tay cái đi, tui dìa liền.

Con Mén quày quả hối thúc:

- Ông dìa đi, má sắp ra rồi!

Thằng Mẽn vẫn đứng như trời trồng chẳng chịu đi. Con Mén quắn quít lên, ngó tới ngó lui rồi quay mặt xìa tay ra. Thằng Mẽn cầm lấy bàn tay Mén nâng niu, bất ngờ hôn cái chụt rồi mới chịu đi.

Con Mén da trắng như trứng gà bóc, môi đỏ như bông bụp đầu ngõ, đút hai bàn tay vào túi áo Bà Ba, dường như nó muốn giữ hơi ấm từ bàn tay của thằng Mẽn. Thằng Mẽn nhảy chân sáo từ chợ về xóm Đình, lòng lâng lâng như không trọng lượng, suốt ngày hôm đó nó như người tăng động, vui vẻ lạ thường, thỉnh thoảng cười một mình. Cu Hai, anh nó nghi ngờ:

- Mẽn, mầy làm chuyện gì bậy bạ phải hông?

- Có làm gì đâu anh Hai?

- Sao tao thấy nghi quá!

Mẫn cười cười đánh trống lảng bỏ đi, thằng cu Hai nhìn theo tò mò nhưng không bắt được quả tang chuyện gì nên trong lòng thắc mắc: "Không lẽ thằng Mẫn…" nhiều câu hỏi nảy ra trong đầu cu Hai mà không có giải đáp.

Hôm sau con Mén mang vào lớp hai cái bánh bò bông, dúi vào cặp thằng Mẫn. Thằng Mẫn ngồi nhóp nhép ăn, cái ngọt thanh của đường thốt nốt, cái béo ngậy của nước cốt dừa, cái thơm của lá dứa lẫn dừa… làm thằng Mẫn sướng, chưa bao giờ nó ăn bánh bò mà thấy ngon như vậy, nó quay qua cảm ơn Mén. Mén ngó lơ.

- Mắc mớ gì cảm ơn tui, bánh bò của cô Tư đó!

- Thì bánh bò cô Tư, nhưng nếu Mén không cho thì có đâu mà ăn.

- Ngoài chợ thiếu gì.

- Nhưng bánh bò chợ sao bằng của Mén.

- Miệng ông trơn tru như thoa mỡ sa dzậy.

- Mẫn nói thực tình mà.

Mén mặt hồng hào như hoa hải đường, cười rạng rỡ như hoa mai Tết, mắc cỡ nguýt Mén một cái dài như cổ cò.

Cuối năm ấy thằng Mẫn nhổ giò, cao to trên mét bảy mươi, mặt mày thanh tú nổi tiếng đẹp trai nhất xóm chùa. Mén cũng phổng phao, ngực nở, eo thon, mông tròn nây nẩy ra dáng thiếu nữ xuân thì. Mén được khen đẹp gái nhất xóm chợ, đi đâu ai cũng trầm trồ xuýt xoa. Dân xóm Chợ, xóm Đình, xóm Chùa, rạch bà Bướm, cầu Ông Đô… đều biết hai đứa thương nhau.

- Hai đứa nó xứng đôi ghê hén, hổng biết sau này sao chứ giờ cứ dính như sam.

Trước ngày lên thành học, Mẫn hẹn Mén qua bên đình tâm sự, cầm tay Mén:

- Chờ Minh nha Mai, học xong anh sẽ thưa ba má đem trầu cau

qua nhà em. (Giờ lớn rồi hổng xưng Mẽn với Mén nữa)

Mai gục mặt vào ngực Minh, Minh nâng cằm lên, nhìn vào đôi mắt long lanh đắm đuối. Minh hôn lên đôi mắt ấy, rồi hôn sâu môi Mai. Nụ hôn đầu đời ngọt ngào và say đắm, hai mắt nhắm nghiền tận hưởng mùi đời, khi mở mắt ra bất chợt nhìn thấy tượng hộ pháp bên cửa đình đang trợn mắt, lòng thoáng chút mắc cỡ. Mẽn chắp tay xá:

- Ngày mai con lên thành học, hai đứa con có chút xíu thời gian thôi, tụi con cũng chẳng làm gì sai trái, mong thần hộ pháp đừng giận.

Mai cũng bẽn lẽn xá xá mấy cái, hai đứa đi ra khỏi đình.

Minh vốn có khiếu ngôn ngữ từ nhỏ, thích học ngoại ngữ, lên thành rồi chọn lớp ngoại ngữ chuyên. Lớp có bốn mươi người thì nữ chiếm hết ba mươi tư, còn lại mấy mống đực rựa, bọn sinh viên các khoa khác cứ chọc ghẹo: "Gươm lạc rừng hoa". Sinh viên ngoại ngữ thường khá xinh đẹp, ăn mặc hợp thời trang, thường tiếp xúc giáo viên, khách Tây… nên ít nhiều cũng ứng xử khá Tây. Bởi vậy sinh viên ngoại ngữ có giá lắm, không biết có phải vì vậy mà sinh viên các khoa khác thường bảo: "Bọn đó chảnh". Lúc mới lên thành, nhớ nhà, nhớ Mai nên Minh gởi thư, nhắn tin đều đặn, dần dà việc học bận rộn, môi trường sống sôi động, nhiều niềm vui mới… làm cho Minh nguôi đi. Những bông hoa trong lớp có phần rực rỡ hơn, thắm hương sắc hơn, cư xử hiện đại hơn làm cho hình bóng Mai xóm chợ có phần phai nhạt. Mùa hè năm đầu, Minh về quê, hai đứa gặp nhau mừng tíu tít. Mai vui như con chim sẻ nhỏ nhưng bản tánh con gái nhạy cảm, Mai đã nhận thấy có chút gì đó không còn như ngày xưa nữa.

- Anh giờ đẹp trai quá, ra dáng trai thành phố, không giống như Mẽn ngày trước.

Minh cười:

- Em đừng nói bá vơ có được không?

Thực tình Minh thay đổi nhanh quá, chính bản thân Minh cũng không nhận ra. Mới một thời gian ngắn mà giờ mọi người trong xóm cũng không nhận ra. Minh như một tài tử trong mấy phim Hàn Quốc vậy, tóc bồng bềnh, nhuộm hai lai, quần áo tuy không phải hàng hiệu nhưng khá hợp mốt và khéo chọn đồ. Mai cảm nhận vòng tay ôm của Minh không còn chặt và ấm áp như ngày xưa nhưng không biết bày tỏ ra làm sao nên im lặng.

Năm sau Minh không về hè nữa, đi làm thêm ở quán bar sang trọng có tiếng của thành đô. Quán này chỉ nhận nhân viên có ngoại hình khá trở lên và phải biết ngoại ngữ, thức uống và dịch vụ của quán rất tuyệt vời, khách đánh giá toàn năm sao, tất nhiên giá cả cũng đắt tương xứng với sản phẩm. Khách của quán phần lớn là khách du lịch hạng sang, những tay có máu mặt của thành phố, bọn nghệ sĩ có tiếng cũng thường lui tới. Giá cả tiền bạc đối với họ là chuyện nhỏ, đến để nhìn ngó, so cạ nhau, để phô cái tôi của bản thân và dĩ nhiên cũng thưởng thức những thức uống được pha chế bởi những tay pha rượu sành điệu nhất. Trong số khách quen của quán, có một vị trạc trung niên, ăn mặc sang trọng, đi chiếc Mercedes bóng loáng, có vẻ là dân thương mại thành đạt. Anh ta thường ngồi một mình ở quầy rượu, nhâm nhi và nghe nhạc. Thức uống quen thuộc của anh ta thường là món cocktail Blood Dragon và cocktail Blue Diamond Moon. Thỉnh thoảng anh ta cũng nói chuyện vu vơ với Minh, có lần anh ta bảo sẽ giới thiệu cho Minh một công việc khác nhiều tiền hơn ở quán bar này. Minh cảm ơn anh ta nhưng cũng lừng khừng chưa dứt khoát. Một đêm nọ, anh ta uống đã ngà ngà chếnh choáng và thổ lộ:

- Cả gia đình Quân sống ở nước ngoài cả, Quân thì đi đi về về.

Anh ta còn cho biết: "Quân là một thương gia trong ngành xuất nhập khẩu, vừa là một tay chơi chứng khoán, có mấy căn nhà ở trong thành phố này, công việc của anh ta rất thoải mái vì phần lớn giao dịch trên mạng". Nghe anh ta nói mà Minh choáng ngợp, thầm than: "Đời sao nhiều trái ngang, kẻ ăn không hết người lần không ra". Minh thấy anh ta vui vẻ, tử tế và khá chân thật chứ không giống như những người trong nghề kinh doanh – thương mại nên thú vị khi tiếp chuyện.

- Bạn bè anh đâu, sao thường đi uống có một mình?

- Anh thích ngồi một mình ở chỗ này, bạn bè cũng tùy lúc, tùy nơi.

- Anh có bồ chưa?

Anh ta cười mà không trả lời mà hỏi ngược lại:

- Em có phải là sinh viên đi làm bán thời gian?

- Sao anh biết?

- Anh cũng từng là sinh viên mà, vả lại đã từng tuổi này rồi, có gì để khó đoán ra.

Trước khi ra về, anh ta kẹp cái card vào giữa mấy tờ tiền boa cho Minh.

Tuần sau anh ta lại đến quán, lần này anh ta bảo:

- Anh còn dư phòng trong mấy căn nhà cho thuê, nếu em thích thì hãy dọn đến ở trong căn nhà ở đường số 7. Anh không lấy tiền nhà đâu!

Minh thấy khoái quá nhưng còn ngần ngại nên không dám nhận lời. Anh bèn bảo:

- Tiền bạc với anh không là vấn đề gì cả, đừng ngại!

Minh đã làm ở cái quán bar Enchanted sang trọng nhất nhì của thành đô, đã đến nhiều sảnh đường, nhạc viện cực kỳ lộng lẫy ấy vậy mà khi đến căn nhà này vẫn không giấu nổi sự ngạc nhiên ngỡ ngàng, không từ ngữ nào diễn tả nổi vẻ sang trọng, quý phái và hiện đại của nó. Toàn bộ ngôi nhà được điều khiển từ xa bằng điện thoại thông minh, từ ánh sáng, điện, nước, an ninh, cửa ngõ ra vào… trang trí nội thất lịch lãm và nghệ thuật, những bức tranh, pho tượng thuộc hàng độc, giá trị thì có nằm mơ Minh cũng không dám nghĩ tới con số đó. Quân bảo:

- Em chọn bất cứ căn phòng nào mà em thích, ở đây an tâm học cho đến khi ra trường. Anh sẽ giới thiệu em vào công ty của anh làm. Em chỉ cần bỏ chút thời gian chăm sóc trông coi căn nhà là đủ rồi.

Quân nói thế thôi, việc chăm sóc ngôi nhà đã có chị giúp việc và người quản lý. Quân còn bảo:

- Em chỉ lo học thôi, không cần phải đi làm thêm, sau này anh sẽ hướng dẫn em chơi chứng khoán. Thời đại hôm nay chỉ có chơi chứng khoán là số một, nhiều khi qua một đêm có thể trở thành triệu phú, tất nhiên cũng có rủi ro nhưng càng chơi lâu sẽ có kinh nghiệm. Chứng khoán là ông vua của thiên hạ, chẳng sản xuất ra sản phẩm gì nhưng có quyền quyết định giá cả thị trường. Chứng khoán tăng hay giảm ấy là dấu hiệu cho biết nền kinh tế tăng trưởng hay chao đảo. Bọn chơi chứng khoán ăn ngon mặc đẹp, suốt ngày la cà quán bar, nhà hàng… nhưng thực ra bọn họ đang theo dõi cổ phiếu trong từng phút.

Vào chiều thứ Sáu, trước khi phiên giao dịch cuối đóng cửa. Quân bán ra hàng loạt cổ phiếu VDN0009 với giá cao nhất từ trước đến nay. Đến ngày thứ hai, phiên giao dịch đầu tuần mở cửa, giá cổ phiếu VDN0009 tụt xuống chạm đáy, thế là Quân thu về một khoản tiền khổng lồ, lớn nhất từ trước đến giờ. Anh ta mở laptop và chỉ cho Minh những nét cơ bản về chứng khoán và cho Minh thấy con số cực kỳ lớn trong tài khoản của anh ta. Ngày hôm ấy anh ta bảo Minh đi shopping với anh ta, mừng trúng quả chứng khoán, ngồi trong chiếc Mercedes mát lạnh, êm ru vô cùng sang trọng, từ hồi nào giờ có nằm mơ cũng chưa dám chạm tay tới chứ nói gì được ngồi bên trong. Minh cảm thấy ngất ngây, vừa sung sướng vừa có chút ngại ngùng, nhìn qua cửa kiếng thấy lớp lớp người chen chúc trên đường phố, dòng xe ken kín mặt đường, dù có bịt khẩu trang, đội nón bảo hiểm… nhưng làm sao chống nổi khói xe, bụi đường và cái nóng như thiêu đốt. Lòng Minh bỗng chùng xuống, lại chợt nhớ Mai ở dưới quê… Tâm tư đang lan man đủ chuyện, bất thần Quân đập một phát lên đùi:

- Nhớ bồ phải không?

Minh giật mình, cười bẽn lẽn mà không trả lời.

Buổi tối, dưới chùm đèn pha lê lung linh của nhà hàng Majectic. Thực khách ngồi quanh các bàn ăn uống và nói chuyện như thì thầm, có lẽ những người sang trọng ít khi nào nói chuyện to tiếng như những quán xá bình dân. Thức ăn ngon không phải nói nữa, rượu vang tuyệt vời, lần đầu trong đời Minh được ăn ở một nhà hàng sang như thế và cũng là lần đầu trong đời được ăn ngon như vậy. Hồi nào giờ chỉ đi phục vụ người ta, hôm nay được người ta phục vụ lại một cách chu đáo và tỉ mỉ, không thể tìm ra được một lỗi gì để mà chê. Buổi ăn xong, mọi thứ được bồi bàn dọn sạch, chỉ để lại chai rượu vang uống dở. Quân nhìn vào mắt Minh.

- Anh thích em, yêu em ngay từ khi thấy em ở quán bar Enchanted.

Minh trân người ra không biết nên trả lời thế nào, anh ta lại tiếp:

- Em không cần trả lời vội, anh có thể chờ em, anh không dùng tiền bạc và vị thế để ép buộc. Anh đến với em bằng cả trái tim này, với anh, việc có hàng tá tình nhân hay mua tình dục thì dễ như chơi, nhưng anh không làm vậy. Anh trân trọng em, em như quả chuông bằng pha lê.

Minh bối rối cực độ, chưa lường đến hoàn cảnh như thế, mặc dù Minh cũng xao xuyến và lay động trước sự hào phóng và tấm lòng chân thật của anh ta. Quân đẩy ghế đứng dậy, vòng qua sau lưng ôm lấy Minh và hôn nhẹ lên trán. Đêm ấy Minh đã chiều Quân, lần đầu tiên trong đời, cái cảm giác đau đớn pha lẫn thống khoái; cái nhục dục được vuốt ve thỏa mãn pha lẫn sự xấu hổ nhơ nhớp… Minh vừa thấy sướng vừa thấy tội lỗi, tự nhiên chảy nước mắt. Quân lại ngỡ Minh xúc động nên khóc, anh tay lấy ngón tay chùi vệt nước mắt cho Minh.

Trời gần sáng, Minh thấy khát nước, đầu còn váng vất vì men rượu đêm qua nên thức dậy đi ra phòng ngoài uống nước, qua hành lang chợt thấy hình Bồ Tát treo trên tường ở phòng khách. Minh giật mình, bèn quay lại phòng ngủ, ngồi bó gối nhìn Quân đang ngủ say sau cơn thoã mãn dục vọng. Một lát sau lại ngủ thiếp đi, bất chợt thấy Mai đang thơ thẩn giữa sân đình. Thần hộ pháp vẫn đứng im ở cửa cầm chuỳ trợn mắt. Mai chắp tay khấn:

- Cầu xin thần hộ pháp phù hộ cho anh Minh trên thành được khoẻ mạnh, bình an.

Lát sau mơ màng thấy ngoại nằm võng đu đưa hò:

Hò ơ… ơ… Gió đưa gió đẩy cành đa
Ông từ lẩn thẩn vào ra một mình
Hò ơ… ơ… Nước ròng nó rút lục bình
Bỏ bèo mắc cạn mặc tình bên sông
Hò ơ… ơ… mặc tình bên sông.

Tiểu Lục Thần Phong
Ất Lăng thành, 2/2020

KHA TIỆM LY

THƯƠNG ÔI SẢN PHỤ HỒI XƯA

("Hồi xưa" ở đây là thời điểm từ năm 1955 về trước)

Loài chim, loài cá, loài có vú, kể cả côn trùng đều phải sinh đẻ để duy trì giống nòi.

Như vậy có thể nói, sanh đẻ là sự tự nhiên của giống cái mà tạo hóa ban cho muôn loài; giống cái nào mà không đẻ được mới là một hiện tượng phản tự nhiên! Thế nhưng theo chúng ta quan sát, thì loài đẻ trứng (chim và côn trùng) thì "bà mẹ" ít phải chịu nhiều đau đớn và hiểm nguy; còn với động vật có vú thì loài người có thể nói là động vật phải gánh chịu nhiều đau đớn và hiểm nguy nhứt! Hãy trông các loài động vật hoang dã, khi vừa lọt lòng mẹ thì chúng có thể đứng dậy ngay, và sẵn sàng chạy theo bầy đàn khi có thú dữ truy đuổi; trong lúc với con người, sau khi lọt lòng thì cần phải có bàn tay nâng niu của mẹ, và cần phải được chăm sóc chu đáo trong suốt cả thời gian tuổi thơ dài đằng đẵng!

Dù sinh đẻ là một hiện tượng tự nhiên, nhưng với con người, thì sự sinh nở được coi là sự nguy hiểm ngang tầm với "đi biển", hay gặp khó khăn như chiếc thuyền "vượt cạn"!

Thực ra người phụ nữ hồi xưa ở nông thôn phải "đi biển mồ côi một mình", hay khó khăn như thuyền "vượt cạn" cũng chỉ vì lúc ấy dân trí còn quá thấp, tổ chức mạng lưới y tế chưa trùm tới nông thôn. Quá trình sinh đẻ của các bậc mẹ ngày xưa chỉ nhờ vào kinh nghiệm dân gian với những tay nghề của "bà mụ".

1. Khi có bầu:

Khi có bầu, phụ nữ hồi xưa phải chịu nhiều kiêng cữ truyền miệng từ đời nầy sang đời khác; hầu hết thì những kiêng cữ đó là nhằm việc bảo vệ sức khỏe cho thai phụ và những tốt lành cho thai nhi sau nầy; nhưng cũng có không ít những kiêng cữ lại mang tính dị đoan, vô căn cứ như: không được ăn cà vì sanh con sẽ bị cà lăm; không ăn hột vịt lộn vì sẽ bị đẻ ngược; không trang điểm vì sanh con bị... điệu! Không được tắm thường xuyên, cũng như không được ăn nhiều mà cái thai mau lớn, khó sinh,... v...v...! Ngày nay khoa học tiến bộ, đã giải thích cái nào hợp lý, cái nào vô lý và đưa ra những kiêng cữ đúng với tinh thần y học hiện đại, thiết tưởng người phụ nữ nên ghi nhớ.

Khi có bầu cho đến khi sanh, thai phụ chưa hề được khám thai, chăm sóc! Mà muốn khám thì khám ở đâu? Trước 1954 nước nhà còn thuộc Pháp, mà sau đó vài năm thì dân tình còn nghèo lắm, muốn đi lên tỉnh thì không dễ dàng gì! Bởi thế cho nên đến ngày sanh, không ít thai phụ phải chịu nhiều đau đớn vì phải nạn đẻ ngang, đẻ ngược, "làm băng"..., và tính mệnh của họ chỉ còn phó cho Phật Trời, mạng số! Thương thay, thai phụ thời xưa không hơn con mèo con chó bao nhiêu!

2. Đến ngày sinh:

Trước khi sanh năm bảy ngày, thai phụ được người nhà (thường là chồng) dọn cho một cái "ổ đẻ". Đó là một cái chái được dựng tạm bợ bên hông nhà; hoặc mượn tạm "mặt bằng" của cái... chuồng heo hay chuồng trâu "đã qua sử dụng"! Nói ngay, dưới nền thì cứt trâu, cứt heo, rác rưới thì được dọn "sạch" lắm, nhưng vi trùng thì nhìn không thấy nên không biết chúng có tại đó hay không! Đệm lành, đệm rách, chiếu lành chiếu rách đều được trưng dụng làm vách; chiếc chiếu "coi được" thì được ưu ái treo lên làm làm cửa ra vào. Cái mẻ than là vật không thể thiếu được để sẵn dưới gầm giường!

Khi thai phụ chuyển dạ thì người nhà hối hả đi rước "mụ". Mụ là một nữ hộ sanh không qua một trường lớp nào, họ chỉ nhìn và phụ đỡ đẻ nhiều lần với (bà) mụ "tiền nhiệm", rồi khi nào đó (như rước mụ không có chẳng hạn), thì họ "dạn tay", xung phong làm ca đầu tiên, và được thăng chức thành... "bà mụ"!

Dù chỉ qua kinh nghiệm của người trước truyền lại, nhưng tay nghề của những bà mụ rất đáng nể và họ đã làm cho người nhà thai phụ rất an tâm. Sau nầy, dù trên quận có nhà bảo sanh, nhưng có nhiều gia đình họ vẫn còn rước các bà mụ vườn đỡ đẻ cho con cháu mình!

Trong lúc người nhà rước mụ chưa về mà thai phụ lại "xổ lòng" bất tử, thì mẹ chồng, mẹ ruột của thai phụ lại chính là những bà mụ bất đắc dĩ!

Một bà mụ "mát tay" có thể kiêm nhiệm đến hai, ba làng. Dù họ xăng xái giúp bất kỳ ai cần đến; không kể giờ giấc, không từ nắng mưa, nhưng tuyệt nhiên họ không bao giờ nhận một xu tiền công, chớ đừng nói là "ra giá" trước. Đây là một điểm son chói lọi trong nền văn hóa đình làng của nông thôn Nam bộ.

Tuy tay nghề nhuần nhuyễn, nhưng về kiến thức y học các bà mụ ... "có phần hạn chế": Thường các bà cắt rún bằng ... cái gì cắt được như miếng chén kiểu, miếng ly rửa với tí rượu đế là kể như vô trùng! Sau nầy "tiến bộ" hơn, ho cắt rún bằng lưỡi lam hay dao con chó sau khi hơ qua lửa đèn dầu. Dụng cụ cắt như vậy khó mà bảo đảm vệ sinh, cộng với cái nền "ổ đẻ" nhơ nhớp thì làm sao tránh khỏi nhiễm trùng; làm sao sản phụ lại không thường bị những tai biến hậu sản, và hài nhi lại không bị bệnh ... "đẹn tru"? "Đẹn tru" là loại bệnh mà hài nhi bị co quắp thân mình, xương sống giật từng hồi, còn miệng thì chu ra như chó tru vậy. (Y học gọi là bệnh "phong đòn gánh"!)

Vì thế ngươi ta không lạ vì sao mà tỉ lệ sản phụ và hài nhi bị tử vong vào thời đó rất cao so với thời nay.

3. Thời gian nằm cữ:

Thời gian sau khi sanh chừng một tháng đến ba tháng, gọi là thời gian "nằm cữ" (hay "ở cữ"). "Nằm cữ" chẳng những là những khuyến cáo với sản phụ những điều phải cữ kiêng, mà còn hàm ý dặn dò những điều "nên làm", mà "ông bà xưa" truyền lại dài thòng như sớ táo quân!

Có những điều kiêng cữ, và những điều "nên làm" hợp với y học hiện đại, nhưng không ít những điều lại tác hại cho sức khỏe của sản phụ và hài nhi. Ở đây, người viết chỉ trình bày những điều *chủ yếu* nên theo, hay nên bỏ; và những điều cần phải kiểm chứng lại:

a. Người xưa cho rằng sản phụ dễ bị "trúng gió" nên cần tránh đối diện trực tiếp với gió, vì vậy "ổ đẻ" luôn được dừng bít bùng, và sản phụ phải mặc nhiều lớp áo; điều nầy làm cho không khí không được lưu thông, gây ngột ngạt cho cả hai mẹ con, và tệ hơn, đó là điều kiện lý tưởng cho vi khuẩn phát sinh. Trái lại, phòng cần được thoáng mát, nhiều ánh sáng; và nếu có thể thì hai mẹ con nên ra ngoài hít không khí trong lành, tắm ánh nắng mai.

b. Vào thời điểm nói trên, dường như trong thời gian "nằm cữ", không sản phụ nào lại tránh được cực hình… "nằm than". Theo mấy cụ bà giải thích thì sau khi sanh, sản phụ bị thiếu máu, dễ bị lạnh, nên "nằm than" là điều cần thiết; "nằm than" còn làm cho máu huyết lưu thông và tránh được nhiều bịnh sau nầy. Nghe qua thì cũng có lý, nhưng với mùa hè mà "nằm than" trong một gian phòng chật chội, hôi hám, thì gọi là "cực hình" cũng không gì quá đáng. Than cháy sẽ tạo ra khí CO và CO2 là hai khí độc sẽ làm cả hai mẹ con ngộp thở và nếu không xử lý kịp thời, có thể dẫn đến tử vong. Những bụi than rơi vào mặt mũi em bé, cộng với mồ hôi thường xuyên tươm ra vì nóng nực sẽ làm cho rôm sảy, ngứa ngáy, khó chịu. Đó là chưa kể đến không ít trường hợp cả hai mẹ con bị bỏng nặng!

c. Có ai tận mắt thấy bữa ăn của sản phụ xưa mới nhói lòng: một nải chuối xiêm và một keo muối tiêu lúc nào cũng sẵn sàng trên đầu giường! Bữa ăn luôn là cá lóc kho mặn hay thịt nạc kho quéo; không canh, không rau! Thức ăn mặn tê lưỡi như vậy, mà nếu có bà già chồng hoặc bà già ruột có mặt ở đó, thì họ còn "tiếp sức" bằng cách liền tù tì rắc thêm muối tiêu vào chén: "Ráng ăn cho nhiều đi con! Ăn rồi uống nước nhiều vô cho có sữa em bé nó bú!". Ăn uống "mặn mòi" như vậy mà đòi có sữa cũng là việc lạ, nếu không nói cách ăn thừa muối thiếu rau nhiều sẽ làm sản phụ táo bón, tăng huyết áp, và nguy cơ suy thận!

Sản phụ vừa trải qua cuộc vượt cạn nhiều gay go và lần đi biển đầy nguy hiểm nên sức lực bị hao mòn không ít, thì phải cần những thức ăn thức uống đầy đủ dưỡng chất mới đúng khoa học và hợp tình người!

d. Điều đáng xót xa hơn là "không được "vọc nước" (ý nói tắm) trong tháng đầu nằm cữ"! Qua quá trinh sinh nở, sản phụ luôn có những vết thương tự nhiên từ bên trong đã làm cho sản dịch ứa ra nhiều ngày cộng với mồ hôi và áo quần thiếu tươm tất đã tạo cho sản phụ có mùi đặc thù: "Mùi đàn bà đẻ"! Sự kiêng tắm của người xưa là sợ sản phụ "trúng nước" đã vô tình làm cho mùi đặc thù đó nặng thêm và tạo điều kiện cho nhiều loại vi trùng tấn công! Ngày nay, nếu sản phụ "vượt cạn" tại những trung tâm sản khoa, sẽ được những người chuyên môn "làm thuốc" mỗi ngày, và sản phụ muốn tắm giờ nào tùy thích, nếu đừng "vọc nước" quá thời hạn cho phép!

d. Trong đông y có những toa thuốc rượu thoa ngoài da dành cho "đàn bà đẻ", chúng có công năng làm lưu thông máu huyết, ấm người, tà khí bất xâm; nếu ngậm vào miệng thì "dù cho đến già răng cũng không bị long lơ". Thực tế đã chứng minh điều nầy là có thật.

e. Lại có những lời khuyên, sản phụ trong thời gian nằm cữ không nên ăn cải bẹ xanh, bởi sau nầy sẽ bị tiểu xón; và không được làm việc nặng nhọc nếu không muốn sau nầy hễ khi ngồi xuống là "thả bom nguyên tử", khó coi lắm. Nhưng kiêng cữ vừa nói dù chưa được lý giải trên cơ sở khoa học, nhưng tạm thời chúng ta nên tin, bởi nó không gây tác hại gì; còn nếu không tin, rủi nó là sự thật thì phiền hà không ít!

g. Trang điểm khi nằm cữ.

Hồi xưa, khi chuẩn bị sanh đẻ, người phụ nữ thường đi xin những quần áo cũ xì hay rách nát của bạn bè, của bà con lối xóm để khi "nằm cữ" mà xài. Từ chỗ sản phụ "nằm cữ", có khi là tận dụng cái chuồng heo, chuồng trâu không còn sử dụng, nên dân gian thường gọi là "cái ổ đẻ" không gì là xúc phạm; đến "mùi đàn bà đẻ" quyện kín phòng vì không khí tù hãm, cuối cùng là bộ đồ rách trên người sản phụ; nếu chị em phụ nữ bây giờ mà nhìn thấy chắc không khỏi mủi lòng!

Họ mặc đồ rách vì họ nghĩ "qua cữ rồi đốt bỏ, mặc chi đồ mới?", kỳ thật còn có thêm một lý do nữa là kinh tế thời ấy rất khó khăn, mỗi chị, quý mẹ ngoài bộ đồ "chiến" để dành mặc đi đâu đó, thì chỉ còn dăm ba bộ luốc luốc để thay đổi mà thôi! Đáng thương làm sao!

Tuy vậy, làm đẹp bất kỳ thời nào cũng là nhu cầu của người phụ nữ, nên quý chị, quý mẹ bèn thoa nghệ vào mặt vào tay cho khỏi bị nám, bị nhăn.

* * *

Ngày nay khoa học tiến bộ, mạng lưới y học trùm đến cả vùng sâu vùng xa nên chị em phụ nữ được chăm sóc chu đáo từ khi cấn thai đến khi sanh nở, nên sự hiểm nguy khi "đi biển" không còn là nỗi ám ảnh của chị em nữa.

Dân trí được mở mang, chị em ít nhiều cũng biết việc nào nên làm, việc nào không nên làm khi mang thai cũng như khi nằm cữ. Mục đích chính của bài nầy là để nhớ, để thương các bậc mẹ, cô, dì đã phải chịu nhiều vất vả, lo âu, và thiếu thốn mọi bề trong quá trình "vượt cạn".

Nhưng dù thời nào, khi "sanh một đứa con như bị gãy hai chục cái xương sườn". nhưng đó chỉ là vài nốt nhạc dạo đầu! Những đắng cay, những khốn khổ, những khi nhịn đói để cho con no, cho con khôn lớn mới là khúc nhạc lâm ly, bi đát nhưng không kém phần hùng tráng.

Kha Tiệm Ly

TRẦN THỊ HỒNG CHÂU
DỊCH VÀ MẮC DỊCH
(Cảm nhận Thơ và Cuộc sống trong đại dịch Covid-19.)

Đại dịch Covid-19, tôi tự trốn sau bốn bức tường rất yên ả, cách vạn vật bên ngoài một khoảng khá xa, khá rộng, cố không cho Covid-19 dính, chui... vào đường gân, xớ thịt, hơi thở của mình...

Theo thói quen khi chán ngắt, tôi ra ban công nhìn xuống đường, thấy trước cửa căn nhà bà cụ hiền hậu, sống mực thước nhất của cả cái chòm XÓM NHÀ CỔ. Người luôn giúp đỡ gia đình tôi khi còn chân ướt, chân ráo đến định cư nơi này... Hôm qua bà còn nhanh nhẹn khỏe mạnh lụm cụm làm vườn... sao bữa nay đã thấy chiếc xe cứu thương đậu đó mà không ai hay, vì không hề nghe tiếng ầm ĩ thường ngày vẫn có.

Chả là cái chòm xóm tôi ở 80% người già. Các ngôi nhà đều được xây dựng trước Thế chiến thứ nhất hình thù cổ kính. Nhưng lại được cho là những di sản cần gìn giữ. Chúng nằm trên cái trục đường nối giữa hai bệnh viện lớn của thành phố. Tàu, xe đi lại nườm nượp, mà đường lại có phần hẹp. Mỗi khi xe cứu thương, cứu hỏa chạy qua đều phải hú còi từ xa xin nhường đường. Người trong xóm có thói quen - nhà nào trong xóm có chuyện là túm tụm nhau trước nhà hỏi han giúp đỡ... Bữa nay cái xe kia tới, với toán người lạ lặng lẽ... Phải chăng đường quá vắng không cần hú còi xin đường? Hay những người kia đã được biết - Bà chả cần đến sự vội vã gì nữa rồi?... Tôi muốn như mọi khi, chạy qua xem sự thể thế nào? Muốn được nắm tay bà, muốn nói một lời "mong bà mau khỏe"... Nhưng sự im ắng, lầm lũi khuất trong những bộ quần áo, khẩu trang kín mít của những người khiêng băng ca và những khuôn mặt lấp ló sau mấy ô cửa sổ làm cho tôi khựng lại, chỉ còn biết lặng lẽ - đưa tay vẫy vẫy, cổ nghẹn cứng… chào bà…

Không biết cái xe cứu thương kia chở bà cụ đi vì lý do gì? Có phải con Covid-19 đã thực sự đến nơi này tấn công bà trước tiên, hay chỉ là vì bà sống tốt nên được ra đi một cách thanh thản nhanh chóng…? Tôi luống cuống sợ, vì hôm qua mới qua bô lô ba la với bà. Tôi luẩn quẩn lo lắng, băn khoăn… chỉ có một khoảng cách rất gần lại không thể chia tay bà lần cuối, tức tối bởi bị tác động, bị điều khiển từ những ánh mắt bên kia, bên đó, bên này sau những ô cửa sổ… lạnh lùng, sợ hãi, nghi ngờ…

Thế là từ bữa đó tâm hồn tôi MẮC DỊCH, lẩn thẩn lẩn thẩn nghĩ, cái này cái kia sợ, tưởng tượng hết chuyện trời, lại đến chuyện đất, suy diễn búa lua xua... Về cái gọi là DỊCH.

Khi nói đến DỊCH, ta chỉ nghĩ: dịch là lan truyền từ trong môi trường sống… đem đến cho một số lượng lớn người và vật bệnh hoạn, chết chóc... Ai cũng ghê sợ... Nhưng có ai nghĩ còn có một loại DỊCH nữa được tiêm nhiễm từ "quỷ Satan" vào tâm hồn di truyền qua các thế hệ và nó cũng đã làm cho cả loài người phải chết…

Nếu như cái con Ccvid-19 siêu tí tị gì gì đó xuất hiện! Nhỏ, thì nhỏ hơn tất tất thảy vật nào. Nhẹ, thì nhẹ hơn cả khi ô nhiễm có trên cái hành tinh xanh này. Nhưng nó lại siêu siêu mạnh, siêu siêu hiểm... Chả biết nó được "Người hay Ngợm" tạo ra?… để hoành hành… để bóp nghẹt, để làm ngưng trệ, tắc nghẽn... dòng chảy cuộc sống đầu thế kỷ 21 của toàn thế giới… thì nhà thơ Bùi Chí Vinh cũng có nói về một loại dịch nữa, DỊCH SINH NGHI đã có từ xửa từ xưa. Từ thời Thủy Tổ Loài Người bị mắc, truyền cho mãi đến ngày nay càng ngày, càng nặng càng khủng khiếp. Khi bị "dịch" này nằm trong Ý THỨC mỗi con người chúng ta. Nó nguy hiểm đáng sợ còn hơn Covid...

SINH NGHI HÀNH
Bùi Chí Vinh

sinh nghi ta viết một bài hành
vợ nghi chồng, em út nghi anh
cha nghi con cái , bè nghi bạn
thủ trưởng thì nghi hết ban ngành
láng giềng dòm ngó nghi hàng xóm
ngoài đường nghi phố chứa lưu manh
ngay ta khi viết bài in báo
cũng nghi mình kiếm chác công danh

trời ơi, mọi chuyện sinh nghi thiệt
chén kiểu thường nghi kỵ chén sành
thời buổi công hầu như chén cứt
thiếu chó, mèo ăn cũng rất nhanh
mèo ăn cho chó leo bàn độc
vừa sủa vừa nhai riết cũng rành
trẻ con khát sữa ai cho bú
vú mẹ gầy, sâu rúc nồi canh

Quang Trung bỏ núi Tây Sơn xuống
hoảng hốt vì gương vỡ chẳng lành
Nguyễn Du chỉ một đêm dạo phố
Đoạn Trường ngồi viết lại Tân Thanh
Thúy Kiều phát triển nhiều như thế
thảo nào đất nước hóa lầu xanh
nhà tù phát triển nhiều như thế
sĩ tử làm sao dám học hành

ta làm thơ mà lòng đứt ruột
suốt đời bao tử chạy loanh quanh
lãnh tụ nói: đói quên nghi kỵ
ơn ấy ngàn năm sáng sử xanh!

Bùi Chí Vinh

* * *

Tôi được biết Bùi Chí Vinh là nhà thơ hiện thực, có chí khí. Một cây viết dũng cảm... Giọng thơ của Ông có đôi chút châm chích, nhưng không ngoa chút nào…

SINH NGHI HÀNH là một điển hình.

Nếu ta nói TIN TƯỞNG là cái cây thì NGHI NGỜ là sâu bọ. Cả 2 đều nằm trong ý thức con người. Chúng lấn áp nhau, chống chọi nhau…

Người TIN TƯỞNG và người được TIN TƯỞNG luôn là người AN LÒNG, thanh thản, là người có giá trị…

Người hay NGHI và người bị NGHI luôn bất an. Cuộc sống của họ luôn bị chính sự nghi ngờ làm giảm giá trị…

Sâu bọ sinh nhiều sẽ làm chết cây… sinh nghi thái quá sẽ làm xã hội chậm tiến và ảm đạm đi...

Nhưng sinh nghi vẫn tồn tại và được núp dưới cái vỏ bọc "cẩn thận, đắn đo, cân nhắc…" để tránh hiểm họa…

Xã hội con người hình như càng ngày càng nhiều hiểm họa… như miếng mồi ngon nuôi lớn cho SINH NGHI HÀNH. Nghĩa là bây giờ động đến cái gì cũng phải nghi… Nghi ngờ đến thái quá thét rồi thành thói quen, thành bệnh, thành ung, thành nhọt như (ghen tuông, ích kỷ, suy diễn…) rồi hành hạ lẫn nhau trong mọi tình huống, mọi mối quan hệ, mọi lúc, mọi nơi, mọi thứ không chừa một thứ gì không bị nghi… Nghi đến độ tự con người làm giảm giá trị của con người, giảm giá trị cuộc sống. Mất sự tự tin, đem đến sự bất an cho chính mình…

Đã sinh nghi, thì ưa suy diễn. Mà khổ nỗi suy diễn ra từ sự nghi ngờ thì mấy khi là tốt đẹp. Thế là loạn hết cả lên. Thiện chí, tình yêu, trung thành, chung thủy, thật thà, liêm khiết… tất thảy đạo lý làm người bị nghi thành giả tạo, lừa đảo phản bội... Vợ chồng, con cái, anh em, bạn bè biến thành đĩ điếm, trộm cắp, lưu manh... tuốt tuồn tuột.

Thật là khủng khiếp, thật là vấn nạn không có thuốc chữa, làm sao đây?

Bài thơ SINH NGHI HÀNH có khổ cuối:

ta làm thơ mà lòng đứt ruột
suốt đời bao tử chạy loanh quanh
lãnh tụ nói: đói quên nghi kỵ
ơn ấy ngàn năm sáng sử xanh!

* * *

Có chút hậm hực, có chút cay cú… nhưng thực tế lịch sử của đất nước cho thấy chỉ có "sự nghèo" nghèo tri thức, nghèo cơm, áo, vô sản hoàn toàn thì sự nghi kị mới giảm bớt. Nạn đói 1945 đã là một mình chứng. Nếu không có tầng lớp bần cố nông tin tưởng tuyệt đối vào Đảng, Bác để được no cơm ấm áo thì nước Việt Nam đâu có trên bản đồ thế giới…

Việt Nam giờ đã "dân giàu nước mạnh"… liệu TIN TƯỞNG sẽ đi đến đâu đây? Người với người có còn "sống để yêu nhau" không?

Chết cha mùa dịch COVID đã làm tôi mắc dịch NGHI NGỜ rồi… Huhu phải đổi mới thôi!

Vừa đọc thấy nhà thơ Diễm Thuyên cũng viết bài thơ trong mùa dịch COVID hay quá! Chí lý quá! Không hề bị mắc dịch như tôi… xin mời các bạn cùng đọc.

NGŨ NGÔN CHO NGÀY MỚI

Đếm từng ngày để sống
Cho vui lên đời mình
Cho lung linh chiếc bóng
Dẫu không long lanh hình

Cách ly cả xã hội
Là ít chạm mặt nhau
Mà từ trong tâm ý
Người về để chọc đau…
*

Đếm từng ngày để sống
Và tôi chợt nhận ra

Nhiều ngày mình đã chết
Cứ nghĩ là vị tha

Vị tha, không lý trí
Nên hanh hao phận mòn
Đổ lỗi, là ngụy biện
Làm nguy cuộc sinh tồn
*

Còn một ngày để sống
Là nhận ra vô thường
Hình tươi thì đẹp bóng
Thôi ngay điều chán chường

Vớt lại mùa lá rụng
Ghép thành bức vàng mơ
Thức tỉnh từ khái niệm
Thôi khoan dung mù mờ
*

Đếm từng ngày biết thở
Tôi thấy thương lại mình
Thấy từ trong dang dở
Một cuộc đời hồi sinh...

08.04.2020
Diễm Thuyên

25/04/2020
Hong Tran - Trần Thị Hồng Châu

HUỲNH VIẾT TƯ

HỘI AN CANH CÁNH TRONG LÒNG TÔI

Chiều cuối năm, những bông hoa dại phối với màu xanh rong rêu trùm trên các mái nhà dãy phố, nhấn chìm lớp ngói nâu sầm xuống bên dưới, cây cỏ và rong rêu úp chụp trên những bức tường bên hông nhà hay trong những con hẻm nhỏ và sâu hun hút, dường như thời gian vừa mới qua đây, nhưng dẫu có nhanh tay ta vẫn không bao giờ chụp bắt được. Trong cuộc hành trình mải miết, thời gian cứ âm thầm gọi mùa qua…

Các dân tộc trên thế giới đều có nhiều cách đo đếm thời gian và nhận biết thời gian đi qua nhưng không bao giờ thấy được, nắm bắt được. Còn ở phố cổ Hội An thời gian đã làm cho lớp rêu xanh dày hơn lên trên mái nhà, trên những bức tường rêu, có khi bị lớp tường già nua cũ kỹ bóc ra từng mảng rơi vương vãi bởi mùa hạ nóng bức hay mùa đông ngấm nước vào bên trong lớp tường vôi sũng nước.

Trong hành trình cuộc đời, Hội An đến với tôi như là nghiệp duyên tốt lành, là định mệnh tự nhiên và không chọn lựa được, bởi ai có thể chọn được hai nơi để sinh thành: Mẹ và Quê hương! *Quê hương mỗi người chỉ một, như là chỉ một mẹ thôi. Quê hương nếu ai không nhớ sẽ không lớn nổi thành người.* Tôi vẫn mãi đi về mà vẫn cứ lạ lẫm với cái ngày hôm qua và hôm nay, xa hơn là giữa xưa và nay, giữa thế giới hiện thực và ảo ảnh, giữa thần thánh và con người…

Hội An phát triển từ rất sớm, hơn 2000 năm trước, ở đây đã tồn tại và phát triển nền văn hóa Sa Huỳnh muộn. Qua kết quả nghiên cứu khảo cổ học di tích mộ táng tại bốn nơi: An Bàng, Hậu Xá I, Hậu

Xá II, Xuân Lâm và năm điểm cư trú: Hậu Xá I, Tráng Sỏi, Đồng Nà, Thanh Chiêm, Bàu Đà, có nhiều loại hình mộ chum đặc trưng, các công cụ sản xuất, công cụ sinh hoạt, đồ trang sức bằng đá, gốm, thủy tinh, kim loại… đã khẳng định sự phát triển rực rỡ của nền văn hóa Sa Huỳnh. Đặc biệt sự phát hiện hai loại tiền đồng Trung Hoa thời Hán là Ngũ Thù và Vương Mãng, những hiện vật sắt kiểu Tây Hán, dáng dấp Đông Sơn, Óc Eo, hoặc đồ trang sức với công nghệ chế tác tinh luyện trong các hố khai quật đã chứng minh một điều thú vị, ngay từ đầu Công nguyên, đã có nền ngoại thương manh nha hình thành tại Hội An.

Dưới thời vương quốc Chămpa, khoảng thế kỷ IX đến thế kỷ thứ X, với tên gọi Lâm Ấp phố, Hội An đã từng là cảng thị phát triển, thu hút nhiều thương thuyền Ả Rập, Ba Tư, Trung Hoa... đến buôn bán, trao đổi hàng hóa. Thư tịch cổ ghi nhận, trong một thời gian khá dài, cảng Chiêm - Lâm Ấp đóng một vai trò quan trọng trong việc tạo nên sự hưng thịnh cho kinh thành Trà Kiệu và khu di tích đền tháp Mỹ Sơn. Những phế tích móng tháp Chăm, giếng nước Chăm và những pho tượng Chăm: tượng vũ công Thiên tiên Gandhara, tượng nam thần tài lộc Kubera, tượng voi thần, tượng Linga biểu thị cho dương vật của thần Shiva và Yoni biểu thị cho âm hộ của nữ thần Shakti. Linga và Yoni đại diện cho tính âm-dương kết hợp, tạo ra sự hủy diệt và tái sinh của vũ trụ, biểu hiện một nền văn hóa phồn thực, sự truyền lưu mãi mãi muôn loài…

Qua những cuộc khai quật khảo cổ từ lòng đất, người ta đã tìm được các mảnh gốm sứ Trung Hoa, Đại Việt, Trung Đông thế kỷ II đến thế kỷ XIV, chứng tỏ từng có một Lâm Ấp Phố thời Chămpa, một Chiêm cảng phát triển trước cả Hội An thời Đại Việt từ thế kỷ XVI đến thế kỷ XIX. Với hấp lực của cảng thị Hội An, *con đường tơ lụa*, *con đường gốm sứ* trên biển đã hình thành từ trước, nên nhiều thương thuyền đã tấp nập đến đây buôn bán như: Trung Hoa, Nhật Bản, Ấn Độ, Xiêm La, Bồ Đào Nha, Hà Lan, Anh, Pháp…

Hội An có nhiều di tích nhưng gần gũi và thân thương nhất đối với con người là giếng Bá Lễ. Đây là giếng do người Chăm xây dựng. từ trước thế kỷ X, có độ sâu khoảng 12 mét. Giống như thánh địa Mỹ Sơn, chất kết dính các viên gạch lại với nhau được làm từ chất liệu mà ngày nay khoa học vẫn chưa giải thích được. Người Chăm giỏi về kỹ thuật tìm mạch nước và đào giếng, họ đã để lại những chiếc giếng Chăm cổ có miệng giếng tròn nhưng đáy lại là một khung gỗ hay đá xếp theo hình vuông, nắng cháy khô hạn đến đâu cũng không bao giờ cạn nước, trải qua bao thế kỷ vẫn trong vắt, ngọt lịm. Giếng Bá Lễ là nguồn cung cấp nước cho cư dân bao đời nay. Nghe nói sau này, một phụ nữ giàu có trong làng đã trùng tu lại giếng như ngày nay, để nhớ ơn, người dân Hội An đã lấy tên người phụ nữ này đặt cho giếng. Nhờ nước giếng tốt nên các quán ăn ở Hội An dùng nước này nấu nướng món ăn thêm đậm đà, hấp dẫn, nhất là các món đặc sản. Cũng có những người Hội An như cụ Đường, cả đời chỉ đi gánh nước thuê giếng Bá Lễ cho cư dân và các hàng quán ăn trong khu phố cổ.

Chùa Cầu là hình ảnh thân quen nhất. Hàng ngày người người qua lại, đến độ mòn vẹt những đôi guốc và những mảnh ván lát cầu phải thay nhiều lần. Hội An chọn chùa Cầu làm biểu tượng. Đây là một công trình kiến trúc do các nhà buôn Nhật Bản đến buôn bán tại Hội An xây dựng vào khoảng giữa thế kỷ XVI. Do ảnh hưởng thiên tai địch hoạ, chùa Cầu đã qua nhiều lần trùng tu đã làm biến dạng phong cách kiến trúc ban đầu. Chùa Cầu có dáng hình cong cong, hầu hết được làm bằng gỗ, độ cong vồng lên chính giữa, bắc qua con lạch nối thông từ sông Đế Võng chảy ra sông Hoài, rồi đổ ra sông Thu Bồn. Chiếc cầu có mái che uốn cong mềm mại và được chạm trổ nhiều hoạ tiết tinh xảo. Trên cửa chính chùa Cầu có chạm nổi ba chữ Hán: "Lai Viễn kiều" do chúa Nguyễn Phúc Chu đặt trong một lần viếng thăm Hội An vào năm 1719. Trong lề cầu có một ngôi miếu nhỏ nhìn ra sông Hoài, thờ thần Bắc Đế Trấn Vũ - thần chuyên trấn trị phong ba, lũ lụt.

Ở hai đầu cầu có đặt mỗi bên hai con khỉ và hai con chó bằng gỗ ngồi chò hỏ hai bên lề cầu nhìn ra đường. Chẳng biết tại sao người ta không ví "như chó chùa Cầu" mà lại ví "như khỉ chùa Cầu"? Phải chăng con khỉ ở rừng mà bị bắt mang về phố thị nên nhìn dáng khỉ ngồi trông rất sầu não vì nhớ rừng nên người ta hay gán những người đang buồn chán, ngơ ngẩn là "như khỉ chùa Cầu". Lai lịch chùa Cầu gắn liền với truyền thuyết về con Cù - một loại thuỷ quái có đầu nằm ở Ấn Độ, thân ở Việt Nam và phần đuôi ở Nhật Bản. Khi con Cù nằm yên thì bình an vô sự, nó mà nổi khùng điên lên là cựa quậy gây ra lũ lụt, động đất. Nên ngoài việc xây cầu để phục vụ giao thông, người xưa còn trấn yểm loài thuỷ quái, giữ cho cuộc sống yên bình, nghe đâu có một thanh gươm ngọc cắm sâu xuống đáy lòng con lạch dưới gầm cầu ở đoạn giữa thân con cù, yểm không cho nó rục rịch gây ra thiên tai.

Ngày xưa, để ám chỉ chiều dài phố cổ Hội An rất ngắn, người ta thường nói "thượng chùa Cầu, hạ Âm Bổn", chùa Âm Bổn là hội quán Triều Châu. Nơi các thương nhân thường xuyên đến ký kết vay nợ, trong việc buôn bán, làm ăn. Chùa Ông nằm khoảng giữa chùa Phúc Kiến và hội quán Triều Châu, nhìn ra giếng nước và chợ Hội An, được xây dựng vào khoảng giữa thế kỷ XVII. Chùa Ông có kiến trúc uy nghi, hoành tráng, tại đây thờ vị tướng Tàu là Quan Vân Trường, như một biểu tượng về trung - tín - tiết - nghĩa nên còn có tên gọi là Quan Công miếu. Chùa Ông là trung tâm tín ngưỡng của người Quảng Nam xưa và nay. Hằng năm vào ngày Mười sáu tháng Giêng âm lịch, du khách đến đây xin xăm cầu may mắn và an lành.

Tương truyền khi xưa Hội quán Phúc Kiến chỉ là một gian miếu nhỏ thờ pho tượng Thiên Hậu Thánh Mẫu (bà chúa phù hộ cho thương nhân vượt sóng gió đại dương) vớt được tại bờ biển Hội An vào năm 1697. Qua nhiều lần trùng tu của Hoa kiều bang Phúc Kiến, hội quán trở nên khang trang, bề thế, góp phần tô điểm diện mạo kiến trúc đô thị cổ Hội An. Hàng năm, vào các ngày Rằm Nguyên tiêu - tháng Giêng âm lịch, ngày Mười sáu tháng Hai âm lịch vía Lục Tánh, ngày Hai mươi ba tháng Ba âm lịch vía Thiên Hậu... diễn ra nhiều hoạt động lễ hội thu hút rất nhiều người dân và du khách.

Các ngôi nhà cổ có kiến trúc và điêu khắc gỗ rất sinh động, tinh tế do các nghệ nhân làng mộc Kim Bồng thực hiện. Bước chân vào phố cổ, ta có cảm giác như lạc vào một không gian khác, trút bỏ những lo toan, suy tính đời thường trôi ngược về cổ tích, nhẹ nhàng thả mình trong không gian yên bình, lắng đọng. Trên đường Nguyễn Huệ, có Quan âm Phật tự Minh Hương ở nhà số 07. Đây là ngôi chùa thờ Phật duy nhất còn lại giữa khu phố cổ. Nơi đây có kiến trúc hài hòa và cảnh quan xinh đẹp, còn lưu giữ gần như nguyên vẹn các tác phẩm điêu khắc gỗ do các nghệ nhân làng mộc Kim Bồng thực hiện. Chùa thờ Phật Quan Thế Âm Bồ Tát và một số chư vị Phật, Bồ Tát khác. Trong những ngày lễ lớn của đạo Phật, ngày Mồng một, ngày Rằm âm lịch hàng tháng, gia đình Phật tử và du khách đến hành lễ rất nhộn nhịp.

Nhà thờ tộc Trần ở nhà số 21 Lê Lợi, do một vị quan họ Trần xây dựng khoảng đầu thế kỷ XIX, thờ tự theo truyền thống người Trung Hoa và người Việt. Nhà số 77 đường Trần Phú là nhà cổ Quân Thắng Sạn đẹp nhất Hội An hiện nay, đã trải qua hơn 150 năm, mang phong cách kiến trúc vùng Hoa Hạ - Trung Hoa. Nhà cổ Tấn Ký ở số 101 Nguyễn Thái Học, đã xây dựng cách nay trên 200 năm, một kiểu kiến trúc đặc trưng của loại nhà cổ Hội An, với nội thất chia làm nhiều gian, mỗi gian có chức năng riêng. Mặt tiền nhà là nơi để mở cửa hiệu buôn bán, mặt sau thông ra bến sông Hoài, lối xuất-nhập hàng hoá.

Vật liệu trang trí nội thất ngôi nhà chủ yếu là các loại gỗ quý và được chạm trổ, điêu khắc rất tinh xảo các hình: giao long, hoa quả, bát bửu, dải lụa… Nhà cổ có nhiều tính chất độc đáo là nhà Phùng Hưng ở số 04 Nguyễn Thị Minh Khai, đã hơn 100 năm, có kết cấu chắc chắn, thiết kế hài hòa, phần gác cao bằng gỗ và các hành lang rộng bao quanh, thể hiện sự giao lưu giữa các phong cách kiến trúc Á Đông tại Hội An trước đây.

Hội An được mệnh danh là nơi "hội nhân, hội thủy, hội văn" làm nên hồn phách một di sản văn hóa thế giới. Chuyện cũ kể về mối tình của nàng công nữ về làm dâu ở Nhật Bản từ đầu thế kỷ XVII. Mãi đến đầu năm 2014, tên bà được chọn đặt cho một con đường ở phố cổ. Thành phố Nagasaki (Nhật), nơi diễn ra lễ hội Okunchi đặc sắc tôn vinh các thương nhân Nhật Bản, có tấm bia ghi lại một số chi tiết liên quan đến cô dâu người Việt và chồng là Araki Sotaro người Nhật Bản.

Giáo sư Iwao Seiichi từng giới thiệu nội dung tấm bia trong tác phẩm *Nghiên cứu phố Nhật ở Nam Dương*: Năm 1619, tại một nơi mà hiện nay gọi là Huế, ông Araki Sotaro gặp gỡ và kết hôn với một người con gái thuộc dòng bên ngoại vua An Nam và được chúa nhận làm con nuôi. Sotaro trở về nước với cô dâu mới, gây dựng nên một trung tâm thương mại tại Motoshikhui - Machi ở Nagasaki. Có lẽ ông là người Nhật Bản đầu tiên kết hôn với người nước ngoài và trở về Nhật với một "công chúa" Việt Nam. Araki Sotaro đứng đầu các doanh nhân xứ Phù Tang sang làm ăn buôn bán nhiều năm tại Hội An từ đầu thế kỷ XVII. Khi trở về nước, mối tình xuyên biên giới của vợ chồng ông khơi nguồn cho nhiều giai thoại và cô dâu Việt về sau mang tên Nhật là Wakaku.

Nhưng nàng Wakaku là ai và có mối liên hệ gì với cái tên Ngọc Hoa mà Hội An vừa chọn đặt cho tuyến đường nơi phố cổ? Con đường giai thoại bắt đầu từ quảng trường sông Hoài chạy sát bờ bắc rồi dừng ở chùa Cầu, nơi có con lạch Ồ Ồ đổ ra sông Hoài. Đường chỉ dài ba trăm mét, được Hội An gắn biển tên hồi đầu năm 2014, gợi nhớ về một người con gái Đàng Trong của Việt Nam, rời xa xứ sở gần bốn thế kỷ trước. Năm 1620, bà theo chồng về Nagasaki và mất năm 1645, mộ bà được chôn cất trong khuôn viên chùa Daionji, gần mộ chồng.

Tuy giới chuyên môn vẫn do dự vì danh tính bốn công nữ của chúa Sãi mà Nguyễn Phúc tộc thế phả công bố năm 1995, không hề có tên Ngọc Hoa mà là Ngọc Khoa, nhưng cái tên Ngọc Hoa đã ăn sâu vào tiềm thức cộng đồng. Thế nên nó mới là con đường giai thoại. Ở Nagasaki, lễ hội truyền thống Okunchi diễn ra từ ngày Bảy đến ngày Chín tháng Mười hàng năm. Tại Hội An trong tuần lễ Việt-Nhật đã thể hiện chuyện tình Việt-Nhật và lễ hội mùa Thu xứ Hoa Anh Đào cũng chỉ là một.

Từ cuối thế kỷ XIX, những yếu tố "Thiên thời, địa lợi" trở nên "bất lợi", cảng Hội An suy thoái dần, chuyển giao sứ mạng lịch sử lại cho cảng Đà Nẵng. Người xưa nói, trong cái lợi có cái hại và ngược lại, nhờ vậy Hội An đã tránh khỏi được sự biến dạng, dưới tác động đô thị hóa hiện đại, để bảo tồn hầu như nguyên vẹn cho đến ngày nay một quần thể kiến trúc đô thị cổ hết sức độc đáo. Loại nhà hình ống xuyên suốt từ phố nọ sang phố kia và nghiêng dần về phía sông Hoài vẫn ngơ ngác nhìn dòng sông một cách tĩnh lặng, dẫu thế sự thăng trầm...

2.

Điều rất lạ lùng, trong chiến tranh mọi điều đều có thể xảy ra, nhưng trong suốt 117 năm từ năm 1858 đến năm 1975, những dãy phố cổ gần như nguyên vẹn, trong khi vùng ngoại ô có nơi bị bom đạn băm nát. Ngoài yếu tố tâm linh của dân gian, tôi nghĩ có lẽ cả hai phía đều có sự đánh giá và thừa nhận vai trò rất quan trọng của Hội An về văn hóa và hoạt động kinh tế. Nơi đây là nguồn sống của đồng bào trong và ngoài phố. Ban ngày bên ngoài vào cùng buôn bán, làm ăn sinh sống với đồng bào trong phố; ban đêm trở về ngoại ô, cung cấp cho kháng chiến từ cây kim, sợi chỉ, thuốc men, lương thực, thực phẩm. Ngay cả nhiều hiệu buôn lớn, nhiều cơ sở sản xuất bên trong cũng là những cơ sở hoạt động liên tỉnh, phục vụ cho cuộc kháng chiến chống ngoại xâm trường kỳ…

Chiến tranh đã làm cho con người và xã hội Việt Nam đảo lộn và đổ vỡ. Hội An cũng không nằm ngoài cái vòng lẩn quẩn đó. Đêm về, hình ảnh những ánh hỏa châu rơi, tiếng súng đại bác xa xa vọng về, những tiếng nổ rền vang ở thôn Nam Ngạn, các xã Cẩm Nam, Cẩm Kim, Cẩm Hải, Cẩm Hà, Cẩm Thanh,… Xuân Mậu Thân 1968 bị bom đạn cày xới nát bét. Lúc bấy giờ tôi đang ngồi trong hầm chìm, bom nổ chỉ cách hai mươi mét, cái hầm chữ A tuy rất chắc chắn nhưng cứ lay qua, lắc lại rồi rung rinh rất kinh hồn. Tiếng cầu kinh của người già xen tiếng khóc ré của trẻ con như chờ đợi tử thần gọi tên. Sau tết Mậu Thân rất nhiều người chết, xóm làng, nhà cửa bị bom đạn cày xới, bao nhiêu tang thương đến với người dân vô tội.

Chiến tranh gây ra bao tang tóc, bao tàn phá và mất mát. Nhưng cho đến bây giờ sự tàn phá tai hại nhất của chiến tranh không chỉ giá trị vật chất mà là con người. Bao nhiêu lớp người đã chết, bao nhiêu thế hệ đã ra đi và sẽ không bao giờ được trở lại trên quê hương mình. Những mất mát không bù đắp được, những vết thương trên da thịt có thể sẽ lành, dẫu còn để lại những vết sẹo nhưng vết thương trong tâm hồn khó mà phai nhạt, trong một gia đình, anh bên này, em bên kia, người vợ có chồng ở cả hai phía…. Anh em ruột thịt cả hai phía đều bị chết, vợ chồng phân ly, con cái chia lìa… Đối với những người còn lại, họ vẫn là thân nhân cùng huyết thống, làm sao phân biệt bên này, bên kia; làm sao có thể chia cắt nhau được, nên không ngạc nhiên trong một bàn thờ chỉ một bát hương mà thờ người chết cả hai bên.

Ngày thống nhất đất nước, người ta thường chỉ nghĩ đến miếng cơm manh áo, hồi phục lại ruộng đồng… Kế đó là tái thiết, xây dựng nhà cửa, đường sá, cầu cống… Nhưng cái cần tái thiết và xây dựng chính là tình người. Cái tình người Việt Nam rất là quan trọng, mất đi là mất tất cả, dân tộc này sẽ bị diệt vong. Nhưng muốn nối lại, xây đắp lại, dẫu khó khăn từ trong mỗi con người, từ trong mỗi gia đình nhưng chúng ta sẽ có một Việt Nam thống nhất thật sự và mãi mãi. Sự chia rẽ sâu sắc từ hai phía, từ những điều vớ vẩn được mệnh danh là "ý thức hệ", là "đấu tranh giai cấp"… cũng chỉ là nhất thời.

Hội An trong những ngày tôi đã và đang sống. Trước và sau

ngày 30 tháng 4 năm 1975. Trong chiến tranh Hội An buồn và vắng vẻ, những năm tháng đầu ngày hòa bình về Hội An còn tệ hơn. Thành phố buồn đến nỗi người ta đã gọi Hội An là "Thành phố chết!". Không những con người chẳng ai ngó ngàng đến Hội An mà cả chiến tranh cũng bỏ sót Hội An luôn. Thật vậy, ngoại trừ xuân Mậu Thân 1968, xuân Kỷ Dậu 1969 và những lần pháo kích, đột kích vào Hội An, trong suốt mấy mươi năm của cuộc chiến, thành phố của tôi như rơi vào quên lãng.

Điều rất lạ, ngay cả Mỹ, trong thời cao điểm với cả trăm ngàn quân đóng ở Đà Nẵng, cách đó ba chục cây số, không có đơn vị nào lớn đóng ở Hội An. Các đơn vị Đại Hàn thuộc sư đoàn Thanh Long (khét tiếng là bọn lính đánh thuê hung dữ nhất) đóng ở Cẩm Hà, Lai Nghi chứ không đóng ở Hội An, ổ đại liên thường nổ xối xả qua sông Hoài đến Cẩm Nam đặt ở Tây Hồ - Cẩm Châu... Hội An không còn giữ một ví trí kinh tế chiến lược như ba thế kỷ trước nhưng vẫn còn là nơi làm ăn sinh sống chung của người dân trong và ngoại thành. Dù sao, nhờ tất cả điều đó mà ngày nay Hội An may mắn vẫn còn nguyên vẹn.

Sau ngày hòa bình lập lại là những tháng ngày buồn tênh, dẫu tiếng khung dệt sáng chiều có kêu xành xạch vang cả con phố... Những cô gái với nghề mành trúc, dệt thảm, thêu ren đi bộ ngoài đường mỗi lần tan ca, khua tiếng guốc nhịp nhàng như gõ vào tim ai. Còn đám trai tráng thì chạy tứ chiếng giang hồ: về quê cuốc ruộng, đi làm các nghề thủ công, đứa thì theo gia đình vượt biên, có đứa được qua Mỹ và các trại tị nạn khác, số còn lại không lọt thì vào trại giam hay bị "thủy lĩnh" làm mồi cho cá. Đứa vào đại học thì đi Huế, Đà Nẵng, Sài Gòn, còn lại là vào lính. Bởi bây giờ chiến trường Tây Nam Việt Nam, Campuchia và biên giới phía Bắc gọi phải lên đường cầm súng. Đất nước trở lại thời chiến. Những năm chiến tranh, Hội An đã rất buồn và nghèo vì nằm trong một giới tuyến mong manh giữa hai phía, khi hòa bình lại còn nghèo và buồn hơn. Một số gia đình khá giả chuyển vào các tỉnh miền Nam, vào Sài Gòn, đi ra Đà Nẵng tìm kế sinh nhai.

Còn cái thằng tôi đành tự "thắp đuốc lên mà đi", như ông, cha tôi đã từng, nên ảnh hưởng đến tôi về cái nhìn thời cuộc. Tôi sinh ra trong một gia đình lao động nghèo, nhà đông con, đất nước trong thời ly loạn, ở ngay trong vùng mà người ta gọi là "xôi, đậu". Lúc thì đậu nhiều hơn xôi, khi thì ngược lại! Là con đầu nên tôi phải trưởng thành trước tuổi, trước thách thức cuộc sống và không thể để vận mệnh kéo xềnh lôi đi. Con người ai cũng có dăm ba lần bị té ngã nhưng phải biết bình tâm đứng dậy và tiếp tục đi. Tôi đã không những té ngã nhiều lần mà còn lên bờ, xuống ruộng... Và ngay sau đó phải đứng dậy tiếp tục đi, đã sống sót qua nhiều thách thức cuộc đời, vì không còn sự lựa chọn nào khác...

Cha mẹ tôi lầm lũi tháng ngày nhưng vẫn không đủ cái ăn, nếu cứ tiếp tục bước theo con đường đó chẳng khác nào bước theo vết xe đổ, mặc dầu con đường đó cũng là con đường lương thiện. Phải học tập mở mang đầu óc và chỉ còn con đường đó mới có thể tránh nghèo và góp phần tốt hơn cho xã hội phát triển. Nhưng cũng nói thật, có người "Dùng rựa bửa cái đầu ra mà bỏ kiến thức vào cũng không xong!". Nên tôi xin cám ơn các bậc tiền nhân đã cho tôi hình hài với cái đầu biết nghĩ suy để tiến về phía trước. Vượt qua những gian khó khi còn học tiểu học cộng đồng, tôi đã thi đỗ vào lớp đệ Thất trung học công lập Trần Quý Cáp, tiếp tục học thi vào cấp ba cũng trường này, đây là ngôi trường danh tiếng trong tỉnh, là khát vọng của bao bậc làm cha, làm mẹ và học sinh bấy giờ.

Nếu thi rớt thì chẳng còn có cơ hội để được đi học tiếp, bởi làm gì có tiền để theo học trường tư, mà phải theo chân ba tôi đi làm thợ, còn làm thợ thì tôi đã chán lắm rồi, vì ngay khi còn học tiểu học đến trung học tôi đã làm nông, theo ba tôi đi làm thợ mộc và lúc rỗi việc thì phụ nề, tập xây, làm thợ điện... Tôi muốn làm một nghề có đầu tư suy nghĩ để cho năng suất lao động cao hơn cái nghề kéo cưa đợi, cưa gỗ cho ba tôi. Và quả thật trời không phụ lòng người... Tôi chọn chuyên ban khoa học tự nhiên: toán, lý, hóa để học, với mong muốn được làm một cái nghề ổn định và lâu dài, và cũng vì cả dòng họ nhà tôi đều không thích làm chính trị, với tính khí ngay thật, thẳng thắn nên cũng không có khả năng làm chính trị, dẫu cả ba đời đều thể hiện lòng yêu nước bằng hành động.

Và bây giờ, khi đã qua phía kia nửa cuộc đời, tôi lại viết văn, chẳng qua là cái nghiệp hắn bu bám trong tâm hồn tôi, mà xua đuổi hoài hắn cũng không chịu buông tha! Tôi ảnh hưởng ba má tôi *Trăm cái lý không bằng tí cái tình*, vì ba má tôi sống trong môi trường, trong những thế hệ con người chưa bị vẩn đục trầm trọng khi sống với nhau ở đời và tôi đã lấy bút danh Thuận Tình, nhưng cuộc sống hiện tại cũng không buông ta, nhiều lúc đó là lựa chọn bị người ta bắt nạt, nếu không phùng mang, trợn mắt, xù lông nhím để cứu mình và cứu người thân cô, thế cô, mặc dù đó không phải là bản chất...

3.

Tôi như đứng trước tảng đá, nơi có thể Đức Phật đã ngồi giảng bài pháp đầu tiên bên vườn Lộc Uyển và xúc động và cảm thấy mình như chiếc lá từ hơn hai ngàn năm trăm năm trước vừa rơi về cội, chiếc lá bồ đề ở vườn Lộc Uyển Sarnath hay giọt nước sông Hằng Varanasi chỉ là một, một tâm hồn, còn và mất, ra đi và trở về. Có người hỏi tôi bấy giờ Hội An sống bằng gì? Tôi trả lời như đùa, như thật: Hội An sống bằng thơ! Một nơi không ruộng đất nhiều, không nhà máy, không còn là trung tâm thương mại và dịch vụ như các thế kỷ khác, cũng không có du khách như bây giờ. Vậy thì chỉ có sống bằng thơ chứ bằng thứ chi nữa đây? Ở một nơi mà trong phố cổ, mỗi nhà, đều có một vườn thơ ngăn cách giữa hoạt động kiếm tiền và nơi sinh hoạt trong nhà.

Nơi đó đón ánh mặt trời và cả trăng sao, tuy gió không nhiều đủ để vành nón chao nghiêng như đang hóng gió trước bờ sông dòng Thu Bồn nhưng đủ để trí tưởng tượng bay bổng mà... quên ăn! Hội An là một phần xương thịt của tôi trong vùng đất Quảng Nam-Đà Nẵng quật cường và kiên cường, nên bài thơ *Về thôi em* của Dương Quang Anh đã cho niềm riêng tư quanh quẩn bên tôi, dẫu ở phương nào tôi vẫn nao nao: *...Cả đời cha cày bới lượm đói nghèo,/ Vẫn khen đất mình chưa mưa đà thấm... Dù mỗi năm mỗi nước lụt cuốn trôi/ Cây măng sậy vẫn bám bờ xanh mãi.../ Chắc vườn xưa chừ ửng vàng hoa cải/ Cha mẹ trông ta mòn Hòn Kẽm Đá Dừng...*

Về thơ

Hội An đã hun đúc ra hàng trăm nhà thơ, nhà văn trong đó có nhiều nhà văn, nhà thơ danh tiếng, nhưng theo tôi, tiêu biểu nhất, chắc không ai so bì với Bùi Giáng, dù ông quê Duy Xuyên nhưng học trường Minh Viên ở Hội An. Ông cưới vợ và làm rể ở Hội An, bà Phạm Thị Ninh nổi tiếng xinh đẹp, nhưng chỉ vài năm sau, bà bị bạo bệnh, sinh non và cả hai mẹ con cùng chết. Nhiều người cho rằng đây là một trong những lý do chủ yếu và khởi đầu khiến Bùi Giáng bị điên từ lúc trẻ. Đó là lý do để trong thơ của ông sau này thường xuyên nhắc đến sự mất mát, sự chia ly vĩnh viễn, quặn thắt nỗi đau, một hình bóng thân thương xưa cũ: *Có hàng cây đứng ngóng thu/ Em đi mất hút như mù sa bay* và những dòng thơ trên bia mộ Bùi Giáng: *Đùa với gió, rỡn với vân /Một mình nhớ mãi gái trần gian xa/ Sương buổi sớm, nắng chiều tà/ Trăm năm hồng lệ có là bao nhiêu.*

Ông sinh ngày 17/12/1926 tại làng Thanh Châu thuộc xã Vĩnh Trinh, huyện Duy Xuyên, tỉnh Quảng Nam. Bố của Bùi Giáng là ông Bùi Thuyên, thuộc đời thứ 16 của dòng họ Bùi ở Quảng Nam. Do người vợ cả qua đời sớm nên ông lấy người vợ kế là bà Huỳnh Thị Kiền thuộc dòng họ Huỳnh nhà tôi. Bùi Giáng là con thứ hai của Bùi Thuyên với Huỳnh Thị Kiền nhưng là con thứ 5 nếu tính tất cả các anh em cùng cha khác mẹ. Khi vào Sài Gòn, ông được gọi theo cách gọi của người miền Nam và cả miền Trung như ở xứ Quảng Nam là Sáu Giáng.

Bùi Giáng đã rời Hội An từ rất lâu, nhưng để lại những câu lục bát nuôi sống tâm hồn và linh hồn con người xứ Quảng Nam qua nhiều thế hệ. Cái tên Bùi Giáng ở xứ Quảng quen thuộc đến nỗi, nhiều khi người ta cứ tưởng ông chưa bao giờ rời khỏi mảnh đất Quảng Nam. Ông đã đưa văn nói vào thơ ca, người ta khen Bùi Giáng là một tài hoa thi ca, nhưng ông vẫn viết: *Thơ hay thiên hạ làm rồi/ Chỉ còn thơ dở cuộc đời cho tôi./ Dụm dành dở ẹc rã rời/ Dồn trăm năm lệ điệu cười vu vơ.* Những tập thơ: *Mưa nguồn, Lá hoa cồn, Ngàn thu rớt hột, Màu hoa trên ngàn* cho đến những tác phẩm về sau này, ông vẫn dùng ngôn ngữ dân dã quê nhà. Một âm vang cố quận trong thơ Bùi Giáng, dù chỉ về hình thức diễn đạt. Thơ của ông phong phú những phương ngữ đất Quảng Nam: *Dở òm, dở ẹc, dở om/ Dở bùng ra dở sớm hôm sụt sùi./ ... Sài Gòn, Chợ Lớn rong chơi,/ Đi lên đi xuống đã đời du côn.*

Nhiều tư liệu trích từ tập sách *Bùi Giáng trong cõi người ta*, cuốn sách tập hợp các bài viết về *Đười ươi thi sĩ* của các nhà nghiên cứu, do dịch giả Đoàn Tử Huyến chủ biên, đã dựng lên một chân dung Bùi Giáng rõ ràng hơn so với những gì người ta đã biết về ông. Bên cạnh những cây bút miền Nam: Bùi Văn Nam Sơn, Bùi Công Thuấn, Nguyễn Hữu Hồng Minh, Thu Bồn, Thanh Tâm Tuyền... còn có Đỗ Lai Thúy là cây bút miền Bắc hiếm hoi có bài viết.

Nhà nghiên cứu Bùi Văn Nam Sơn, họ hàng Bùi Giáng, từng viết: *Viết đôi lời về Bùi Giáng không bằng đọc thơ Bùi Giáng. Đọc Bùi Giáng không bằng giao du với Bùi Giáng. Giao du với Bùi Giáng không bằng sống như Bùi Giáng. Mà sống như Bùi Giang thì thật vui mà thật khó vậy.* Đó là nhận định rất chính xác, đến nỗi, về sau hầu như không ai nói về *Đười ươi thi sĩ* mà không trích dẫn. Thôi thì cứ đọc, bình thơ Bùi Giáng in ít đi, nghe kể chuyện Bùi Giáng hồi còn sống, còn rong chơi thì thật không ai bì. Ông đã sinh ra trong một gia đình giàu và có học ở Quảng Nam, một "trang công tử phong lưu". Ông tự bỏ tiền ra mua đàn dê 100 con. Thích chăn dê vì yêu dê, không phải để làm kinh tế.

Phạm Văn Nga, trong bài viết *Bùi Giáng trong đời tôi*, kể lại kỷ niệm hồi trẻ gặp mặt nhà thơ: Năm 1972 tại Sài Gòn, thấy Bùi Giáng mang một tập sách đến "chào hàng" tại hiệu sách nhưng bị chủ cửa hàng từ chối đây đẩy. Thấy trong tay ông có hai cuốn *Cõi người ta* và *Hoàng tử bé* của Saint Exupéry còn mới, lại do chính Bùi Giáng dịch, ông Nga rụt rè xin được mua. Bùi Giáng chỉ bán nửa giá, bán xong xuôi còn hỏi: "Ê, sao mày không để tiền bao gái, mua sách làm chi?". Ông Nga: "Dạ, tại con thích đọc". Thích chí, thi sĩ rủ cậu học trò đi uống rượu, xong còn tặng anh thêm 4 cuốn sách khác của ông với lời đề tặng: "Kính tặng Ngài Văn Nga". Ông giải thích: "Tao viết hoa chữ Ngài cho mày bằng Thượng đế vì những thằng mê sách đều xứng đáng là Thượng đế"!

Trong một lần tôi gặp nhạc sĩ Nguyễn Trọng Tạo tại Đà Nẵng nhân buổi ra mắt tờ báo điện tử Vietnam Europa tại Đà Nẵng, khi biết tôi là dân Quảng Nam, anh kể với tôi về Bùi Giáng: "Một lần khi ông ra đường chơi thì gặp một đám cưới, thấy cô dâu trang điểm rất xinh đẹp, ông liền đuổi theo, sợ quá, chú rể kéo cô dâu chạy xịt khói, làm đám cưới trở nên hỗn loạn". Ý anh ám chỉ tôi cũng là những thằng Quảng Nam, cũng mê gái như Bùi tiên sinh? Khi đã mê rồi thì coi: *Trời cũng bằng vung!* Tôi thật lòng: "Một thằng đàn ông không mê gái - một tuyệt tác của tạo hóa thì mê cái chi hơn? Tôi nghĩ Bùi tiên sinh là người thông minh trong những người thông minh nhất trần gian!"

Về chuyện tình yêu của ông, ông yêu đơn phương rất nhiều người đẹp, nhưng nữ nghệ sĩ Kim Cương và diễn viên điện ảnh Mỹ Marilyn Monroe chiếm một vị trí đặc biệt. Bùi Giáng thành thật, chân tình trút gởi trọn tấm lòng mà không hề e ngại bất cứ điều gì, trước hiện thân cái đẹp trần gian, không cần biết em là ai, không cần biết em từ đâu tới! Có rất nhiều giai thoại về chuyện Bùi Giáng yêu, như chuyện ông mê nghệ sĩ Kim Cương, Marilyn Monroe - một người ở tận bên kia đại dương mà vẫn nhập vào hồn ông, huống chi Kim Cương tài sắc lại gần gũi.

Bóng dáng người đẹp này thường lưu trú trong vô thức, Bùi Giáng đã dùng cách biểu đạt kỳ quái nhất, bài thơ *Cô Kim Cương ơi*, in trong tập *Sa mạc phát tiết*: *Nếu ngày sau tôi chết đi, mà cô không thể dỏ cho một giọt nước mắt/ Thì cô có thể dỏ cho một giọt nước đái cũng được/ (Nhớ dỏ ngay trên nấm mồ)/ Ở dưới suối vàng tôi sẽ ngậm cười mà đón nhận/ (Ngậm cười chín suối hãy còn thơm lây)*. Mọi trí tưởng tượng dẫu có vô cùng phong phú trong một con người bình thường đều vô nghĩa. Phải chăng, đây là sự ứng xử vô thức đối với từng khái niệm? Sự ứng xử với cái đẹp nữ tính trong trạng thái thần kinh không bình thường hay thăng hoa đến tột cùng?

Đến Marilyn Monroe ở phương trời mù xa, cũng được Bùi Giáng cuồng si. Ông đã sáng tác một số bài thơ về người đẹp này. Như bài *Trời khóc Marilyn*, bài thơ ông in trong tập *Hoa lá cồn*, xuất bản năm 1963: *Trời xanh úp mặt nghe tin/ Thôi rồi! Em Má Ri Lyn đi rồi/ Từ đây ta bỏ ngai trời/ Thu thời gian đập tơi bời càn khôn/ Giữa hư vô nếu em còn/ Nhớ ta em gửi cái hồn* (?!) *cho ta* (Tôi nghĩ câu này đã bị biên tập lại) */ Úp môi ôm mặt khóc òa/ Cồn lê lên miệng là ba bốn lần* (Tôi nghĩ những chữ trong câu này được ông nói lái theo cách Quảng Nam). Đây là cái cách mà Bùi Giáng trình bày về cái đẹp trần tục rất "tục trần" theo cảm hứng ông. Vậy mà qua bài thơ *Quốc sắc Việt Nam*, ông tự cho phép mình làm "chánh giám khảo để đánh giá người đẹp", với cái nhìn rất tinh ý về nhan sắc: *Nam Phương hoàng hậu đẹp một cách thong dong/ Kim Cương nương tử đẹp một cách thoải mái/ Hà Thanh công chúa đẹp một cách cởi mở/ Trí Hải ni cô đẹp một cách không lời...*

Bùi Giáng, không chỉ là nhà thơ, nhìn rộng hơn, ông chính là hiện thân của một "đạo thơ", một "thi sĩ sinh ra giữa cỏ cây và sẽ chết đi giữa cỏ cây ly kỳ gay cấn"... Sự nghiệp Bùi Giáng tỏa rộng qua nhiều lĩnh vực: thơ, nghiên cứu phê bình, bình giảng, làm báo, dịch thuật... Nhưng có thể kết luận là thi ca đã xuyên suốt và thẩm thấu qua hết mọi lãnh vực ông quan tâm và sáng tác. Nếu dùng thuật ngữ khoa học, xung quanh nhiều lĩnh vực, bên trong là cái "lõi" thơ. Bùi Giáng dịch hay như làm thơ (*Ngộ nhận, Hòa âm của điền dã, Hoàng tử bé...*), khi ông viết nghiên cứu cũng dào dạt mê cuồng như làm thơ (*Tư tưởng hiện đại...*). Ông lấy "thi hứng" để "quán" hết mọi lẽ trong sáng tác. Nên nhà thơ Thanh Tâm Tuyền nhận định: "ngủ ra thơ, thở ra thơ, đi ra thơ, đứng ra thơ".

Và, càng về già, Bùi Giáng đã đưa thơ vượt qua những rào cản ngôn ngữ và những quy ước thông thường trong văn chương. Nỗi nhớ quê nhà của ông vẫn da diết trong tâm hồn nhưng cũng thật lạ lùng: *Người hỏi tôi: Từ đâu ông đến đây?/ Thưa cô thôn nữ từ đây tôi về/ Ủa phải anh Sáu Giáng đó không?/ Và cô có phải là cô Bông năm nào?/ Anh còn nhớ rõ ôi chao!...* Nhà thơ Bùi Kiến Quốc chép lại một bài thơ trước khi ông mất: *Chiêm bao tôi thấy tôi về Quảng Nam/ Rong chơi Đại Lộc, Điện Bàn/ Duy Xuyên, Tiên Phước, Hòa Vang, Thăng Bình/ Tìm người bạn cũ không ra/ Còn phong cảnh cũ khác xa những ngày/ Xóm làng, đồng ruộng lạ thay!/ Chỉ còn dáng núi chạy dài xa xa/ Giữ nguyên hình ảnh đậm đà/ Còn trong kỷ niệm bao la tuổi nào/ Ngắm nhìn, tim máu xôn xao/ Tôi rời đất Quảng trở vào miền Nam/ Tâm hồn bao xiết hoang mang/ Bài thơ viết vội, dở dang lạ lùng...*

Bùi Giáng trước sau vẫn thủy chung với tình cảm quê nhà, ông gửi lời ước hẹn không chỉ người ở cõi này, mà còn cho cả hôm qua và mai sau: *Ta đi còn gửi đôi dòng/ Lá rơi có dội ở trong sương mù.* Ông cũng là người chồng "chung thủy cái con khỉ", vì cuộc đời ông nhiều chông chênh mà ông sống với trái tim nhạy cảm, chân thật với mình và với người, nhưng trong cả hành trình cuộc đời, những câu thơ chân chất đầy nhân văn, về một nỗi đau sâu thẳm trong lòng ông, làm chúng ta liên tưởng đến người vợ và đứa con đầu lòng của ông cùng qua đời khi tuổi còn xuân. Chắc chắn biến cố ấy đã làm ông đau xót hẹn hò, với vợ con ông, với tất cả chúng ta: *Mai sau còn dự hội nào/ Ngó nhau từ kỷ niệm đầu bão giông...* Trong cõi đi về đầy mộng tưởng và vô thường này, hôm nay và mai sau, tôi nghĩ duy nhất chúng ta chỉ có một "Đười ươi thi sĩ!".

4.

Về âm nhạc:

Hội An cũng đã hun đúc nên nhiều nhạc sĩ tiếng tăm, nhiều bản nhạc "để đời" nhưng tôi thích nhất là nhạc sĩ La Hối với một bản nhạc đỉnh là *Xuân và tuổi trẻ*. Ở đây, có nêu lên lời dịch của nhà thơ Thế Lữ và của Diệp Truyền Hoa để mọi người có thể so sánh và đối chứng. Hội An nổi tiếng một phần bởi chính những cư dân trên vùng đất này đã góp phần làm nổi tiếng. Từ bao đời nay, cư dân Hội An đã xây dựng nên truyền thống văn hóa tốt đẹp được lưu truyền từ thế hệ này sang thế hệ khác. Khi giao tiếp với những không gian văn hóa bên ngoài đầy những khác biệt, Hội An vẫn tiếp thu nhanh chóng những cái hay, cái mới, tiếp biến để làm giàu có cho cái vốn đã được chắt lọc thành "vùng lõi tinh hoa văn hóa".

Từ trước đó cho đến thập niên 40 thế kỷ XX, âm nhạc dân tộc cổ truyền, dân ca Quảng Nam, đàn ca tài tử, hát bội, cải lương… vẫn đang rất thịnh hành và có nhiều nhóm biểu diễn được hình thành từ những người dân Hội An. Họ hoạt động tại tư gia hoặc để phục vụ các lễ hội, mà lễ hội ở Hội An thì nhiều. Theo hồi tưởng của nhà nghiên cứu - nhạc sĩ Trương Đình Quang, nay đã ngoài 90 tuổi: "Ở đây hầu như ít có gia đình nào không có nhạc cụ dân tộc". Điều này đã thể hiện tinh thần yêu âm nhạc của người dân Hội An. Thời điểm này, giới thanh niên theo Tây học đã bắt đầu mày mò sử dụng các nhạc cụ từ phương Tây du nhập vào Hội An và hình thành những nhóm hòa tấu các tác phẩm âm nhạc phương Tây. Tuy nhiên, phong trào vẫn chưa rình rang cho đến khi La Hối từ Sài Gòn trở về.

La Hối tên thật là La Doãn Chánh sinh năm 1920. Là con thứ 10 của gia đình La Thiên Thái, một hiệu buôn nổi tiếng tại Hội An thời bấy giờ. Vào thời điểm tân nhạc bắt đầu phát triển tại Việt Nam, La Hối đang học tại Sài Gòn. Là người có năng khiếu về âm nhạc, ông học về lý thuyết nhạc cổ điển phương Tây đang thịnh hành. Sau khi trở về Hội An, với ý tưởng muốn phát triển tân nhạc, La Hối đã chiêu mộ những người bạn thân yêu thích và có khả năng trình tấu âm nhạc thành lập Hội Ái hữu Âm nhạc Faifo (Societe philharmonique de FaiFoo) tại Hội An năm 1942 và thuê ngôi nhà của một người tên Sấn hành nghề thợ vàng, tọa lạc tại đường Lý Thường Kiệt ngày nay để làm trụ sở.

Theo họa sĩ Trương Nguyên Ngã, thoạt đầu là nơi những thành

viên ban nhạc trao đổi, bổ sung lý thuyết âm nhạc phương Tây và biểu diễn hòa tấu những nhạc phẩm Tây phương đang thịnh hành, bao gồm các thành viên: La Hối sử dụng piano; Vương Quốc Mỹ, Vương Quang, La Gin, Trần Can sử dụng violon, Lâm Cự sử dụng bangio alto hoặc accordion; La Xuân, Thái Chí Hải sử dụng bagnio, Ghibou sử dụng saxophone alto hoặc trompet, Lê Văn Miêng, La Thiều sử dụng trống, Duy Liễu sử dụng saxophone tenor. Tại đây, nhạc sĩ La Hối cũng mở lớp dạy ký âm, hướng dẫn lý thuyết và thực hành cho thanh niên yêu âm nhạc tham gia vào hội: Dương Minh Ninh, Dương Minh Hòa, Lê Trọng Nguyễn, Lê Khuê, Hoàng Tú Mỹ, Trương Đình Quang… hầu hết sau này họ đều trở thành nhạc sĩ. Trụ sở hội Hội ái Hữu Âm nhạc Faifo là lớp dạy tân nhạc đầu tiên tại Hội An.

Năm 1944 La Hối sáng tác bản nhạc *Le Printemps et la Jeunesse*, một bản nhạc hòa tấu, thời gian sau, bạn của ông là Diệp Truyền Hoa mới viết lời Hoa với tựa đề *Thanh niên dữ xuân thiên*. Năm 1946, khi Đoàn kịch nói Anh Vũ vào Nam biểu diễn, Thế Lữ rất thích bản nhạc này nên đặt lời Việt cho bản nhạc với tựa *Xuân và tuổi trẻ*. Chính lời Việt đã chắp cánh cho bản nhạc này lan tỏa cả nước đến ngày nay. *Xuân và tuổi trẻ* của nhạc sĩ La Hối là một tác phẩm khá đặc biệt trên nhiều phương diện.

Nhạc sĩ Hoàng Tú Mỹ, người đã phổ sáu bản nhạc cùng lúc cho sáu bài thơ của tôi (Thuận Tình). Ông hoạt động trong lĩnh vực âm nhạc từ hồi kháng chiến chống thực dân Pháp, là bạn thân của nhiều nhạc sĩ nổi tiếng: Phạm Duy, Trương Đình Quang, Trần Hồng, Lưu Hữu Phước, Trịnh Công Sơn, Trần Hoàn, Phan Huỳnh Điểu,… nên quán cà-phê mái lá Lạc Viên, nằm trong khuôn vườn nhà nhạc sĩ thường vang lên những giai điệu của các nhạc sĩ tiền chiến lẫn hiện đại là bạn của ông. Nhiều người yêu dòng nhạc này chọn Lạc Viên là điểm hẹn để nhâm nhi cà-phê, nghe nhạc và đàm đạo… Trong quán Lạc Viên, từ trong ký ức của nhạc sĩ Hoàng Tú Mỹ, tôi nghe ông kể: "nhạc sĩ Phạm Duy đã từng đến tá túc tại Hội An và đã từng ghé ngôi nhà hội Ái hữu Âm nhạc Faifo". Trong hồi ký, Phạm Duy không nhắc đến điều này nhưng ông nói: "Khi gánh hát vào Faifo tôi còn thấy thanh niên ở đây yêu âm nhạc hơn tất cả thanh niên ở những nơi tôi đã đi qua".

Theo ký ức của nhiều người, tại những đại hội văn hóa - văn nghệ hoặc những chương trình nghệ thuật hàng năm tổ chức ở Quảng Ngãi, Bồng Sơn, Tam Quan (Bình Định) nòng cốt của ban nhạc phần lớn là những nghệ sĩ phố Hội. Từ các ban nhạc gia đình, những nghệ sĩ phố Hội đã tạo nên một nếp văn hóa mới, hòa chung vào dòng phát triển văn hóa Hội An một cách có chọn lọc. Họ đã đặt nền móng nhạc thuật tân nhạc khá vững vàng, đồng thời những hoạt động của họ cũng đã làm tiền đề cho sự phát triển tân nhạc tại Hội An cho đến mãi về sau này. Sau này, La Hối và 9 đồng chí của ông bị phát xít Nhật bắt giữ, ngày 19 tháng 4 năm Ất Dậu - tức ngày 30 tháng 5 năm 1945, bọn Nhật đem bắn tất cả các ông tại chân núi Phước Tường thuộc thành phố Đà Nẵng.

Có giai thoại là hầu hết những tác phẩm của nhạc sĩ La Hối đều được ông gửi cho người yêu lưu giữ. Đó là một thiếu nữ Hội An xinh đẹp, làm nghề dạy đàn piano. Sau khi nhạc sĩ hy sinh, không còn thấy thiếu nữ này ở Hội An nữa. Cuộc đời nhạc sĩ La Hối đẹp như một huyền thoại. *Xuân và tuổi trẻ* vẫn mãi mãi xuân và tuổi trẻ dẫu thời gian cứ như một dòng sông!

XUÂN VÀ TUỔI TRẺ

Lời của nhà thơ Thế Lữ

Ngày thắm tươi bên đời xuân mới / Lòng đắm say bao nguồn vui sống
Xuân về với ngàn hoa tươi sáng / Ta muốn hái muôn ngàn đóa hồng
Ngày thắm tươi bên đời xuân mới / Lòng đắm say bao nguồn vui sống
Xuân về với ngàn hoa tươi sáng / Ta muốn luôn luôn cười với hoa
Xuân thắm tươi, én tung bay cao tít trời / Vui sướng đi, cao tiếng ca mừng vui reo
Đừng để lòng thổn thức tình mê đắm / Ta trẻ vui, ta trẻ vui đời xuân thắm tươi
Xuân thắm tươi, én tung bay cao tít trời / Vui sướng đi, cao tiếng ca mừng reo
Đừng để lòng thổn thức tình mê đắm / Ta trẻ vui, ta trẻ vui đời xuân thắm tươi
Vui sướng đi cho đời tươi sáng / Vui sướng đi cho lòng thêm tươi
Ta hát ca đón mừng xuân mới / Ta hát ca cho lòng thêm hăng hái
Hát vang lên đời ta thắm tươi / Tiết xuân huy hoàng muôn sắc hoa

Tiết xuân êm đềm muôn tiếng ca / Hát vang hòa lòng thêm hăng hái
Hát vang lên đời ta thắm tươi / Tiết xuân huy hoàng muôn sắc hoa
Tiết xuân êm đềm muôn tiếng ca / Xuân tưng bừng ...

THANH NIÊN DỮ XUÂN THIÊN

Lời của Diệp Truyền Hoa

Tuổi trẻ chảy trong cơ thể bạn / Hy vọng tỏa sáng trong mắt bạn /
Nào ngại khổ đau và bệnh tật
Nào ngại bao khó khăn trùng trùng / Tuổi trẻ chảy trong cơ thể bạn
Hy vọng tỏa sáng trong mắt bạn / Tình yêu lý tưởng của thanh niên
Tuổi trẻ luôn hướng về phía trước / Gió xuân thổi nhẹ qua mặt đất
Bao hoa đua nở trên cành cây / Bạn ơi! Lẽ nào chẳng thấy vui sao?
Nghe tiếng chim tranh nhau hót bài hát mùa xuân, bài hát của tuổi
trẻ
Các cô gái hãy đến cùng múa nào! / Các chàng trai hãy đến chạy
đua nào
Nhảy nhót chạy đua cùng nhau / Cười ha ha, gọi cùng nhau xuân!
Mang lại tiếng cười và những lời hoan ca / Mang lại sức mạnh và
hy vọng
Đôi khi có phiền não mông lung / Hãy để chúng ta cùng hát lên
Xuân! Để ta vui cười và ca hát / Nắm bắt thực tế và lý tưởng
Phá tan phiền não đón nhận ánh sáng rực rỡ

(Dịch giả Hoàng Thu An chuyển ngữ)

Về văn học:

Tôi chỉ nêu góc nhìn cá nhân về sự nghiệp văn học nổi trội của anh em nhà Nhất Linh. Bắt đầu từ cụ Nguyễn Tường Phổ - Tiến sĩ khoa Nhâm Dần năm Thiệu Trị thứ hai (1842) được triều đình điều chuyển từ làng Cẩm Phô - Hội An ra làm tri phủ huyện Cẩm Giàng. Từ đó đã khai nguyên ra nhánh Nguyễn Tường nơi đất Bắc. Nhà thờ tộc Nguyễn Tường xây năm 1806 tại Hội An, trùng tu năm 1909 và 2005, đến nay có tuổi đời đã hơn 200 năm, ở số 8/2 đường Nguyễn Thị Minh Khai, thành phố Hội An. Đây là tư dinh cụ Nguyễn Tường Vân làm quan Cai bạ Quảng Nam, Dinh quan Binh bộ Thượng thư - Nhuận trạch hầu Nguyễn Tường Vân, người có tên ghi trong *Đại Nam Liệt truyện* của Quốc sử quán triều Nguyễn. Cụ Nguyễn Tường Vân là thân sinh Tiến sĩ Nguyễn Tường Phổ. Nguyên gốc họ Nguyễn Tường là Nguyễn Văn, được vua Gia Long ngự ban đổi thành "Nguyễn Tường".

Trong các anh em ruột, Thạch Lam mất sớm, còn lại các anh em họ Nguyễn Tường ở huyện Cẩm Giàng đều đã có dịp về thăm quê nội ở làng Cẩm Phô - Hội An. Huyện Cẩm Giàng là nơi chôn nhau cắt rốn, thành phố Hội An hiện nay là cội nguồn hồn cốt tinh hoa. Nhiều người nhận xét, con người xứ Quảng Nam tính khí cương trực, thẳng thắn, nhưng người ở Hội An lại chứa đựng thêm nét tinh tế và tao nhã. Trong hồi ký của bác sĩ Nguyễn Tường Bách - em út trong số bảy anh em, thì mẹ của các nhà văn Nhất Linh, Hoàng Đạo, Thạch Lam cũng từ dòng họ Lê ở Duy Phước, Duy Xuyên, Quảng Nam.

Tự Lực văn đoàn gồm bảy thành viên: Nhất Linh (Nguyễn Tường Tam) là nhóm trưởng, Khái Hưng (Trần Khánh Giư), Tú Mỡ (Hồ Trọng Hiếu), Hoàng Đạo (Nguyễn Tường Long), Thế Lữ (Nguyễn Đình Lễ), Thạch Lam (Nguyễn Tường Lân), Xuân Diệu (Ngô Xuân Diệu). Các thành viên này cùng với nhiều người khác hoạt động trên hai tờ tuần báo *Phong Hóa* (1932-1936), *Ngày Nay* (1935; 1936-1940), và nhà xuất bản Đời Nay (1934-1945).

Tác phẩm của Tự Lực văn đoàn được đánh giá cao và đưa vào chương trình giáo dục của Việt Nam cộng hòa, học sinh trung học ở Hội An hầu hết đã đọc các tác phẩm Tự Lực văn đoàn, được nghiên cứu và thuyết trình văn học. Tuy nhiên các học sinh trung học từ ngoài Bắc về cho hay, họ không hề biết. Trong một thời gian dài sau khi nước nhà thống nhất, với những lập luận chống Tự Lực văn đoàn: khủng hoảng tư tưởng, vô luân, chống lại nhân dân, đề cao chủ nghĩa cá nhân tư sản, cực đoan, ích kỷ, bệnh hoạn, cải lương, phù phiếm, giả dối, trưởng giả, phản động, sa đọa, trụy lạc, phi luân, độc ác... nên không được đưa vào chương trình giáo dục phổ thông.

Tuy nhiên theo giáo sư Nguyễn Huệ Chi, người thuộc thế hệ thứ hai các nhà nghiên cứu văn học ở Việt Nam. Ông đã có hơn nửa thế kỷ gắn bó với nghề và làm việc tại Viện Văn học: Tự Lực văn đoàn là tổ chức văn học đầu tiên của nước ta, mang đầy đủ tính chất một hội đoàn sáng tác theo nghĩa hiện đại. Tự Lực văn đoàn chính thức tuyên bố thành lập vào tháng Ba năm 1934, với tôn chỉ gồm mười điều, thể hiện bốn phương diện nhận thức liên quan khăng khít, tự thân chúng có ý nghĩa đối trọng ngay lập tức với hiện tình sáng tác và thực trạng xã hội đương thời:

Về văn học, tôn chỉ nhắm tới ba mục tiêu lớn: dấy lên một phong trào sáng tác làm cho văn học Việt Nam có thời cơ hưng thịnh; xây dựng một nền văn chương tiếng Việt đại chúng; tiếp thu phương pháp sáng tác của châu Âu hiện đại để hiện đại hóa văn học dân tộc. Về xã hội, đề cao chủ nghĩa bình dân và bồi đắp lòng yêu nước, trên cơ sở lấy tầng lớp bình dân làm nền tảng. Về tư tưởng, vạch trần tính chất lỗi thời của những tàn dư Nho giáo đang ngự trị trong xã hội. Về con người, lấy việc giải phóng cá nhân làm trung tâm điểm của mọi sáng tác.

Cây bút tiểu thuyết tài danh của Khái Hưng, giọng thơ trào phúng kế sau Tú Xương là Tú Mỡ, Thế Lữ là chủ soái làng "thơ Mới", Thạch Lam với những kiệt tác truyện ngắn trữ tình và Xuân Diệu, người tiếp bước Thế Lữ cho "thơ Mới", phổ vào thơ cái ma lực của những cảm xúc đắm say quyến rũ. Riêng Nhất Linh không những về tiểu thuyết, ông còn là nhà văn luôn luôn tìm tòi và không ngừng sáng tạo. Tự Lực văn đoàn đã mang tư tưởng tự do trong sáng tạo, tác động từ trong nội tại, tác động lẫn nhau, tác động liên hoàn giữa khát vọng dân chủ tạo nên sự bùng nổ sức sáng tạo và đổi mới phương pháp sáng tác. Là một tổ chức văn học và báo chí có ảnh hưởng ngày càng sâu rộng, tinh thần dân chủ nhen nhóm trong văn đoàn Tự lực cũng đã lan tỏa trong xã hội lúc bấy giờ.

Ta cũng không quên cuộc cách tân văn xuôi to lớn của Tự Lực văn đoàn, về một thứ ngôn ngữ văn chương trong trẻo, chuẩn mực, giàu sức biểu cảm, và một cấu trúc thể loại mới mẻ về văn học, trong đó quy luật tâm lý thay cho trục diễn tiến theo trình tự thời gian và cái nhìn đa chiều trong soi chiếu nhân vật thay cho lối trần thuật. Tự Lực văn đoàn đã chấm dứt hoạt động thực tế kể từ sau năm 1940, tính đến năm 2019 đã 79 năm, Nhưng có điều rất lạ: càng lùi xa thì độ sáng của hiện tượng văn học mà ta đang xem xét dường như lại sáng hơn lên, diện mạo của những nhân vật nòng cốt trong nhóm Tự lực lại càng hiện ra nơi tâm trí chúng ta.

Hội An nhỏ bé về kích chiều hình học, nhưng lại thăm thẳm về không gian và thời gian... Phố Hội giới hạn bởi hai đầu "thượng chùa Cầu, hạ Âm Bổn" ngắn ngủi, chật hẹp mà đi hoài không hết. Phố cứ xoay vòng trôn ốc, xen kẽ giữa những con kiệt, thường không phải ngõ cụt, mà nối hai đầu phố. Để người đi đường ngơ ngác vì mới thoáng đã gặp lại nhau, cứ như là cổ tích, như là thần thoại… Những con kiệt là đường liền đường, những con đường ngắn nhất để người đến với nhau, nhà đến với nhau. Kiệt Hội An thường chật, hai người cùng đi nếu không nhường nhau chắc chạm vào nhau, phải một người nép qua bên, nhường người kia đi, đã có những chuyện tình nên vợ nên chồng vì chộ nhau… trong kiệt Hội An!

Phải chăng những con kiệt kia cũng góp phần làm cho tình người kẻ ở, người đến thân thiện? Bởi kiệt Hội An nhiều lắm, con đường nào dù ngắn nhất cũng dăm ba con kiệt. Những con đường chính Phan Châu Trinh, Trần Phú, Bạch Đằng... có khi gặp cả trăm lần, vẫn cái gật đầu thôi cũng mỏi cổ bởi chào nhau, nở một nụ cười thân thiện, mà nụ cười Hội An trở thành biểu tượng "Ra ngõ gặp nụ cười, biết là người Hội An". Rứa mà người trong kiệt ăn ở với nhau cả đời không bao giờ to tiếng, gần gũi như trong một nhà, nếu to tiếng còn ai chịu nổi? Cho nên cứ đi trong ngõ nhỏ cho lành, có khi lại thấy nhẹ người, cho dù ngoài kia là những dãy phố ồn ào.

5.

Hai cuộc giao thoa văn hoá lớn trong lịch sử dân tộc Việt: Lần thứ nhất cách đây hơn 5 thế kỷ, khi nước Đại Việt tiến về phương Nam mở mang bờ cõi; lần thứ hai cách đây hơn hai thế kỷ, khi người phương Tây theo các thương thuyền và cả chiến thuyền đặt chân lên đây. Cả hai sự kiện lớn đó đều kéo theo sự tương tác văn hoá lớn lao và nền văn hóa Việt đã vượt qua thử thách đồng hoá để tự cải biến và tồn tại. Giờ đây, du khách xa gần tới Hội An, ngoài việc khám phá sự bình dị và chân thật trong tâm hồn người Hội An, sẽ dành nhiều thời gian để chiêm ngưỡng vẻ đẹp cổ kính và tĩnh lặng của kiến trúc cổ trên từng mái ngói rêu xanh, trên những nét chạm trổ tài hoa, tinh vi mà bay bướm trong những căn nhà gỗ xa xưa do chính các nghệ nhân làng mộc cổ Kim Bồng tại đây thực hiện.

Ngoài những giá trị văn hoá kiến trúc đa dạng, Hội An còn lưu giữ một nền tảng văn hoá phi vật thể khá đồ sộ. Cuộc sống thường nhật của cư dân với những phong tục tập quán, sinh hoạt tín ngưỡng, các hoạt động nghệ thuật dân gian, lễ hội văn hoá đang được bảo tồn và phát huy cùng với cảnh quan thiên nhiên thơ mộng, các làng nghề truyền thống, các món ăn đậm đặc chất liệu dân dã… làm cho Hội An trong tôi ngày càng trở thành điểm đến hấp dẫn du khách gần xa. Theo tài liệu thống kê, đến nay Hội An có 1.360 di tích, danh thắng. Riêng các di tích được phân thành 11 loại, gồm: 1.068 nhà cổ, 19 chùa, 43 miếu thờ thần linh, 23 đình, 38 nhà thờ tộc, 5 hội quán, 11 giếng nước cổ, một cây cầu - chùa Cầu, 44 ngôi mộ cổ. Trong khu vực đô thị cổ có hơn 1.100 di tích. Các kiến trúc vừa mang sắc thái nghệ thuật truyền thống Việt Nam, vừa thể hiện sự giao lưu hội nhập văn hoá với các nước phương Đông và phương Tây.

Hội An còn có một môi trường thiên nhiên thơ mộng và trong lành, yên ả và hữu tình với những làng nhỏ ngoại ô xinh xắn vây quanh, có nhiều nghề thủ công truyền thống được du khách càng ưa chuộng hơn, khi chất liệu công nghệ mới bền đẹp và đôi bàn tay người thợ Hội An càng tinh xảo. Kiến trúc nhà ở đây toàn bằng gỗ quý, trong nhà treo hoành phi, câu đối, cột nhà chạm trổ hoa văn rất cầu kỳ... Hội An là một bảo tàng sống, các khu phố cổ còn nguyên vẹn sau hàng trăm năm vật đổi sao dời, nên tại kỳ họp thứ 23 từ ngày 29/11 đến 4/12/1999 ở Marrakesh (Maroc). Tổ chức Văn hoá - Khoa học- Giáo dục Liên hiệp quốc (United Nations Educational Scientific and Cultural Organization - UNESCO) đã ghi tên Hội An vào danh mục các Di sản Văn hoá Thế giới. Người Hội An sống và cảm nhận mùa này đến mùa khác đi qua trên mái ngói, trên bức tường rêu bên hè hay trong các con kiệt...

Đặt biệt là mùa xuân hoa cỏ cười tươi, trong công viên, ngoài đường và vào tận từng ngôi nhà, tạo nên niềm vui tươi mới khởi đầu cho một năm. Mùa hè cây trơ cành khô và bạc màu oằn xuống trên các mái nhà nhưng các loài phượng đỏ, bằng lăng tím vẫn là những màu sắt chính làm nên không gian thắm màu. Khi ve gọi mùa inh ỏi không chỉ trong sân trường mà còn trên những con đường xuống cửa Đợi, dọc bờ sông Bạch Đằng, đường Hai Bà Trưng...

Mùa thu, cây cỏ và rong rêu lốm đốm nhuộm úa vàng trên các nóc nhà cổ nhưng trên những con đường không có cây ngô đồng như ở ngoài đảo Cù Lao Chàm để sắc thu thêm lãng mạn, cũng không có cây liễu rủ ven hồ, mặc dầu ở Hội An cũng lắm hồ vây quanh, nên mùa thu ở Hội An, nửa thời gian trước còn vương vấn hạ, nửa thời gian sau là bước chuyển cho mùa đông đến, để những đám rêu mọc lên xanh rì và những chiếc lá bàng bạc màu cuốn theo những cơn gió heo may lành lạnh… Con người và cỏ cây bốn mùa tìm về nơi đây để khơi gợi sắc màu, tự làm mới mình, góp một chút để Hội An thêm dịu dàng, tĩnh lặng và buồn buồn với cái lạnh sầu đông. Một nơi mà khái niệm mùa cũng riêng biệt, không giống nơi nào!

Các nhà nghiên cứu cho rằng kiến trúc cổ ở Hội An hầu hết được làm lại mới từ đầu thế kỷ XIX, mặc dù năm khởi dựng có thể xưa hơn rất nhiều, thể hiện rõ nhất ở khu phố cổ. Nằm trọn trong địa bàn của phường Minh An, Khu phố cổ có diện tích khoảng 2km², tập trung phần lớn các di tích nổi tiếng ở Hội An. Đường phố ở khu phố cổ ngắn và hẹp, có độ uốn lượn, chạy ngang dọc theo kiểu bàn cờ, nối nhau là những con kiệt nhỏ và sâu hun hút đi vào giữa phố hay ra tận bờ sông Hoài. Địa hình khu phố cổ có dạng như mái nhà, nghiêng dần từ trong ra ngoài bờ sông. Các công trình kiến trúc cổ được xây dựng hầu hết bằng vật liệu gạch, ngói truyền thống tại làng gốm cổ Thanh Hà, gỗ được lấy từ thượng nguồn sông Thu Bồn xuôi về, được các nghệ nhân làng mộc Kim Bồng, đẽo, gọt, chạm, trổ, khắc… tạo nên, các ngôi nhà không quá hai tầng nên không gian bên trên thoáng lộng, bên dưới mặt đất liên kết nhau cả dãy phố.

Chúng ta dễ nhận ra dấu vết thời gian trên những mái nhà lợp ngói âm dương phủ kín rêu phong và cây cỏ; những mảng tường xám mốc, xưa cũ mà một vài nơi đã bóc mặt, lòi ra những mảng gạch nâu sẫm; những hình dáng được chạm khắc ở cổng tam quan, trên bờ tường ngăn cách hay trên mái chùa về một con vật lạ, diễn tả một sự tích, một câu chuyện cổ... Những công trình kiến trúc, xây dựng có bàn tay của các nghệ nhân tài hoa về nghề mộc, nề, gốm sứ mà đa số là người Việt, sau đó người Hoa, người Nhật, người Chăm thể hiện. Mỗi công trình còn tồn tại cho đến hôm nay còn in dấu ấn văn hoá rất đa dạng và phong phú của nhiều dân tộc đã đến buôn bán, ở lại đây và xây dựng.

Qua các tài liệu nghiên cứu có được, Hội An trước đây là vùng đất Chămpa, từ rất xa xưa, đây là một xóm chài. Con sông Thu Bồn ngày ấy như một con trăn khổng lồ, cường tráng, nước đổ xuống từ đỉnh núi Ngok Linh cao ngất, tuôn ra biển Đông ở Cửa Đại sâu và rộng, chuyển tải phù sa vươn ra xa hơn đến cụm đảo Cù Lao Chàm chắn phía trước đón gió. Trong nhiều thế kỷ, Hội An đã từng là nơi gặp gỡ, giao lưu của nhiều nền văn hoá, văn minh khác nhau trên thế giới, đã hình thành nên một đặc tính biết chọn lọc để giữ lại cái tinh hoa nhưng cũng biết tiếp thu cái mới, tiếp biến và sáng tạo nên cái độc đáo, riêng biệt Hội An.

Ngoài những phong tục tập quán bản địa người Việt còn có thêm những tập tục của cộng đồng cư dân nước ngoài đến định cư như tục thờ thần đá, thờ Cá Ông của cư dân ven biển, tục thờ cúng đa thần, thờ các hiện tượng tự nhiên như mưa, gió, sấm, sét hay loài vật thiêng, cây cổ thụ,... Hội An cũng là nơi duy nhất ở nước ta từng có các cụm cư dân tự quản, mang các quốc tịch khác nhau. Như thời các chúa Nguyễn, có phố Nhật, phố Tàu,... sớm hơn Hong Kong và Macao đến vài thế kỷ. Văn hóa Hội An là sự Việt hóa, hoà vào nhau, thật tự nhiên các nền văn hóa mà các dân tộc khác đến cư ngụ mang lại. Hội An đã chủ động hội nhập và chắt lọc được các tinh hoa văn hóa của các dân tộc khác đến ở lại, buôn bán làm ăn và làm giàu kho tàng văn hóa Việt.

Một kiểu kiến trúc tiêu biểu ở Hội An là Hội quán Phước Kiến.

Sử Trung Hoa kể, vào thế kỷ XVII, năm 1649, ở Trung Quốc, nhà Thanh diệt nhà Minh, lập ra triều Mãn Thanh. Các tướng lĩnh triều Minh không thuần phục, nổi dậy phản Thanh phục Minh và đã bị thất bại. Nhiều người trong số họ đã đưa gia đình lên tàu vượt biển đến xuống vùng Đông Nam Á, trong đó có Hội An. Họ đã xin chúa Nguyễn cho phép ở lại Hội An, và thành lập ở đây làng Minh Hương, đó là những người đến từ 5 bang chính: Triều Châu, Quảng Đông, Phúc Kiến, Hải Nam, Haka hay còn gọi là Hẹ. Vì người Hoa cũng như người Việt, sống mang tính cộng đồng rất cao, đoàn kết cùng nhau buôn bán, tương trợ lẫn nhau khi hoạn nạn, mỗi bang đã lập nên một hội quán. Hội quán Phúc Kiến nổi tiếng bởi vẻ đẹp nguy nga, tráng lệ, uy nghiêm trong một không gian rộng lớn, kiến trúc đặc sắc kiểu Trung Hoa thể hiện sự linh thiêng.

Hội quán Phúc Kiến là nơi thờ Bà Thiên Hậu Thánh Mẫu và các vị thần bảo hộ về sông nước, tiền của, con cái, các vị tổ tiên, nơi họp đồng hương và giúp đỡ lẫn nhau của người Phúc Kiến, những người đến Hội An sớm nhất và đông nhất. Đây là công trình kiến trúc tiêu biểu tại Hội An được xây dựng vào năm 1697. Qua nhiều lần trùng tu, với sự đóng góp của Hoa kiều, hội quán Phúc Kiến càng trở nên hoành tráng, khang trang, góp phần tô điểm diện mạo kiến trúc đô thị cổ Hội An. Trước kia nó được xây dựng hoàn toàn bằng gỗ nhưng đến năm 1757, hội quán này được xây dựng lại bằng gạch và mái ngói âm dương. So với các hội quán khác như Quảng Đông, Triều Châu, Hải Nam… Phúc Kiến có không gian rộng và sâu nhất, lối kiến trúc xưa với kiểu "Nội công ngoại quốc", và bộ vì kèo tiền điện theo kiểu "Chồng rường giả thủ", cùng với nhiều bức chạm lộng, chạm nổi hoa lá, chim, thú rất sinh động. Hội quán được công nhận là di tích loại 1 vào ngày 19/3/1985.

Lối vào là cổng tam quan, một công trình không thể thiếu trong kiến trúc đình, chùa truyền thống. Công trình này được trùng tu vào năm 1975, toàn bộ công trình được khảm bằng sành sứ, phía trên được lợp ngói âm dương với mái cong vút. Ngói dương giống như hình cái ống tách đôi, một đầu có chuôi thu nhỏ để luồn vào bên trong viên ngói khác khi lợp, nên thường gọi là ngói ống, mặt hướng ra ngoài được phủ men xanh hoặc vàng. Viên dưới cùng dùng để khóa bộ mái, được đúc thêm một cái nắp hình tròn, thường được trang trí hoa văn chữ thọ tròn, theo lối triện, gọi là câu đầu. Ngói âm có hình chữ nhật uốn cong, trong lòng phủ men một mặt. Khi lợp lớp tráng men hướng lên phía trên, cứ hai viên ngói âm thì có một viên ngói dương phủ lên hoặc ngược lại, cứ hai viên ngói dương thì có một viên ngói âm phủ lên. Viên ngói âm dưới cùng của bộ mái có gắn với một cái yếm, thường trang trí mắt hổ phù, gọi là trích thủy, liên kết với hai viên ngói câu đầu, cùng có chức năng trang trí diềm mái và dùng để định hướng giọt nước mưa.

Nhìn các đầu đao, chúng được bài trí hình con rồng đang uốn lượn, đây là biểu tượng của uy quyền. Trên nóc có tích lưỡng long chầu bình hồ lô, bình này tích sinh khí của trời và đất để làm tăng sức mạnh cho con người. Nhìn lên ở giữa cổng tam quan là bốn chữ Hán màu đỏ "Hội quán Phúc Kiến". Còn 3 chữ trên là Kim Sơn Tự, vì trước kia Hội quán này còn có tên gọi là Kim Sơn tự. Hai vòng tròn hai bên là thờ ông Nhật và bà Nguyệt - tượng trưng cho trời và đất, là sự hài hòa âm dương trong vũ trụ. Có ba lối đi vào theo kiểu "nam tả, nữ hữu", ba lối đi còn có ý nghĩa là "Thiên, Địa, Nhân" cánh cửa ở giữa rất ít khi được mở ra, nó chỉ được mở vào những ngày lễ lớn, ma chay, cưới hỏi… Bởi vì theo quan niệm người xưa, nếu cổng chính giữa mở ra thì những khí xấu sẽ đi vào bên trong.

Phía trước là hòn non bộ với hình tượng cá chép hóa rồng hay còn gọi là cá chép vượt vũ môn. Người Trung Hoa có truyền thuyết về cá chép hóa rồng hay cá chép vượt vũ môn: có một năm trời hạn hán vì số rồng quá ít, không đủ làm mưa điều hòa khắp nơi, ông trời mới đặt ra một kỳ thi kén các vật lên làm rồng. Khi chiếu trời ban xuống, vua Thủy Tề loan báo cho các cư dân dưới nước tham gia vào cuộc thi. Cuộc thi có ba kỳ, mỗi kỳ vượt qua một đợt sóng. Con vật nào đủ sức, đủ tài vượt được cả ba đợt thì được hóa thành rồng. Trong một tháng trời, không con nào vượt được cả ba đợt sóng. Tôm nhảy qua được hai đợt, nên ruột, gan, vây, vẩy, râu, đuôi đã gần hóa thành rồng, nhưng đến lượt thứ ba thì đuối sức, ngã bổ xuống nên lưng còng lại. Đến lượt con cá chép vào thi thì gió thổi ào ào, mây kéo ầm trời. Cá chép vượt luôn một hồi qua ba đợt sóng và lọt vào cửa Vũ Môn. Cá chép đã hóa thành rồng phun nước làm mưa được, đưa sự sống đã hồi sinh. Nên ở Trung Quốc, cá chép thường xuất hiện ở các câu chúc tết như "Niên niên hữu dư" nghĩa là hy vọng năm nào cũng dư thừa ấm no. Cá chép còn là biểu tượng của sự kiên trì và bền chí.

Ở giữa là phiên bản Vạn Lý trường thành, phía bên kia là hình tích của bốn con vật thiêng long, lân, quy, phụng. Rồng là kiệt tác sáng tạo của con người, có lịch sử lâu đời ở phương Đông. Người ta tưởng tượng rồng với hình dạng kỳ lạ, đầu giống đầu đà, sừng giống sừng nai, cổ giống cổ rắn, bụng giống bụng con giao, mắt giống mắt thỏ, tai giống tai bò, chân giống chân cọp, móng giống móng chim ưng, vảy rồng giống vảy cá ly. Rồng là biểu tượng của uy quyền.

Con lân cũng là sản phẩm của trí tưởng tượng, nó có hình như con hươu nhưng lại lớn hơn, mình có vảy, đuôi giống đuôi trâu, chân giống chân ngựa, miệng rộng, mũi to, đầu có một cái sừng, lông trên lưng có năm màu, lông dưới bụng chỉ có màu vàng, tính rất hiền lành, không đạp lên cỏ tươi, không làm hại các sinh vật khác, nên được gọi là con thú có lòng nhân từ, nó biểu hiện cho sự may mắn. Con rùa tượng trưng cho sự tồn tại và bất diệt. Cuối cùng là hình con chim phượng, đây là linh vật được biểu hiện cho tầng lớp thượng lưu, Phượng thường có mỏ vẹt, chân chim, cổ ngắn. Người ta quan niệm bốn con vật này đều rất linh thiêng, khi có một trong bốn con xuất hiện thì nơi ấy ắt có điều lành xảy đến hoặc có thánh nhân ra đời.

Trước đây người ta xem một bức ảnh nhưng không hiểu hết ý nghĩa, chỉ thấy con mèo nhìn cái đuôi rắn thò ra từ một cái lỗ bé. Chú mèo cứ nghĩ đó là đuôi chuột, lấy chân vờn định kéo ra. Đây là một tác phẩm nổi tiếng của họa sỹ người Ý Marco Melgrati, dưới bức ảnh có chú thích: "Bạn sẽ không bao giờ biết được bạn đang chơi với ai, vì vậy xin hãy luôn tôn trọng mỗi người trong suốt cuộc đời bạn". Trong cuộc sống, những gì mà chúng ta nhìn thấy chỉ là một phần rất nhỏ, những gì chưa nhìn thấy như phần chìm của tảng băng trôi! Đôi khi chúng ta nghĩ không ai biết mình đang làm gì, nhưng kỳ thực họ đã nhìn thấu bạn là ai từ lâu rồi, nên bạn hãy cẩn trọng trong lời nói và việc làm, bởi chúng ta không biết điều gì xảy ra khi làm tổn thương họ. Hãy luôn làm đầy ngân hàng cảm xúc, dùng sự chân thành, hoà hiếu, yêu thương để đối đãi với nhau.

Cộng đồng người Hoa ở Hội An có tục thờ các vị thần bảo trợ con người như Thiên Hậu, Quan Công, Bảo Sinh Đại Đế, Quan Âm Bồ Tát... Ở đây thường xuyên tổ chức các kỳ lễ hội hay sinh hoạt văn hoá tín ngưỡng trong các ngày vía thần, như ba ngày tết, ngày 16 tháng Giêng âm lịch, tết Nguyên tiêu, tháng Ba âm lịch là tháng Thanh Minh lo chuyện mả mồ cho người thân trong dòng họ và gia đình, ngày mồng Năm tháng Năm tết Đoan Ngọ, tết Trung Thu vào ngày Rằm tháng Tám cho trẻ em, ngày Trùng Cửu nhằm vào mồng Chín tháng Chín âm lịch, ngày Rằm tháng Mười âm lịch là tết Hạ Nguyên. Những yếu tố về mặt xã hội cũng như văn hoá đa dạng này tạo nên nét riêng biệt và độc đáo cho cộng đồng cư dân Hội An.

Do những yếu tố đặc thù nên người Hội An vốn giàu truyền thống văn hoá lại sớm giao lưu với thế giới bên ngoài, không biết tự bao giờ đã hình thành một bản sắc văn hoá độc đáo riêng biệt, hòa hợp mà không hòa tan, giữ gìn, bảo tồn được bản sắc qua bao thế hệ cho đến ngày nay. Cuộc sống con người thiên về nội tâm, phảng phất nét trầm lắng nhưng không vô cảm, mà lại yêu mến thật lòng, thật dạ, dẫu cho là người xa xứ mới đến với tư cách họ là con người. Điều này là một vốn quý vô hình để thu hút du khách.

Phố cổ Hội An là một ngôi nhà mẹ, chứa những ngôi nhà con cổ kính đan xen nhau, đông đúc con cháu hiền hoà và gần gũi, hiếu khách và thân thiện. Đặc biệt là những phụ nữ Hội An dịu dàng, khéo tay và nhân hậu. Họ biết đối nhân, xử thế và nuôi dạy những đứa con bằng sự làm gương, lễ độ, ngoan ngoãn, hướng đến sự thiện lành, sáng tạo... Tất cả điều đó tạo nên một cộng đồng cư dân qua bao thế hệ nối tiếp nhau, tạo nên bản chất "nhân tình thuần hậu". Sống với nhau hoà thuận và bình dị, biết đặt chữ tín và niềm tin trong quan hệ. Người nước ngoài từng đến Hội An để buôn bán, lập nghiệp, lấy vợ, sinh con đẻ cái, sống và cả chết ở đây... mỗi dân tộc góp một phần công sức, một phần tâm hồn, cả linh hồn, cả máu xương âm thầm trong huyết quản để làm nên Hội An bây giờ.

6.

Những tấm bảng hiệu buôn ở Hội An đã chứa đựng nhiều giá trị văn hóa vật thể lẫn phi vật thể. Việc đặt tên bảng hiệu buôn cũng thể hiện lịch sử vùng đất mở Hội An. Bảng hiệu gắn liền với chủ nhân ngôi nhà, hàm chứa cả một đời sống sinh hoạt của nhiều thế hệ trong một gia đình, một dòng họ, từ tập quán đến quá trình hình thành một gia sản, trở thành một thương hiệu, rồi mới được trưng lên phía trước nhà. Gia đình gắn liền với sự hưng thịnh đô thị Hội An từ quá khứ đến hiện tại. Những bảng hiệu kinh doanh này có từ thế kỷ XVIII đến bây giờ vẫn còn gắn trước các ngôi nhà cổ, như những mảnh nhỏ sử ký, đóng góp vào lịch sử hình thành và phát triển Hội An.

Trong khu phố cổ, những bảng hiệu buôn cổ trước ngôi nhà, có đôi mắt cửa - tạo cho mỗi ngôi nhà cổ một dấu ấn riêng biệt. Những bảng hiệu rất đa dạng và trang trọng được treo lên để chứng tỏ thương hiệu nhà mình, gia tộc mình, dòng họ nhà mình, nên cứ ngời ngời ra khắp phố. Các đường phố chính có rất nhiều bảng hiệu, gắn liền với tên các hiệu buôn mà phần nhiều là người Việt và người Hoa. Có tới cả trăm bảng hiệu buôn tồn tại từ 50 năm đến 200 năm và xa hơn. Nhiều tên hiệu buôn đến giờ vẫn còn được nhiều người nhắc đến, vốn nổi tiếng một thời xa xưa như hiệu buôn La Thiên Thái, Đức Hưng, Xán Thạnh, Vạn Bửu, Tấn Ký, Tường Lan, Chấn Nam Hưng, Thuận An đường, Quân Thắng Sạn, Phi Anh, Phi Yến, Triều Phát, Hòa Xuân đường, Thái Vĩnh Xương, Nam Phát, Cẩm Thạch, hiệu ảnh Huỳnh Sau, hiệu ảnh Vĩnh Tân, nhà sách Trùng Dương, nhà sách Nhất Tiếu...

Bảng hiệu Quân Thắng Sạn bằng tiếng Hoa, treo trước cửa ra vào vốn đã tồn tại hơn 200 năm được chủ nhà giữ gìn như một dấu tích của nếp nhà, hồn cốt tổ tiên, truyền thống ông cha được lưu truyền cho con cháu. Ngày nay nhìn vào mới hiểu về nguồn gốc của ngôi nhà và tìm về ngày xưa. Đây là một công trình kiến trúc độc đáo trong di sản Hội An, tiêu biểu cho lối kiến trúc vùng Hoa Hạ - Trung Hoa. Chủ nhân hiện tại là ông Diệp Bảo Hùng, thuộc thế hệ thứ bảy, chắt ngoại của một thuyền trưởng người Hoa tên là Thái Kế Trinh, chuyên buôn thuốc Bắc từ Trung Hoa sang các nước châu Á.

Khi tìm hiểu các chủ nhà có bảng hiệu, ta mới biết kích thước bảng hiệu không phải ai thích kiểu chi là làm theo kiểu nớ, mà phải chọn kích thước phù hợp với cung mạng chủ nhà, nằm trong cung tốt trên thước Lỗ Ban như các cung tấn tài, trường mạng, đăng khoa,... Các tên bảng hiệu buôn cũng mang theo những ý nghĩa tốt lành, kết hợp giữa tên chủ nhân với tên chữ, thể hiện sự mong cầu gia chủ Phúc, Lộc, Thọ; sự nghiệp hưng thịnh, phát đạt dài lâu. Nên có hàng trăm bảng hiệu buôn mà mỗi bảng hiệu mỗi khác, không chỉ kích cỡ mà còn màu sắc và cách trang trí...

Nhiều bảng hiệu chủ nhân đã nghỉ kinh doanh từ lâu mà bảng vẫn còn treo như bảng hiệu Minh Đức ở nhà số 120, đường Nguyễn Thái Học vẫn giữ nguyên từ thời Pháp thuộc đến nay. Lại có nhiều tên hiệu đặt theo tên Hội An kết hợp với tên chữ riêng như Hòa An đường, Bảo An Long, An Thái... vì người Hoa các bang Phúc Kiến, Triều Châu, Gia Ứng, Hải Nam, Quảng Đông ở Hội An thể hiện ý nguyện muốn an cư lập nghiệp ở vùng đất này và cầu mong mọi việc phát triển, thịnh vượng.

Thường là cuối năm, chủ nhà có các bảng hiệu buôn được lau sạch cứ như là rửa mặt người, như đối với tượng, ảnh thờ, họ trân trọng dùng khăn thấm rượu hay khăn sạch, chứ không dùng chổi quét hay phủi lớp bụi một cách đại khái và ít thấy nhà nào sơn phết lại. Họ trang trí hoa vải đỏ, bên dưới dán tờ chúc xuân với nội dung mong cầu gia đình hạnh phúc - cát tường - như ý - mọi điều tốt đẹp! Hai bên cửa thường dán câu đối xuân mang ý nghĩa cầu chúc buôn bán phát đạt, chúc mừng năm mới.

Nghi thức treo một bảng hiệu cũng cầu kỳ, chủ nhân thực hiện đủ các lễ nghi như xem ngày, giờ và chọn cả người chủ tế. Lễ vật bao giờ cũng có hương, hoa, quả, phẩm: trầu, cau, rượu, xôi, gà, thịt, vàng bạc, hương trầm và tờ khai trương hồng phát. Hiệu buôn người Hoa có thêm tô mì ống và miếng giấy đỏ đặt trên con gà và đĩa xôi nhằm hướng đến sự trường tồn và may mắn. Khi cúng khai trương có người mua hàng thì tiền bán hàng sẽ được cất cẩn thận để dành năm sau mới được tiêu dùng. Các hiệu thuốc Bắc, ngày khai trương bán được cam thảo, họ quan niệm sẽ mua may bán đắt, hàng ngày tuyệt đối không được phá cốt giã và bàn tán thuốc Bắc (chày, cối). Nếu tiệm thuốc nào chuyển nghề thì cốt giã và bàn tán vẫn giữ lại, vì nó mang ý nghĩa phồn vinh nên rất được quý trọng. Khi nhà thuốc bắc Thuận An đường nghỉ làm, họ đã gửi cốt giã và bàn tán về bản quán Trung Hoa.

Từ xưa đến nay, buôn bán là nghề chủ yếu ở Hội An, nên chủ hiệu buôn rất coi trọng bảng hiệu. Bảng hiệu chính luôn được giữ nguyên vị trí ban đầu đã đặt, đây là nơi đặt theo hướng nhà ở vị trí trang trọng, trung tâm sự chú ý của khách hàng. Mỗi hiệu buôn thường có từ 2 đến 4 bảng hiệu, một treo giữa căn giữa xoay theo hướng nhà, một bảng ở gian tiếp khách xoay vào bàn thờ, còn lại treo ngoài hiên hoặc hai bên cửa hiệu. Khi chuyển đổi nghề, bảng hiệu vẫn luôn được giữ nguyên khi chủ hiệu chết, người ta cũng bịt băng tang bảng hiệu, thể hiện sự tôn kính truyền thống.

Quản lý, bảo tồn các di sản tại Hội An, trong đó quản lý và bảo tồn các bảng hiệu, nhất là các bảng hiệu cổ, để giới thiệu một cách hệ thống văn hoá từ sự hình thành các bảng hiệu, gắn các thương hiệu nổi tiếng hàng thế kỷ ở Hội An với quá trình phát triển một thương cảng từ xa xưa rất độc đáo này đến du khách, như một sản phẩm văn hoá du lịch.

7.

Sự phong phú, đa dạng về tâm hồn giàu bản sắc văn hoá của người Hội An còn được biểu hiện ở các món ăn truyền thống như cao lầu, hoành thánh, bánh tổ, bánh ít gai, bánh bao, bánh vạc, bánh in, bánh tào xá... được bảo tồn để thực khách bốn phương thưởng thức. Có những món ăn mọi người đều biết, khi thấy một ông cụ đầu đội chiếc nón rộng vành ngồi múc từng chén xíu mà bán cho người dân và du khách. Ông già Ngô Thiểu đã gắn cả đời mình với món xíu mà ở Hội An, giờ đây đã trở thành thương hiệu "Xíu mà Ngô Thiểu". Về đêm khi mọi người đã ngơi đi dạo, tiếng guốc vẫn gõ đều trên đường phố, xen lẫn tiếng rao đêm như gõ vào tâm thức mọi người cũng là đặc trưng làm nên hồn phố.

Dẫu cuộc sống có đổi thay theo thời gian nhưng người Hội An không đánh mất nền tảng văn hóa, văn chương, nghệ thuật mà còn bồi đắp, làm giàu thêm kho tàng văn học - nghệ thuật bằng chính sự sáng tạo của những con người được sinh ra và lớn lên ở đây. Phải chăng chính môi trường sống với kiến trúc nhiều chùa, nhiều đình, nhiều miếu nên trong cảm thức dân gian tiên, phật, thần, thánh, ma quỷ đang sống chung với con người trong một thế giới lẫn lộn hư thực, tràn trề hiện tại nhưng cũng sâu đậm quá khứ huyền ảo, đã góp phần làm cho người Hội An có nhiều nghệ sĩ, nghệ nhân và tài tử...

Những làn điệu dân ca, những điệu hò, điệu ví quen thuộc trong những buổi sinh hoạt, lễ hội văn hoá từ ngàn xưa đều được trân trọng giữ gìn... Nó đã ngấm vào máu thịt con người, đang lặng lẽ tồn tại để con người hoài niệm về quá khứ. Đặc biệt, khu phố cổ mang một vẻ lãng mạn, sâu lắng và bình yên dưới ánh đèn lồng huyền ảo mỗi đêm mười Bốn âm lịch hàng tháng. Xưa kia, nếu như người Việt quen dùng đĩa đèn dầu lạc, thì người Nhật Bản và Trung Hoa đã đưa tới Hội An thói quen thắp đèn cầy đặt vào lồng đèn.

Vào mỗi đêm mười Bốn âm lịch, mọi sinh hoạt Hội An bình yên này được quay trở về với tập quán của hơn 300 năm trước, và khu phố cổ nằm trong giới hạn của bốn con đường Trần Phú, Nguyễn Thái Học, Lê Lợi, Bạch Đằng đều tắt đèn và treo trước hiên nhà những cái đèn lồng với ánh sáng huyền ảo. Người ta đã thay thế đèn cầy bằng những bóng điện thông thường, nhưng nhờ lồng đèn bao bên ngoài nên ánh sáng mờ dịu và phảng phất dấu ấn thời gian xưa cũ. Những chiếc lồng đèn tròn, lồng đèn lục lăng... theo phong cách Trung Hoa treo dưới mái hiên và hai bên cửa ra vào, lồng đèn quả trám to nhỏ hoặc ống dài kiểu Nhật Bản phất giấy trắng, lơ lửng dọc theo hàng cột đèn trụ vuông.

Tất cả đã tạo lên một thế giới lung linh, huyền ảo. Trong đêm người ta thả hoa đăng xuống sông Hoài, lúc đó, người dân phố cổ đã ngừng sử dụng các thiết bị điện trong nhà và đèn điện đường làm du khách nhiều nơi đổ về rất thích thú nhưng để gìn giữ môi trường, thay vì thả hoa đăng sẽ xả rác nhựa xuống dòng sông, Hội An nên thay thế bằng hình thức khác.

Những đêm trăng sáng, phố cổ lung linh, huyền diệu, thổi vào lòng người đi qua phố cảm giác miên man đất trời hàng thế kỷ trước. Trong ngôi nhà cổ rêu phong, bóng người phụ nữ áo dài cổ đang cặm cụi làm việc, dưới ánh đèn lồng được tạo thành từ chiếc nơm cá giản dị. Bên vỉa hè, hai người già râu tóc bạc phơ đang chìm đắm vào suy nghĩ với ván cờ tướng, nơi khác các cụ đang chơi nhạc cổ điển dưới ánh sáng lung linh của ngọn nến… Dường như con người đang được sống với dĩ vãng, quên đi những phiền toái trong cuộc sống đời thường đang diễn ra.

Trên phố có các cửa hàng bầy bán các loại đèn lồng, tập trung nhất là chỗ chợ đêm, bên kia sông Hoài. Tuỳ theo chất liệu và màu sắc vải bọc bên ngoài mà ngọn đèn cho những ánh sáng có màu khác nhau. Có thể là màu đỏ may mắn, màu vàng vui tươi, mầu gấm huyết kiêu sa hay sắc xanh lạnh lẽo. Nhưng làm sao có thể so sánh được với những chiếc đèn lồng có tuổi hàng thế kỷ, đang được các gia đình sinh sống lâu đời ở đây gìn giữ và chưng ra trong đêm hội. Những khung ngọn đèn này được chế tác từ gỗ quý, chạm trổ cầu kỳ và trên mỗi tấm kính là một tác phẩm hội họa tinh tế, về các tích truyện cổ nổi tiếng được nghệ nhân xưa vẽ trên kính, sinh động và hoàn hảo như một bức tranh. Loại đèn kéo quân tự quay mỗi khi ngọn nến bên trong toả sáng, cảnh mây trắng, trời xanh, nước biếc sẽ liên tục quay tròn, các hình ảnh trên mặt kính đuổi bắt nhau, hắt ra một bên ngoài như kể về một câu chuyện cổ tích.

Khung cảnh và ánh sáng kỳ ảo trong khu phố cổ quyện với giọng ca bài chòi, hò khoan, hò giã gạo… vẳng lên từ con thuyền rồng dưới bến sông, dưới mái hiên, bên dòng sông Hoài nơi đầu phố gần chùa Cầu… tạo ra sức cuốn hút kỳ lạ đối với du khách. Không quá trang nghiêm như cố đô Huế, không quá sôi động và đông người như lễ hội pháo hoa Đà Nẵng, nét cổ truyền nơi đây mang một vẻ thuần khiết, thu hút những tâm hồn lãng mạn, khi nghĩ về những ngày xa xưa. Ai đã từng đặt chân đến Hội An một lần, trong lòng muốn quay lại để khám phá bao điều còn bí ẩn.

Huỳnh Viết Tư

NGUYỄN THÁI DƯƠNG
CÒN MỘT CHÚT TRĂNG TÀN

Thôi đi những rằm xưa
Trăng vành vạnh trong mắt người thực dụng
Ai nuốt chửng hồn ai đêm nguyệt mộng
Đến kinh hoàng một chú cuội ngây thơ

Thôi đi những rằm xưa
Hò hẹn
Ai cướp đời ai khiến vầng trăng hào hển
Hơi thở cuối cùng tia mắt chứng nhân

Sau mười năm
Ảnh lưu lãng đứng dưới tàn cây đợi
Người khách chót của đêm hoang tăm tối
Hai chút hồn sót lại sững nhìn nhau...

Rằm xưa đâu?
Chỉ có ngọn đèn thủy ngân cao áp
Cô gái thẫn thờ ôm mặt khóc
Người đàn ông kịp rút lại tiền đưa

Đưa nhau về thoáng hiện những rằm xưa
Thôi đi, đừng nhắc
Còn một chút trăng tàn khuya khoắt
Họ thắp lòng nhau cho đến muôn sau...

TRẦN VẠN GIÃ
NGƯƠI VỀ

Đời đời muối mặn gừng cay
Nên thương ngọn gió heo may chiều chiều
Một mình nhìn bóng nắng xiêu
Chưa nghiêng đừng ngã những điều ước mơ

Chiều ơi đã ngún câu thơ
Con chim bói cá bên bờ kêu sương
Làng xa. Xa tít con đường
Đi trong chìm nổi mà thương cả chiều

Hiu hiu trong gió hiu hiu
Thơm mùi khoai nướng trong chiều về quê
Dáng tình cỏ mượt bờ đê
Ngược xuôi rồi cũng nhớ quê của mình

Rêu phong vẫn bám mái đình
Rêu phong vẫn bám chuyện tình xa xăm
Sông xưa vẫn đợi trăng rằm
Phù sa vẫn bám cát lầm nuôi sông

Tình cờ rau muống trổ bông
Lên bờ níu những chờ mong người về.

TRẦN HOÀNG VY
BỐN MẶT BUỒN

Tay chạm đá, nỗi đau vào thân phận
Bayon bốn mặt buồn
Làm sao gửi vào bốn phía?
Mây ngày buông…

Trời cứ xanh,
Cứ nắng, cứ gió
Hạt mưa ngày chạm
Đá long lanh!

Nụ cười môi dấu rêu
Thời gian hạt bụi,
Ngàn năm bóng ngã
Phận người hắt hiu?

Trượt vào vương triều ánh sáng
Đá vỡ rạn,
Tạc dáng người
Nụ cười
Phiêu bay.

Bốn mặt, nét môi nếm đủ vị buồn
Một ngày sương,
Một ngày nắng,
Mấy ngày mưa vương?
Nỗi buồn cô đặc hóa đá

Tôi gặp em ngày nước mắt
Môi mặn buồn trong nắng hanh khô…

NGUYỄN THANH CHÂU
NHƯ CƠN MƯA ĐẦU MÙA

vườn ta trĩu cây đời
thắm ngọt. bùi. chua. chát
tàng cao xâm bóng mát
ấp ủ mầm tinh khôi
tiếng chim lắng bồi hồi
cơn mưa về dào dạt

mưa. mùa sung mẩy hạt
mưa em chứa chan tình
giọt. giọt trắng lung linh
xóa đi trời oan khổ
mười năm. niềm hạnh ngộ
đời còn như giấc mơ

người về theo tiếng thơ
sắt se nghìn thu trước
rờ rỡ trang sách ước
mở lượng đời bao dung
đem ráo riết tin mừng
cơn mưa đầu mùa tới…

TRẦN DZẠ LỮ
CHIẾC KHĂN THÊU

Ba mươi năm rồi, chiếc khăn vẫn còn nguyên
Anh cất giữ một mối tình rất lạ
Chiếc khăn của tấm lòng đon đả
Em thêu bằng lửa của trái tim…

Quanh chữ Yêu là họ và tên
Của hai đứa ngày xưa dấu ái
Thời nhiễu nhương làm sao anh dám nói
Chuyện vợ chồng? Em có hiểu không em?

Khi đi xa, anh mới biết mình thèm
Đôi bàn tay và tấm lòng như thế
Nhận lá thư và chiếc khăn màu tím Huế
Anh nhói lòng lúc lạc nẻo Trúc Giang…

Giữa cuộc gian nan, chiếc khăn ấy là vàng
Anh hôn lên bằng trăm ngàn thương nhớ
Nơi cô quạnh có tình em nâng đỡ
Cứ bay lên, tưởng chạm thấu thiên đàng!

Vậy mà đời đẩy đưa hướng khác
Anh không về thắp nổi cõi bình yên
Ba mươi năm một vầng trăng thất lạc
Em lấy chồng, anh hóa gã du miên…

Ba mươi năm màu tím ấy còn nguyên
Anh sửng sốt về em - người rất Huế
Ba mươi năm sao mình không thể
Gặp lại nhau, dù một khoảnh khắc buồn?

Ôi chiếc khăn chính là ngôi sao hôm
Nhấp nháy gọi anh về nơi khung trời kỷ niệm
Tên hai đứa giờ đây thị hiện
Lại nghìn trùng riêng một bóng hình em…

TRẦN THOẠI NGUYÊN
ĐỜI NGƯỜI NHƯ CHIẾC LÁ

Đời người như chiếc lá
Ngày xanh tươi trên cành
Chim chóc về vui quá
Có em và có anh...

Gió ru cành lá hát
Lấp lánh bầu trời xanh
Giấc trưa hè bóng mát
Ru ai khách lữ hành.

Mùa thu cây rớm máu
Lá vặn gân trên cành
Lá vàng thu yêu dấu
Đẹp hồn đời mong manh!

Đời người như chiếc lá
Mong manh đến vô cùng
Em ơi! Sao kẻ lạ
Sao cứ mãi người dưng!

Tuyết sương đông băng giá
Liệm chôn lá lìa cành
Nằm trong lòng đất lạ
Lá hóa kiếp tái sanh!

Đời người như chiếc lá
Sự sống reo trên cành
Tình yêu là phép lạ
Chiếc lá đời mãi xanh!

HOÀNG LINH (Đỗ Hồng Linh)
THOÁNG EM XƯA

Chiều lập Đông tôi trở lại Cần Thơ
Phố đã khác bởi thời gian trôi xa quá
Kỷ niệm cũ cũng như đời lá
Đã bao lần úa - héo - rụng - xanh tươi

Chẳng tìm đâu ra môi miệng em cười
Sóng mắt biếc đắm lòng tôi thuở ấy
Khi em trao tôi nụ hôn đầu rất vội
Rồi bàng hoàng ngây ngất suốt tuổi đôi mươi...

Bốn lăm năm đã quá nửa vòng đời
Tôi vẫn thế - vẫn "tâm hồn phóng đãng"
Vẫn thích làm thơ giữa hiu hắt phận người
Và bi lụy trong dòng sông Tự Ngã

Em tiên đoán tôi sẽ sa địa ngục
Địa ngục tâm tư hành hạ kẻ đa tình
Lời linh ứng - lạ thay thành sự thực!
Tôi tự đọa đày như một nghi thức tâm linh

Tôi hiến tế mình cho cảm xúc thăng hoa
Mong tan biến như một làn hương khói
Nhưng cái đạt được chỉ là Chìm và Nổi
Sự thăng hoa sao vẫn mãi... dật dờ!

Chiều trở lạnh ngọn gió mùa Đông Bắc
Tôi ngồi đây nghe sóng vỗ hồn thơ...

NGUYỆT QUẾ

HÃY YÊU

Van xin tất cả hãy yêu
Yêu từ linh thức trải đều thế gian
Đừng vị kỷ đừng hoang mang
Mà chôn vùi cả địa đàng ước mơ

Thôi thì ta cứ làm thơ
Xóa tan mộng huyễn vực ngờ lẫn nhau
Quên đi tất cả nỗi đau
Nhân duyên tác hợp kiếp sau đợi chờ

Để rồi ngộ đến không lời
Dang tay tất cả xin mời cùng yêu!

MỸ LINH
SAU CƠN MƯA

Sau cơn mưa trời bừng tia nắng ấm
Bầu trời trong như sống lại tuổi xanh
Gió nhè nhẹ mơn man làn tóc rối
Thấy nụ ước mơ bung nở trên cành

Từ đây dù sóng gió hay mưa nắng
Tâm kia quyết giữ niềm tin cuộc đời
Mai này có sao dời hay vật đổi
Vẫn lòng vui thanh thản cuộc rong chơi

Tình này ta khắc cốt ghi tâm khảm
Gắng níu ngược thời gian thách xuân thì
Mong đời đừng để tim côi tẻ lạnh
Còn những ngày mạnh mẽ bước chân đi...

BÌNH ĐỊA MỘC
NÓI VỚI THINH KHÔNG

Hay là chiều ở em đi
Giống như xưa rất xưa khi lấy chồng
Cũng con đò với dòng sông
Rứa mà đợi cả ngày không ơi à!

Bàn tay vẫy giữa mù sa
Phía bên kia bước xuân xa lần lần

Hay là nhỏ nữa chuông ngân
Cái đồi thông gió chẳng cần du dương
Con chim sẻ nóc giáo đường
Giấu cộng rơm bởi vô thường vàng phai

Cành khô quấn sợi nắng dài
Giữ hơi ấm để dành vài bữa đông

Hay là chiều cứ nói không
Dưới giàn mướp có chú ong thất tình
Bay trong nhứt nhựt vô hình
Nhìn con bướm trắng một mình rong chơi

Khép đôi cánh mỏng rã rời
Giữa thanh thiên nhắm mắt phơi nõn nà.

HÙNG NGUYỄN

NGHIÊNG...

Nghiêng nghiêng ta đi, con đường hóa dốc
Cây vàng khô,
Nhánh gãy đậu khoe dòn
Mùa Đông lê thê,
Tuyết tan tuyết khóc
Mai Hạ kéo về e nụ héo hon?

Nghiêng nghiêng em đi, buổi chiều hóa võng
Mặt trời vênh,
Tia nắng níu hoàng hôn
Mùa Xuân lở dỡ,
Ngực đầy ngực trống
Mai anh tìm về e cạn sắt son?

Nghiêng nghiêng ngày đi, một ngày hóa lệch
Mưa ngập ngừng,
Trăng vội vã thanh tân
Qua mùa thiên di,
Rũ đời mỏi mệt
Mai chim kéo về e lá chửa xanh?

Nghiêng nghiêng tình đi, đôi mình hóa ngã
Vai em gầy,
Tóc xõa kín yêu thương
Thị trấn hai miền,
Chừng xa chừng lạ
Mai dắt nhau về e nguội sắc hương?

LÂM BĂNG PHƯƠNG
SƯƠNG MAI

Đêm tàn
Qua hết một ngày
Ung dung dạo bước
Sương mai hãy còn.
Nắng vàng
Nắng đổ bóng vương
Đóa hoa hồng
Đọng
Giọt sương trong lành.

Hương yêu
Giống giọt sương tan
Người đi để lại
Ngỡ ngàng riêng tôi.
Độc hành
Chỉ một mình thôi
Mới hay
Mới hiểu
Lẻ loi nỗi buồn.

Hoa thơm
Ong bướm chẳng vờn
Đỏ, hồng rực rỡ
Khói sương loang màu
Em giờ nhẹ bước
Qua cầu
Tôi như chợt tỉnh
Tình sầu thiên thu.

26/07/2020

HOÀI HUYỀN THANH
CÓ MỘT THỜI NHƯ THẾ!

Có một thời như thế!
Gần mà như xa xôi
Nhìn nhau qua màn ảnh
Mắt ướt mờ đẫm lệ
Nhớ cũng đành vậy thôi!

Có một thời như thế!
Con đưa tay mừng rỡ
Mẹ quay mặt khóc thầm
kính chắn tình mẫu tử
Covid cắt tình thâm

Có một thời như thế!
Cha thoi thóp mong con
Buông tay chờ vuốt mắt
Áo trắng buồn lặng lẽ
Thương cho cảnh mất còn

Có một thời như thế!
Anh băng rừng lội suối
Giữ yên bình biên cương
Chị trực chiến bệnh viện
Tình thương nối tình thương

Có một thời như thế!
Alô là đi ngay
Dù anh là doanh nghiệp
Dù chị là công nhân
Bàn tay nắm bàn tay

Có một thời như thế!
Cả nước ta một lòng
Toàn dân là chiến sĩ
Diệt dịch như diệt giặc
Yên vị - thế tiến công.

DẠ YÊN

THU CHIỀU NẮNG NHẠT CÒN SAY...

Ừ thôi nhé... thu về rồi đó...
Chút tình thu ngã gió lá rơi
Giơ tay níu nắng trôi rồi
Dốc sầu thu để cho đời đắng cay

Chiều góc phố thu say man mác
Níu hoàng hôn bàng bạc nhớ nhung
Lá rơi... rơi lá sau cùng
Tìm hoài không thấy tình chung lạc loài

Khắc khoải giấu bồi hồi xao xuyến
Nhặt úa tàn đưa tiễn thu sang
Mặc nhiên chấp nhận cưu mang
Xuân qua hạ đến ngang tàng vết chim

Tay che mặt lặng im chấp nhận
Rớt chút buồn lận đận tuổi thơ
Thu này thì cũng bơ vơ
Để cho người viết bài thơ thật buồn

Đêm gặm nhắm sầu tuôn vô tội
Yêu thương chồng chất nỗi không tên
Canh sầu giục giã buồn tênh
Tay đan tóc rối bồng bềnh dung nhan

Này môi mắt vô vàn thầm tủi
Xếp chút nhăn rượt đuổi thời gian
Lối buồn bao nẻo gian nan
Má hồng đã nhạt khô làn môi xinh

Còn trang điểm chờ tình thu trải
Câu yêu còn hoang hoải men cay
Đong đưa cơn gió chiều nay
Tìm cơn nắng nhạt mới hay trời chiều.

LƯU LÃNG KHÁCH
NAY EM KHÔNG VỀ

Nay không em về qua cổng đền xưa
Thấy mái đao cong cười đau bóng núi
Nghe cột đá thề nói lời huyền thoại
Làng Cổ Tích ơi! Còn nhớ chăng người

Nay không em về thăm lại đền xưa
Chẳng phải tháng ba mồng mười trẩy hội
Anh xuống đền Trung một mình một lối
Chiều Hy Cương đền Giếng mơ màng

Nay không em về Nghĩa Lĩnh buồn tênh
Nao gió sông Lô than trầm Bạch Hạc
Tam Đảo bâng khuâng Ba Vì ngơ ngác
Sóng nào dâng lạnh buốt tâm hồn

Nay không em về Đền như vắng khói
Đôi khóm mây hoang đưa chiều vào tối
Ngỡ bóng Lang Liêu đang ngồi tư lự
Đền Hùng ơi! Giỗ nước con về.

Hy Cương, cuối Giêng 2002.

TRẦN THI

TẢN MẠN THU

Giọt nắng nào phai rụng bên thềm
Mong manh khói ửng gợi niềm riêng
Heo may gió đã về bên đó
Có chiếc lá vàng rớt thật êm.

Một chiều nắng nhạt làm ta nhớ
Chạnh lòng hoài niệm hạ vừa sang
Nghe như trong gió lời phượng hát
Tiễn một mùa đi sắc úa tàn.

Bước chân ngày ấy như trốn chạy
Mây giăng trời thấp thấy gần hơn
Một thời ta ngắm mưa mơ ước
Mưa giữ chân người. Xin làm ơn.

Tiễn một miền yêu vào cổ tích
Bao mùa nhìn lại lá vàng bay
Chợt đến rồi đi em có biết
Từ tâm thôi cũng phải chia tay.

Tản mạn vào thu khắp nẻo đường
Trải lòng mùa mới nắng vàng ươm
Mưa nắng một thời ai còn nhớ
Cây đời xin mãi ngát hương thơm.

(Cần Thơ)

NGUYỄN TRUNG NGUYÊN

QUA SÔNG ĐỒNG NAI

Thi sĩ qua sông chiều mưa rớt
Gió tạt ngang đầu thấp thoáng xa
Sông đỏ phù sa như sông Dịch!?
Một mình mơ đội lốt Kinh Kha.

Một mình mơ giai nhân đưa tiễn
Tay ngọc lầu son chén rượu tàn
Thái tử Đan xem chừng mệt mỏi
Thi sĩ chẳng ca bất phục hoàn!

Thi sĩ không quen xài gươm giáo
Chẳng giết được ai ngoài chính mình
Hôn quân vô đạo nhìn quanh quẩn
Mắt tục người phàm cũng hiển linh.

Thôi thì cứ thử vào rừng ở
Vượn hú, chim kêu khúc nhạc buồn
Dăm ba con vắt đa tình cắn
Giọt máu chia lìa sao dửng dưng.

Đồng Nai không phải là sông Dịch
Thi sĩ cũng không phải anh hùng
Qua sông nước cuốn. Hề! Nước cuốn
Trôi dạt nỗi buồn đi tứ phương.

(Cần Thơ)

NGUYỄN AN BÌNH

RỒNG ĐÁ THÀNH NHÀ HỒ

Ánh trăng hạ huyền đã lên cao từ lâu và đang chếch về phía tây như một cái móc câu vàng vạch treo trên vòm trời tháng Tám, mùa thu với tiếng gió thổi vi vu nhè nhẹ xen lẫn với tiếng rên rỉ của côn trùng càng làm cho không gian chìm đắm trong thê lương tĩnh mịch. Đêm đã về khuya, trời càng thêm lạnh, ngọn gió phất phơ lay động những tấm rèm nhung treo trên lầu vọng nguyệt, ngọn đèn trong phòng hắt dáng một bóng một người đang đứng yên hình gần như bất động. Hồ Quý Ly đứng yên như thế đã lâu, nhiều đêm ông vẫn đứng lặng im như pho tượng, thao thức không ngủ được, tâm trạng rối bời trước tình thế của đất nước. Ông nhìn vào đêm đen, trầm tư. Tin tức cấp báo từ phương bắc qua những hỏa hiệu được bắn lên từ các phong hỏa đài đặt từ biên cương Cao Bằng, Lạng Sơn kéo dài đến thành Tây Đô cho thấy tình hình chiến sự đã cấp bách lắm rồi. Các thám mã cũng lần lượt phi nhanh báo tin về sự chuyển động của quân địch. Kẻ thù phương Bắc đã bộc lộ ý đồ xâm lược rõ rệt, đã chuyển quân sát tận biên giới với danh nghĩa phù Trần diệt Hồ thế mạnh như nước vỡ bờ.

Thật ra Hồ Quý Ly cũng dự đoán trước diễn biến tình hình sự việc nhưng không ngờ chiến sự lại diễn ra nhanh như thế. Những đề xuất cải cách mạnh mẽ của ông về chính trị, quân sự thường bị quan lại cựu triều dèm pha phản đối, chính vì thế nhiều lần những đề xuất cải cách ấy không thực hiện được. Biên cương phía nam thì Chiêm Thành dưới sự chỉ huy của Chế Bồng nga nhiều lần đánh tới Thanh

Hóa, thậm chí đem quân ra tới Thăng Long để quấy nhiễu, cướp nhiều tài vật làm cho cuộc sống của người dân bao lần khốn đốn, phương bắc thì triều Minh chờ cơ hội nước ta suy yếu để xâm lược. Là người có tầm nhìn xa trông rộng ông thấy rõ được điều đó nên càng nung nấu quyết tâm thực hiện hành động cải cách của mình.

Chính vì thế ông đã hối thúc vua Trần Thuận Tông dời đô về Tây Đô để khi có biến dễ bề chống đỡ, tránh áp lực nặng nề của giặc khi đánh vào Thăng Long nhưng cũng đồng thời mưu tính một kế sách lâu dài: nếu triều Trần không còn phù hợp nữa thì phải thay thế đi để xây dựng một vương triều hùng mạnh khác mới có thể chống đỡ thế lưỡng đầu thọ địch được. Kế sách dời đô của ông lần nầy cũng vấp phải phản ứng dữ dội của bọn quan lại triều Trần nhưng thế lực của ông lúc nầy đã đủ mạnh để xoay chuyển tình hình. Thế là một cuộc thanh trừng đẫm máu xảy ra, những người không theo ý hướng của ông đều nhận lấy những hậu quả khủng khiếp: kẻ thì chết người bị tù đày, gia sản bị tịch biên. Ngay cả các quan chỉ vì can gián Hồ Quý Ly không nên dời đô gây xáo trộn tình hình mà nên ở lại Thăng Long, nơi có núi cao, sông sâu án ngữ. Họ còn cho rằng "Cốt ở đức, không cốt ở hiểm" nhưng Hồ Quý Ly gạt ngang: "Ý ta đã quyết, không được can gián nữa nếu không muốn lãnh lấy cái chết". Thế là tất cả phải im lặng nếu không muốn chọn lấy cái chết.

Để xây thành Tây Đô, Hồ Quý Ly phải huy động toàn bộ sức người sức của rất lớn, phu phen tạp dịch rất nặng nề. Người già, đàn bà, trẻ em đều phải tham gia phục vụ công trình. Ngày ngày, tháng tháng, dân phu binh lính mệt mỏi vào các dãy Tượng Sơn, Hang Ma, Đồi Cốc, Dọc Khoai chặt cây, đốn củi về đốt lò nung vôi. Lò nung vôi, nung gạch mọc lên nhiều vô kể cũng không đáp ứng đủ vật liệu để xây thành. Dân công phải bạt đồi, xẻ núi lấy đá phục vụ công trình, những phiến đá to lớn nặng hàng tấn được khai thác chuyển về xây thành, công việc vô cùng nặng nhọc, nguy hiểm. Các thợ kỹ thuật, nghệ nhân cũng phải làm việc suốt ngày đêm, lương thực cung cấp không đủ, đói ăn, ốm đau, lại nửa vùng đất xây thành nước tù đọng quanh năm nên bệnh dịch tràn lan làm phu phen chết dần, chết mòn không kể xiết. Đặc biệt là việc chế tác đôi rồng đá đòi hỏi những nghệ nhân lành nghề trong chạm khắc. Có người đã phải chết vì lỡ chạm sai một chi tiết không vừa ý với nhãn quan của họ Hồ. Hồ Quí Ly đã tuyển chọn từ các nghệ nhân có tiếng tăm khắp các vùng về để chạm khắc. Tượng rồng được tạc bằng đá xanh nguyên khối, khi tạc xong có chiều dài 3 thước 8. Thân rồng thon nhỏ dài về phía đuôi, uốn bảy khúc, vẩy phủ kín cả thân. Rồng có 4 chi, mỗi chi có 3 móng ẩn hiện trong các vân mây mềm mại trông rất huyền ảo, sống động vô cùng. Các khoảng trống dưới bụng và các ô tam giác ghép thành các bậc đều được chạm những đóa hoa cúc và móc hoa lại thật lượn mềm, tỉ mỉ đến từng chi tiết một. Đôi rồng khi chế tác xong được đặt nằm song song hai bên đường ngay trung tâm của tòa thành từ cổng nam đi sang cổng phía bắc của thành Tây Đô tạo một cảnh quan thật trang nghiêm, hùng tráng. Cứ thế tòa thành xây ròng rã suốt hơn 3 tháng trời mới hoàn thành (1).

Thành xây xong, việc dời đô đã ổ định, dưới sự ủng hộ của các quan Trần Thiếu Đế là cháu ngoại của ông phải thoái vị và ra chiếu nhường ngôi cho ông, Hồ Quí Ly yên tâm có thời gian hoạch định kế sách lâu dài cải cách đất nước theo ý định mình đã vạch ra từ trước, ông thực hiện một loạt những cải cách có lợi cho đất nước như: Phát hành tiền giấy "Thông bảo hội sao" thay thế tiền đồng thuận tiện cho việc cất giữ thông thương mua bán, quan tâm đến giáo dục, sửa chữa chế độ thi cử cho phù hợp, đưa toán học vào thi cử để tìm người tài. Về quân sự, Hồ Quý Ly ý thức rất rõ ý đồ xâm lược của nhà Minh phương bắc, ông càng ra sức tập trung xây dựng lực lượng quân sự hùng mạnh, chú trọng cải tiến kỹ thuật vũ khí, mở xưởng đúc vũ khí, tuyển thợ giỏi vào làm việc trong các công xưởng quân sự, Hồ Nguyên Trừng đã chế được loại súng thần cơ có sức công phá mạnh mẽ, thủy binh cũng được trang bị những chiến thuyền lớn hơn. Bên cạnh đó, ông chủ trương xây dựng các hệ thống phòng tuyến trên mặt đất để phòng thủ quốc gia như thành Tây Đô, thành Đa Bang và cả một hệ thống công trình phòng thủ có quy mô lớn, dài gần 400 km kéo dài từ núi Tản Viên, men theo sông Đà, sông Hồng, sông Luộc đến cửa sông Thái Bình. Nhưng những điều thực hiện được chỉ là bước ban đầu, thời gian còn quá ngắn, công việc không phải lúc nào cũng xuôi chèo mát mái theo ý Hồ Quý Ly, lòng dân còn bất ổn chưa nguôi hướng về triều cũ, tướng tài lác đác như lá rụng mùa thu, quân lính tập luyện chưa thuần thục, quân lương còn thiếu thốn nhiều liệu có thể chống đỡ thế giặc hùng mạnh được chăng, bao nhiêu mối lo như hằn sâu lên nét mặt của thái thượng hoàng Hồ Quý Ly. Trong không gian im vắng của đêm khuya như thế, bỗng ông nghe đâu đây có tiếng đàn tỳ bà vang lên lúc khoan lúc nhặt, lúc xa lúc gần đưa đẩy theo chiều gió như mang một nỗi sầu vạn cổ, lông mày ông chợt nhíu lại tỏ vẻ không vui. Từ chỗ khó chịu ông lại ngạc nhiên tự hỏi: Tiếng đàn phát ra từ đâu vậy, sao tiếng đàn như mang một nỗi u hoài uất hận khôn nguôi như thế. Ông cố gắng lắng nghe, hình như tiếng vang lên từ vườn thượng uyển thì phải. Tò mò Hồ Quý Ly khẽ bước xuống lầu, chậm rãi chân bước theo tiếng đàn đang bay trong gió. Dưới liềm trăng vàng treo trên ngọn liễu, ông thấy thấp thoáng bóng dáng một thiếu phụ với y phục trắng tinh đang ngồi trên băng đá cạnh khóm bông hải đường, người thiếu phụ có mái tóc đen mượt mà óng ả dưới ánh trăng chảy dài xuống bờ vai thon nhỏ, bàn tay mềm mại đang lướt nhẹ trên từng phím đàn. Dưới bàn tay tài hoa ấy, cây đàn vang lên những âm thanh trầm bổng, dìu dặt lúc thì trầm mặc u buồn, lúc thì như thở than ai oán thê lương vô cùng.

Trong không gian khuya khoắt tĩnh mịch làm cho Hồ Quý Ly như lạc vào một nơi đầy ma mị, liêu trai. Ông tự hỏi mình đang ở đâu đây và bất giác chợt rùng mình, cái lạnh như len vào từng đốt sống lưng. Người thiếu phụ nầy là ai? Ma quỷ, tiên nương hay là hồ ly? sao lại xuất hiện trong đêm hôm khuya khoắt như thế nầy, ngay trong vườn thượng uyển của ta? Tuy có phần sợ hải nhưng không kiềm chế nổi sự tò mò, Hồ Quý Ly bước tới gần thêm một chút nữa để nhìn cho rõ mặt người đàn bà. Dưới vòm trăng hạ huyền, gương mặt thiếu phụ hiện lên thật vô cùng diễm lệ mà hình như trong đời ông chưa từng thấy vẻ đẹp tự nhiên nhưng lại lôi cuốn như thế. Trên nét mặt yêu kiều đó lại thoảng lên nét buồn muôn thuở. Ông thử lục tìm trong trí nhớ xem thiếu phụ nầy có phải người ở trong cung không nhưng không tài nào nhớ được. Hồ Quý Ly lên tiếng:

- Nàng là ai? Tại sao đêm hôm khuya khoắt lại đàn một khúc cầm nghe buồn thảm thế? Ta nhớ như chưa từng gặp nàng trong cung của ta lần nào thì phải?

Người thiếu phụ đang chìm đắm trong cung đàn, thả hồn mình vào những phím tơ lòng, không biết có người bên cạnh đang lắng nghe tiếng đàn của mình tự nảy giờ. Nàng chợt giật mình thoát khỏi trạng thái mơ hồ lãng đãng như khói sương ấy, nhẹ nhàng đặt chiếc đàn lên chiếc bàn cẩm thạch kề bên, đứng lên vòng tay cúi đầu đáp:

- Tiện thiếp xin ra mắt thượng hoàng.

Hồ Quý Ly ngạc nhiên:

- Nàng biết ta ư?

- Ngài là đấng quân vương, cả đất nước nầy đều biết chẳng lẽ thiếp lại không biết người ư?

- Nàng chưa trả lời câu hỏi của ta.

- Thiếp không phải là người trong cung. Nhà thiếp ở dưới chân thành đông của tòa thành nầy.

Hồ Quý Ly lại càng ngạc nhiên:

- Dưới chân thành đông ư? Nàng làm sao vào đây được?

- Không có nơi nào thiếp không thể đến được thưa thượng hoàng.

Không để cho Hồ Quý Ly hết ngạc nhiên, người thiếu phụ tiếp lời:

- Tên thiếp là Bình Khương, là vợ của chàng cống sinh Trần Công Sỹ được thượng hoàng tin tưởng giao việc giám sát, đốc thúc phu phen xây bức tường thành phía đông.

Hồ Quý Ly nhíu mày suy nghĩ trong giây lát, chợt ông nhớ ra điều gì đó. Thì ra người thiếu phụ đứng trước mắt mình là vợ của Trần Công Sỹ người được ông giao phó xây dựng đoạn thành phía đông. Ông nhớ lại tất cả rồi. Để gấp rút dời đô từ Thăng Long về Tây Đô, Hồ Quý Ly đã huy động một số lượng lớn dân quân ngày đêm xây thành, đắp lũy, phu phen làm việc cực nhọc vô cùng, ngày đêm không nghỉ để đảm bảo tiến độ nội trong 3 tháng phải hoàn thành "kinh đô bất khả chiến bại", Trong tình thế dầu sôi lửa bỏng lúc ấy, các tường thành các mặt khác tới kỳ đã từng bước hoàn thiện công trình thì đoạn thành phía đông do Trần Công Sỹ phụ trách xây vừa xong lại đổ sập xuống không rõ nguyên nhân khiến cho Hồ Quý Ly vô cùng tức giận. Ông nghi ngờ Trần Công Sỹ có ý đồ phản nghịch nên cố ý làm chậm trễ công việc xây thành làm lỡ việc lớn. Trong cơn giận dữ, Hồ Quý Ly đã ra lịnh cho quân sĩ chôn sống chàng vào vị trí bức tường thành vừa bị đổ để làm gương răn đe tất cả những ai bất tuân thượng lệnh và giao phó trọng trách xây tường thành tiếp tục lại cho viên quan khác. Sau nầy ông còn nghe quần thần kể lại, vợ Trần Cống Sỹ tên là Bình Khương nghe tin đã chạy đến ngự sử đài than khóc kêu oan cho chồng, nhưng ai nấy đều sợ uy của Hồ Quý Ly không dám vào bẩm báo lại. Vì quá tức giận, nàng chạy đến nơi chồng bị chôn sống, dùng toàn bộ sức lực để xô ngã bức tường dầy định mệnh ấy mong tìm thấy xác của chồng trong đó nhưng bức tường không hề lay chuyển. Vô cùng tuyệt vọng, nàng liều mạng đập đầu vào bức tường thành để tự vẫn theo chồng. Phiến đá nơi nàng tuẫn tiết in sâu dấu vết đầu người và đôi bàn tay cào cấu của nàng. Cảm thương trước tấm lòng chung thủy sắt son của người thiếu phụ, người dân nơi đây đã lập đền thờ nàng ở sát vách tường cửa phía đông thành Tây Đô. Sự việc xảy ra đã lâu Hồ Quý Ly hầu như không còn nhớ nếu người thiếu phụ không nhắc đến tên chồng mình. Hồ Quý Ly nghĩ đến đây đã thấy rờn rợn vì biết người đang đối diện với mình chỉ là hồn ma bóng quế mà thôi, chẳng lẽ nàng ta hiện hình về đòi đền mạng ta chăng?(2)

Hồ Quý Ly cố giữ bình tĩnh, nhưng câu hỏi có vẻ hơi gượng gạo:

- Ta nghe người báo là nàng đã tự vẫn chết rồi kia mà.

Nàng Bình Khương nhìn nhà vua, giọng nói u buồn xen lẫn oán trách:

- Người nói không sai. Thiếp đã không còn sống trên cõi đời nầy, thân xác vùi chôn dưới ba tất đất từ lâu, mồ chắc đã xanh cỏ, nhưng linh hồn còn mang nhiều nỗi u uất, phảng phất trên trần gian chưa thể siêu thoát được.

Hồ Quý Ly có vẻ giận dữ, gằn giọng:

- Điều gì làm cho linh hồn nàng không tan? Chẳng lẽ với cái tội làm hỏng việc lớn của ta chồng nàng bị giết oan khuất lắm sao?

- Thưa thượng hoàng, đối với người cái chết của một chàng cống sỹ chẳng qua chỉ là con giun cái kiến mà thôi. Hơn nữa trong cơn thịnh nộ quyết định tàn bạo ấy cũng để thỏa mãn quyền uy tối thượng của mình mà thôi thì còn suy xét làm gì nỗi oan khuất của người dân chứ. Thượng hoàng có biết tường thành phía đông nơi chồng thiếp phụ trách xây dựng trên một nền đất yếu, phía dưới có mạch nước ngầm ăn thông ra Lỗi Giang nên không thể chịu đựng sức nặng hàng ngàn tấn của tường thành được, đổ sập là điều không thể tránh khỏi được. Thiếp đã đến ngự sử đài kêu oan nhưng không ai chú ý nghe lời giải trình của thiếp.

Hồ Quý Ly tỏ vẻ nghi ngờ:

- Làm sao nàng biết tường thành xây trên đất yếu? Phải chăng nàng nói để chạy tội khi quân của Trần Công Sỹ chăng?

Bình Khương có vẻ không vui:

- Người trần không thể biết được điều bí mật nằm trong lòng đất thưa thượng hoàng. Hình như trong xử lý công việc người chưa bao giờ tin tưởng một ai. Thiếp biết thượng hoàng là người có chí lớn, người dời đô về đất nầy để mưu đồ đại sự, xây dựng một vương triều hùng mạng để lưu danh muôn đời. Nhưng dục tốc bất đạt, xây thành một công trình to lớn như thế chỉ trong vòng 3 tháng chỉ bằng sức lao động tay chân của con người là một việc làm kinh khiếp chẳng khác gì việc dời non lấp biển, đã làm tài nguyên đất nước kiệt quệ, sinh linh dân đen bị nướng vào lửa đỏ. Làm vua chỉ muốn người ta phục tùng mệnh lệnh, chỉ xem chung quanh mình thấy ai cũng có thể đồ phản nghịch, nghi ngờ tất cả mọi thứ dù sự thật hiện ra trước mắt và luôn dùng quyền uy để bức hại người khác thì không thể là một đấng minh quân được.

Nếu như bình thường, chắc chắn Hồ Quý Ly sẽ nổi cơn lôi đình thịnh nộ, người dám nói ra câu phạm thượng đó thế nào cũng thịt nát xương tan, nhưng biết Bình Khương là người đàn bà khác thường, chỉ là hồn ma bóng quế, vất vưởng trên đầu cây ngọn cỏ thì cơn giận cũng nguôi đi, giận dữ cũng chẳng có ích gì, Hồ Quý Ly kìm nén cơn giận trong lòng nói:

- Ta tạm tin lời nàng vậy nhưng nàng nói ta dùng bạo quyền để cai trị dân chẳng phải quá đáng sao?

- Đây không phải là lời nói của thiếp mà đó là lời truyền tụng trong dân gian. Người ở trong cung cấm cách ly với đời thường, mắt không được thấy tai không được nghe, làm sao hoàng thượng có thể thấu hiểu được nỗi khổ của dân đen kia chứ? Bài đồng dao mà bọn trẻ con nghêu ngao hát khắp kẻ chợ ai mà không hay không biết.

Hồ Quý Ly lộ vẻ ngạc nhiên:

- Bài hát đồng dao ư? Bài hát nói điều gì thế?

- Thiếp xin đọc hầu hoàng thượng xin trước hết xin người không được giận dữ.

Hồ Quý Ly gật đầu:

- Được. Ta hứa. Nàng đọc ta nghe đi.

Bình Khương bắt đầu đọc:

Bạt núi để xây thành
Phu phen nhiều lao khổ
Vợ con lìa cha anh
Thành xây xong lại sập
Xương chất đầy kè đá
Hào sâu đỏ máu dân
Thân gầy còm đói rách
Ai oán thấu trời xanh.
Những tưởng lục thập ký
Nào ngờ chỉ sáu năm
Thành cao dù muôn trượng
Không lớn bằng lòng dân.

Dứt lời, Bình Khương nói như nói chính mình:

- Long xà ẩm thủy lục niên ký chủ. Số trời đã định không thể cải mệnh được. Tiếc thay tích củi ba năm đốt cháy một giờ. Chỉ tội cho muôn dân vô tội một lần nữa lại nướng mình trong lửa đỏ hung tàn của giặc ngoại xâm.

Hồ Quý Ly nghe những lời nói của Bình Khương như từ cõi âm vọng về. Ông chợt biến sắc không hiểu vì sao người thiếu phụ nầy lại biết điều bí mật mà chỉ hai cha con ông biết mà thôi. Trong đầu ông miên man suy nghĩ về điều nàng ta vừa nói. Mưu đồ xây kinh đô mới để thừa dịp truất ngôi nhà Trần đã manh nha từ lâu trong đầu của Hồ Quý Ly, mặc dù nắm giữ quyền cao chức trọng, dưới một người trên vạn người, nhưng Hồ Quý Ly nhận thấy các ông vua nhà Trần đã quá bạc nhược, u mê nên muốn tự mình thành lập một vương triều mới. Ông tin rằng với tài năng của mình sẽ xây dựng một đất nước hùng mạnh, phía nam có thể đè bẹp Chiêm Thành, phía bắc có thể dựa vào thành cao hào rộng thế núi hiểm trở có thể chống lại kẻ thù phương Bắc. Để thực hiện việc dời đô, xây dựng một vương triều vững mạnh cho riêng mình, Hồ Quý Ly đã bí mật cùng một vài cận thần tâm phúc của mình đi tìm thế đất tốt để xây thành. Khi thuyền xuôi dọc theo sông Mã đến động An Tôn ông thấy nơi đây thế núi hiểm trở, đất đai trù phú, hình thù như hình quả ấn của trời, sông Mã như long mạch dài hàng ngàn dặm, xung quanh còn có nhiều phụ lưu bắt nguồn từ Trường Sơn như sông Luồng, sông Âm, sông Chu, sông Bưởi giống như những chi long mạch chầu vào long mạch chủ ông rất vừa lòng, ưng ý.

Đứng trên núi cao, có thể ngắm nhìn kỹ lưỡng địa thế xung quanh vùng động An Tôn. Cảnh quan thật hùng vĩ, địa thế vô cùng hiểm trở. Phía đông nam có núi Đốn làm tiền án, tây bắc có núi Song Tượng. Một con voi chầu về hướng bắc, một con khác lại quay đầu về hướng nam canh giữ núi Mâm Xôi. Phía Tây Nam có 5 ngọn núi đá vôi: 3 ngọn gọi là Kim Ngọ(ngựa vàng), 2 ngọn khác gọi là Kim Ngưu(trâu vàng). Đây là một mỏ đá vô cùng to lớn có thể sử dụng để xây thành vững chắc. Thời bình với đồng ruộng phì nhiêu có thể cày cấy tích lũy lương thực, thời chiến có thể dựa vào thế núi hiểm trở tự nhiên, với thành cao hào sâu cự địch được.

Bên ngoài có nhiều dãy núi vòng cung bao bọc vây kín bốn phương tám hướng. Vòng trong là sông Mã, sông Bưởi lượn tròn như những chiến hào tự nhiên vây quanh. Ở trong cùng, một khu đất nổi lên như một cái ấn của trời. Bên trên là vòm trời xanh như chiếc lọng che cho cái ấn thật huyền ảo. Từ ngã ba Bông nối vài ngã ba Đầu là một nhánh chảy vào đền Hàn, Châu Tử xuống bến Lèn ra cửa Lạch Trường. Một nhánh qua đất Hàm Rồng đổ ra cửa Hới tạo thành thế lưỡng long chầu nguyệt. Thành xây trên động An Tôn nên gọi là thành An Tôn, còn gọi là thành Tây Đô(3).

Là người am hiểu phong thủy, Hồ Quý Ly khi chọn thế đất nầy để xây thành ông rất lấy làm tâm đắc, nói với các con mình: Đất nầy là đất Thạch bàn long xà lục thập niên ký (có nghĩa thế đất như rồng chầu rắn cuốn nầy vững như bàn thạch có thể trụ được ít nhất 60 năm) nhưng Hồ Hán Thương, người con trai thứ của Hồ Quý Ly, am hiểu phong thủy sau khi xem kỹ thế đất đã nói với ông: "Con lấy làm lạ, như phụ hoàng nói: đất nầy đúng là đất rồng chầu rắn cuốn có thể phát tích đế vương nhưng con xem đi xem lại có lúc lại giống thế Long xà ẩm thủy lục niên ký chủ, chỉ phát được 6 năm thôi. Hồ Quý Ly cho rằng kiến thức phong thủy của Hồ Hán Thương chưa tinh tường nên cũng không chú ý lắm vào nhận định của con.

Câu chuyện phong thủy nầy chỉ có cha con ông biết mà thôi, tại sao dân gian lại biết được mà truyền tụng qua bài đồng dao nầy? Có thật chuyện gì cũng không thể qua mắt thế gian chăng? Bài hát đồng dao thật sự làm cho ông bối rối, lo ngại. Hồ Quý Ly cũng biết những hành động quyết liệt của mình tranh đoạt ngôi vị nhà Trần cũng là một điều mà nhiều người không phục, nên khi đã cũng cố được ngôi vị, chỉ sau 7 tháng làm vua ông đã nhường ngôi lại cho Hồ Hán Thương để làm thái thượng hoàng cũng nằm trong mưu tình của ông. Lẽ ra theo lễ tục, ông phải nhường ngôi cho người con cả là Hồ Nguyên Trừng. Hồ Nguyên Trừng là một người rất giỏi võ nghệ, lại là người có tài thiết kế vũ khí lợi hại rất xứng đáng được ông truyền ngôi nhưmg lại là con của người vợ cả, không có quan hệ huyết thống với dòng tộc họ Trần, nếu lập Trừng lên làm vua, chẳng khác gì như đổ thêm dầu vào lửa, khiêu khích sự chống đối của đám quan lại, giới sĩ phu và một bộ phận lớn nhân dân trong nước, đồng thời cũng tạo thêm lí do cho giặc Minh dễ bề thực hiện ý đồ xâm lược nước ta với chiêu bài "phù Trần diệt Hồ", vì thế Hồ Quý Ly quyết định chọn người con thứ là Hồ Hán Thương lên giữ ngôi vua. Một điều dễ hiểu Hồ Hán Thương là con của công chúa Huy Ninh, vợ lẻ của Hồ Quý Ly, đồng thời cũng là con ruột của Thượng hoàng Trần Nghệ Tông, Hán Thương gọi Nghệ Tông bằng bác, gọi vua Thuận Tông (con Nghệ Tông) bằng anh và gọi vua Kiến Tân (con Thuận Tông) bằng cháu, nên việc lập Hồ Hán Thương làm vua cũng nằm trong tính toán, trù liệu của Hồ Quý Ly cả nhằm lôi kéo những người còn lưu luyến với triều đại cũ.

Như đoán được sự băn khoăn trong lòng Hồ Quý Ly, Bình Khương nói nhẹ nhàng:

- Câu chuyện đối đáp giữa người và thế tử Hán Thương về long mạch, cũng như việc lập thế tử Hán Thương lên làm vua thay vì Nguyên Trừng thượng hoàng có thể giấu giếm được dân đen con đỏ chứ làm sao che mắt được trời phật thánh thần ma quỷ, xin người chớ lấy làm ngạc nhiên như thế.

Hồ Quý Ly nghe nàng nói hình như tỉnh ngộ. Thì ra những mưu tính của ông dù ngấm ngầm bí mật hay công khai cũng không qua khỏi thiên cơ. Có điều mưu sự tại nhân, thành sự tài thiên mà thôi. Chẳng lẽ bao công sức ông đổ ra với hy vọng tạo dựng một vương triều hùng mạnh với những cải cách lớn lao, lưu danh cho muôn đời sau lại thất bại thế nầy ư?

Hồ Quý Ly thở hắt một hơi dài buồn bã, ngước nhìn bầu trời đêm, những ngôi sao lấp lánh, xa tít trên bầu trời kia có hiểu được tâm trạng ngổn ngang của ông lúc nầy không? Ông đang suy nghĩ gì trong đầu không ai có thể đoán được. Vài tiếng chim đêm đập cánh bay đi để lại tiếng kêu nghe não nuột, mấy cành liễu lay động tạo thành những bóng đen lăn quăn trên mặt đất như mấy con rắn đang trườn mình quăng tới tìm mồi, vài chiếc lá rơi, tiếng gió thổi lạo xạo cũng không làm cho ông thoát khỏi nỗi trầm tư, muộn phiền. Ánh trăng hạ huyền đã dần dẫn mờ nhạt. Phía chân trời bắt đầu xuất hiện một quầng sáng báo hiệu một ngày mới bắt đầu. Một ngôi sao lẻ loi, muộn màng băng ngang qua vườn thượng uyển mất hút về phía bầu trời xa xôi đầy bí ẩn. Trong thời khắc ấy, tiếng Bình Khương hình như thoảng bay đi trong gió:

- Âm đức của hoàng thượng không dầy, chính chính sách hà khắc, coi sinh mạng dân đen như ngọn cỏ, bao nhiêu xương máu người dân vô tội đã đổ xuống để xây thành đắp lũy, tiếng than oán ngút trời cao đã làm cho long mạch bị đứt đoạn không phát triển được. Thời cuộc sẽ có nhiều biến chuyển khôn lường, lòng người lại đang ly tán, không thể quy về một mối. Chỉ mong hoàng thượng sáng suốt mới mong tình thế thay đổi phần nào, cục diện may ra sáng sủa hơn. Không một triều đại nào có thể thống trị thiên hạ bằng bạo quyền được, muôn đời phải biết lấy dân làm gốc thiên hạ mới thái bình, đất nước mới không rơi vào ách thống trị của ngoại bang. Người đã tạo ra được một cái cớ có một không hai để kẻ thù xâm lăng nước ta với danh nghĩa phù Trần diệt Hồ, rồi sau đó đất nước sẽ ra sao chắc người cũng đoán được. Mấy lời khẩn thiết tự đáy lòng xin hoàng thượng nhớ lấy.

Khi Hồ Quý Ly ngước lên muốn hỏi Bình Khương điều gì đó thì không thấy nàng đâu nữa, xa xa chỉ thấy một bóng trắng lướt qua hàng cây rồi mờ dần mất hẳn. Hồ Quý Ly nhìn theo, lẩm bẩm như nói với chính mình:

- Nàng đã theo ngọn gió bay đi rồi về nơi mà nàng cần đến, phải chi ta nghe được những lời nói của nàng sớm hơn, có lẽ cuộc đời ta mắc nợ với nàng, với chồng nàng với cả dân tộc nầy. Cuộc đời ta chấm hết ta không hề hối tiếc, chỉ tiếc sự nghiệp lớn chưa hoàn thành, người đời sau có hiểu được chí lớn của ta chăng?

Lần đầu tiên trong cuộc đời mình, Hồ Quý Ly không còn tin vào những quyết đoán táo bạo của mình nữa, chắc ta đã già rồi. Ông chợt thở dài buồn bã.

*

Quả đúng như lời nàng Bình Khương nói, Tháng 9 năm 1406 quân Minh phát động chiến tranh xâm lược nước ta với chiêu bài phù Trần diệt Hồ, mặc dù đã tích cực phòng bị, xây dựng thành lũy kiên cố và huy động quân binh cao nhất, đặt quân phòng ngự giữ những nơi hiểm yếu quan trọng nhất nhưng quân nhà Hồ liên tiếp thua nhiều trận liền. Đúng như lời Hồ Nguyên Trừng (con trai Hồ Quý Ly) từng nói với cha mình "thần không sợ đánh, chỉ sợ lòng dân không theo". Cuộc chiến tranh đã thu hút được một số lực lượng lớn người dân trong nước đứng lên chống lại nhà Hồ, ngay cả trong quân binh nhà Hồ cũng có nhiều người quay đầu chống lệnh. Chiến tranh giữa hai bên nhanh chóng ngã ngũ, quân binh nhà Hồ liên tiếp thua các trận đánh lớn ở thành Đa Bang, Hàm Tử. Tháng 4/1407 quân Minh đánh tới thànhTây Đô. Cầm cự chẳng bao lâu thì thành vỡ, cha con Hồ Quý Ly kéo tàn binh chạy về cửa biển Kỳ La-Hà Tĩnh thì quân Minh đuổi theo rất gấp. Đến ngày 11,12 thì lần lượt Hồ Quý Ly, Hồ Nguyên Trừng và Hồ Hán Thương đều bị giặc bắt. Nếu tính từ năm 1400, khi Hồ Quý Ly truất ngôi nhà Trần, tự lập làm vua, đóng đô ở Tây Đô cho đến tháng 4 năm1407 khi cha con Hồ Quý Ly bỏ thành chạy về Kỳ La lánh nạn và bị giặc bắt thời gian chỉ hơn 6 năm, phải chăng ứng với lời tiên đoán nhà Hồ chỉ tồn tại được 6 năm của Hồ Hán Thương hay là ý trời trong bài đồng dao mà nàng Bình Khương đã đọc cho Hồ Quý Ly nghe?

Có một điều cần phải nói thêm với bạn đọc, cùng thời gian khi cha con Hồ Quý Ly bị giặc bắt giải về Tàu, Thành Tây Đô cũng xảy ra một câu chuyện lạ lùng: Trời đất đang quang đãng, trong vắt bỗng sấm chớp từ đâu nổi lên đùng đùng, từng trận mưa lớn đổ xuống như trút nước, lũ từ thượng nguồn sông Mã, sông Bưởi, sông Chu kéo về ồ ạt như một trận đại hồng thủy. Trời tối mịt mùng, sấm chớp rền vang khắp nơi, nước sôi réo ùng ục như thiên binh vạn mã rầm rập từ đâu kéo về, lẫn trong tiếng gió hú, tiếng sấm vang như còn có tiếng những oan hồn uổng tử cất lên tiếng kêu bi thương, ai oán như đòi mạng, nhà nào nhà nấy đều hoảng sợ xanh cả mặt mày, ôm chặt lấy nhau mà khóc, người bình tĩnh hơn cuốn vội vài vật dụng cần thiết rồi bồng bế nhau kéo lên đồi cao, núi sâu lánh nạn. Mãi đến ba bốn hôm sau trời mới quang, mưa mới tạnh, mọi người mới lũ lượt nhau kéo về quê cũ. Trong thành Tây Đô thật tiêu điều xơ xác, một phần bị giặc Minh cướp bóc tàn phá, một phần do tác hại khủng khiếp của cơn lũ vừa tràn qua. Rác rến, bùn xình, xác súc vật chết vương vãi khắp nơi, điều đặc biệt đôi rồng đá được chế tác tuyệt mỹ, tượng trưng cho sức mạnh vương triều nhà Hồ tự nhiên biến mất không còn để lại một chút dấu vết nào, không ai hiểu vì sao?(4)

Tháng 1/2018
Nguyễn An Bình

----

(1) Theo truyền thuyết: Thành Tây Đô được xây trong 3 tháng thì xong nhưng xét về khối lượng công trình có người cho rằng xây trong 3 năm hay nhiều năm mới xong.

(2) Hiện nay đền thờ nàng Bình Khương vẫn còn tồn tại sau hơn 600 năm với nhiều lần trùng tu. Ngôi đền tọa lạc dưới chân bờ thành phía đông thuộc làng Đông Môn, xã Vĩnh long huyện Vĩnh lộc tỉnh Thanh Hóa. Trong đền còn lưu giữ một phiến đá kỳ lạ có in hình giống như đôi bàn tay và chiếc đầu người phụ nữ, người dân cho rằng đó là vết tích đập đầu tự tử kêu oan cho chồng của nàng Bình Khương.

(3) Theo sách "Thành nhà Hồ và những câu chuyện xây thành" của tác giả Phạm Văn Chấy

(4) Theo ông Nguyễn Xuân Toán, Phó giám đốc Trung tâm Bảo tồn di sản thành nhà Hồ thì đôi rồng đá trên được người Pháp phát hiện lại vào năm 1938 khi họ làm một con đường nội địa trong thành nhưng cả hai đều bị mất đầu. nguyên nhân của việc đôi rồng mất cả đầu có nhiều giả thuyết được đặt ra, nhưng chưa giả thuyết nào thuyết phục vì chưa trưng ra được những chứng cứ rõ ràng có thể chấp nhận được.

TRƯƠNG VĂN DÂN

TÌNH TỰ BA VÀ CON

Rồi con sẽ chào đời trong một thế giới hiện đại, điều kiện vật chất đầy đủ và có thể hưởng thụ được các thành quả kỹ thuật và phát minh y học. Trẻ em được học hành và sinh mạng không còn bị đe dọa vì bệnh dịch hay các chứng nan y. Một xã hội tiến bộ, vật chất đã được cải thiện. Con người cao lớn, sống thọ hơn, khỏe mạnh hơn. Nhưng về tinh thần, đạo đức thì có lẽ đang thụt lùi.

Đạo đức con người xuống cấp nên xã hội băng hoại, chính trường chỉ hiện diện những kẻ đầu cơ chính trị, bác sĩ chỉ nghĩ đến chuyện kiếm tiền thay vì chữa trị, lớp quan toà chỉ thích hạch hỏi để biểu thị quyền uy hơn là thi hành công lý, còn hãng xưởng thì đầy rẫy những kẻ kiêu căng, nịnh bợ, làm ăn gian dối, suy nghĩ ngắn hạn vì thiếu tâm và tầm.

Nếu nhìn tổng thể thì con sẽ thấy là trên phương diện vật chất nhân loại đã đi một bước khá dài so với những thế kỷ trước nhưng về mặt tinh thần thì vẫn nghèo như xưa. Thế giới hiện nay đang đánh mất những nấc thang giá trị và không còn gì nữa, không còn lý tưởng, không còn niềm tin, không còn điều gì vĩ đại để tin theo, vì xung quanh chỉ có một ước muốn duy nhất: kiếm tiền.

Lòng ba đầy hoài nghi về cái hệ thống kinh tế mà người ta tin là tiến bộ và sẽ cứu rỗi thế giới: Nó không đặt căn bản trên tinh thần cộng tác mà chỉ khai thác tâm lý cạnh tranh, biến thương trường thành chiến trường và xem đó là triết lý sống duy nhất mà xã hội Tây Phương đã và đang áp đặt lên toàn thế giới.

Ngày xưa mọi chọn lựa đều có một giới hạn, con người chỉ có một ý nghĩ, một con đường. Hôm nay khả năng chọn lựa có nhiều, nhưng ba cảm thấy mình như mất định hướng và lòng rất phân vân. Ngay đến việc mua sắm một món đồ nhỏ, ba cũng thấy mình bị giằng co trước hàng trăm món đồ tương tự và nghìn lời mời mọc.

Con người thời nay không còn là những cá nhân mà là "người tiêu dùng" và bị biến thành các bảng quảng cáo di động. Cứ nhìn trên áo, quần, mũ bảo hiểm, va ly, túi xách... thì thấy đủ thứ tên công ty hay hàng hóa gọi mời.

Có người nói hiện nay có một nền văn hóa vất bỏ. Tất cả mọi thứ, không dùng thì vất, kể cả con người. Trẻ em bị vất bỏ vì có người không muốn có con nên nhiều em bé bị giết trước khi chào đời. Người già bị vất bỏ vì họ không sản xuất nên không còn có ích,... Tuổi trẻ bị vất bỏ vì không được trao cho công ăn việc làm. Khi một thế giới không tạo ra công ăn việc làm, những người trẻ còn gì nếu không là nghiện ngập, tự tử, hay bỏ nhà ra đi tìm đến những con đường bế tắc vì tuyệt vọng?

Thời của ba khác lắm. Những người trong thế hệ ba đã được dạy dỗ theo lối cổ, trong một thế giới mà sự ngẫu nhiên còn giữ một vai trò quan trọng. Giáo dục thời đó xem trọng cách sống và dạy cách ứng xử giữa những con người.

Trong cái vũ trụ của ba hồi xưa, còn có nhiều lối thoát, nhiều ngoại lệ; người ta hồi đó không nhồi mọi cá nhân vào chung một cái khuôn và tạo ra một áp lực khủng khiếp mọi lúc mọi nơi như hiện giờ.

Ba không biết sẽ gỡ áp lực cho con như thế nào đây, khi mà từ nhà trường ra ngoài xã hội con sẽ gặp vô vàn cửa ải, thi cử, tuyển chọn.

Lòng ba thật hoang mang và lo ngại.

Con ơi, ba chẳng biết cuộc đời sẽ dành cho con những gì. Con sẽ gặp những khúc quanh và chướng ngại nào trên những chặng đường đời? Phản ứng, cách hành xử của con sẽ như thế nào trong những hoàn cảnh cụ thể? Con có biết là những gì con nghĩ và mỗi hành động đều tác động đến xung quanh và kết quả theo đó xấu xa hay tốt đẹp...

Ba có thể dạy con được gì không? Từ xưa nay có ông cha bà mẹ nào truyền được cho con cách sống và kinh nghiệm của mình để con cái tiếp thu và tránh những sai lầm? Nếu bản thân đứa bé chưa bị vấp ngã… thì những lời dạy kia chỉ là lý thuyết, suông.

Hơn nữa, điều mà ba cho là đúng, thường là do những chiêm nghiệm cá nhân. Có thể chút ít thành công trong đời tạo cho ba cảm giác là mình giỏi, khôn ngoan nên chủ quan cho rằng cách của mình là đúng là hay. Nhưng trên thực tế cuộc sống biến đổi, thời đại thay đổi còn tâm lý và hoàn cảnh của con chắc chắn cũng khác thời ba mẹ. Làm sao có thể đem ra áp dụng?

Nhưng nói thế không có nghĩa là ba phải im lặng. Dù sao thì ba cũng có bổn phận truyền đạt những kinh nghiệm, phổ biến những ý tưởng mà mình tâm đắc, đem điều hay để vận động và hướng dẫn con. Nhưng ba sẽ không áp đặt. Vì ba hiểu là không có con đường nào duy nhất đúng. Ngay cả trong toán học 4+5= 9 mà 6+3 cũng bằng 9… cách khác nhau, dẫn đến đích giống nhau, thì việc gì mà con cứ khăng khăng đi theo cách của ba?

Hơn ai hết ba biết vai trò của mình là không còn thích ứng với thời đại mới. Giữ nếp suy nghĩ, hành xử như trước, trong khi thế giới đã thay đổi, đất nước VN đã thay đổi, con người VN đã thay đổi… thì cách hành xử cũ sẽ khó mà có chỗ đứng.

Bởi thế ba nghĩ là mình sẽ khó thể vạch cho con một con đường. Những hoài bão mà ngày xưa ông nội từng ấp ủ cho ba, đường đời lại lái ba theo một chiều hướng khác. Trăm nghìn yếu tố của thời thế và nhân duyên sẽ ảnh hưởng lên cuộc sống mà không ai lường được hết.

Ba chỉ mong là lớn lên con sẽ chọn và đi theo con đường của mình. Và bình tâm đón nhận những hạnh phúc, khổ đau mà không hề oán trách một ai.

Về phần ba, ba chân thành nói với con điều quan trọng này: Ba không thể giao cho con chiếc túi gấm trong đó có cách giải quyết tất cả những vấn đề trong cuộc sống. Ba cũng chẳng đủ thông thái để có thể trả lời đầy đủ về những thắc mắc hay lo sợ của con về cuộc đời… nhưng ba hứa sẽ luôn lắng nghe và sẵn sàng chia sẻ cùng con.

Ba sẽ dùng hết mọi khả năng để tạo điều kiện học hành và giúp con chuẩn bị vào đời, nhưng ba không thể hứa chắc là sẽ can thiệp để giúp con có một tương lai sáng chói. Tuy vậy, con vẫn có thể chắc chắn một điều, là những khi con cần, ba sẽ luôn ở cạnh con.

Trên đường đời muôn nẻo, ba không thể ngăn để con không bao giờ vấp ngã. Nhưng ba hứa là lúc nào ba cũng sẵn sàng chìa bàn tay để con khỏi té. Còn nếu con té ngã, ba sẽ cẩn thận băng bó vết thương. Bàn tay của ba sẽ luôn luôn mở rộng, sẵn sàng ôm lấy khi con chưa đứng vững hay đi bằng đôi chân của mình. Dù ba hiểu, và ý thức rằng khi con lớn lên, niềm vui, thành công hay vinh quang của con không bao giờ là của ba. Nhưng ba sẽ rất vui khi thấy con hạnh phúc.

Ba hứa sẽ không phán xét về những chọn lựa và quyết định của con trong đời. Ba chỉ giới hạn mình trong việc góp ý, khích lệ và giúp đỡ mỗi khi con cần đến. Ba sẽ không áp đặt và sẽ cố gắng tạo cho con tất cả không gian và các phương tiện mà con cần để lớn.

Rồi đây… chắc chắn là con sẽ gặp những điều bất như ý, ba biết mình chẳng thể giúp con tránh được nỗi đau và những việc làm con xé lòng… nhưng ba có thể khóc cùng con và cùng con nhặt nhạnh để hàn gắn lại những mảnh vỡ. Ba không thể và không muốn nói là con phải sống như thế nào, dù thực tình mà nói, ba mong ước là con được sống bình an để chiêm nghiệm cuộc đời chứ chẳng cần phải giàu sang hay thông minh quái dị để sống trong bi kịch do mình tự tạo. Mưu càng sâu, hoạ càng thâm, con nên nhớ điều ấy để sống với một tâm lành và biết tôn trọng người khác. Với bạn bè vui buồn cùng san sẻ, tình cảm chan hòa. Dù trong hoàn cảnh nào cũng chọn làm người lương thiện, và bao dung với tất cả các mối quan hệ. Tha thứ là một hành động đẹp và con nên mang theo trong tâm mình. Điều gì không mong muốn thì đừng làm cho người.

Dĩ nhiên cuộc đời có nhiều cung bậc và những thanh âm ấy sẽ rung theo ngọn gió của hiện thực và tạo nên hiệu ứng. Không phải là thưởng, phạt mà là hậu quả. Biết kiểm soát từng lời nói, từng thái độ là cách điều khiển cuộc sống. Hiểu được điều đó, con sẽ thiết lập được những quan hệ tốt đẹp với những người xung quanh.

Ba luôn yêu thương và muốn được là người bạn của con. Người mà con có thể tuyệt đối tin tưởng và không bao giờ sợ là sẽ thay lòng.

Viết cho con, ba hồi tưởng lại những gì mà ông nội dạy dỗ ba từ những ngày thơ ấu, Nhớ đến những kỳ vọng của ông nội về ba… rồi nghĩ đến kết quả thực tế mà đời mang lại. Có điều đúng, điều không... vì cuộc sống thay đổi, nhịp sống cũng khác và trăm ngàn biến cố xảy ra trong đời mà không ai có thể tiên liệu được. Đó là khám phá lớn nhất của đạo Phật: Vô thường.

Nhưng nói thế không có nghĩa là chúng ta ngồi bó tay và chờ sung rụng: Phải có ước mơ, kế hoạch... toan tính toán, đo lường... vì chúng ta có suy nghĩ, trí tuệ, vì trách nhiệm và vì chúng ta là con người...

(Trích tiểu thuyết Trò Chuyện với Thiên Thần, đang phát hành)

Trương Văn Dân

Tiểu thuyết- Tác giả Trương Văn Dân
Nhà Xuất Bản Tổng Hợp- tp HCM. 6-2020

NGUYÊN CẨN

ĐÔI DÒNG TẢN MẠN VỀ "TRÒ CHUYỆN VỚI THIÊN THẦN" CỦA NHÀ VĂN TRƯƠNG VĂN DÂN

Nikos Kazantzakis có lần nói rằng *"Nếu trọn tâm hồn tôi là tiếng thét thì tác phẩm của tôi là lời chú giải cho tiếng thét ấy."* Với Trương Văn Dân (TVD), ta như bắt gặp lại điều ấy. Gần 400 trang sách viết về cuộc trò chuyện với một đứa bé sắp chào đời và TVD đã nói với nó về mọi vấn đề, như là một Bách khoa thư, với 75 đề mục, khởi đi từ tình yêu và thiên chức của cha và mẹ, sợi dây liên kết thiêng liêng với con cái, hôn nhân và tình yêu cho đến những vấn nạn xã hội như ly dị, chủ nghĩa mackeno, cho đến những chủ đề bát ngát bao la như thân phận người Việt Nam hôm nay, trong một thế giới phẳng, tình trạng toàn cầu hóa, những vấn đề gai góc như ô nhiễm môi trường, phân biệt giàu nghèo, giới tính, chủng tộc, chiến tranh… Những câu hỏi vĩ mô: Thế giới sẽ về đâu? Nhân loại sẽ ra sao? Chúng ta sẽ bắt gặp trong tập sách này với những lời chú giải.

Tác giả nói với "thiên thần" về mục đích của sự chào đời rằng "… vấn đề là chúng ta sinh ra để làm gì? Có phải chúng ta sinh ra để yêu nhau? Hay không được sinh ra để hiểu nhau?.. Tìm được câu trả lời về đời thật không dễ dàng… Bất trắc tai ương chiến tranh, dịch bệnh, cô đơn luôn làm con người hãi sợ. Thế nên trong đời sống ai cũng cần được ở bên một người có thể giúp mình chịu đựng…. Ba mong là trong cuộc đời con sẽ gặp được một người biết biến những thứ vô vị trở nên ý nghĩa… Ba may mắn vì gặp mẹ và những người bạn quý…" Nhưng sau đó, TVD đi xa hơn với những chủ đề rộng lớn hơn. Anh để cho kiến thức của mình tuôn chảy trên những con chữ ngồn ngộn, tràn đầy số liệu và ví dụ, minh chứng cho một thế giới bất trắc mà thiên thần sắp bước vào. Ở đó có những vấn đề xã hội như thân phận phụ nữ lấy chồng xa xứ, thân phận người nghèo, tình trạng ly dị và phá thai… rồi đến thân phận người Việt Nam, rồi đến những vấn đề lớn lao như sự tha hóa quyền lực, cho đến chủ nghĩa toàn cầu hóa đang bế tắc vì bản chất thật sự của toàn cầu hóa bị xem là *tàn ác một cách thông minh* và *thông minh một cách tàn ác vượt mọi thời đại*, sự chênh lệch quyền lợi giữa những thành phần kinh tế đến nỗi một học giả phương Tây đã cảnh báo **"Tất cả chúng ta đều là những kẻ bóc lột, phồn vinh của chúng ta chính là nỗi khổ của kẻ khác."** TVD khi nói về chính trị đặc biệt cảnh báo "Chủ nghĩa dân túy (populism) nhân danh người dân nhưng lại phớt lờ nhân quyền, không nhận di dân, ngoại giao dựa trên sức mạnh quân sự, … phát triển kinh tế bất chấp nợ công, dẫn đến "Thời đại bất định toàn cầu". Tác giả lên án tình trạng khai thác cạn kiệt tài nguyên, phá hủy môi trường, giết hại sinh vật biển hành tinh này thành nơi không thể sống …

Về chiến tranh trên thế giới, anh viết "Bên dưới lớp áo hoa hòe, chính nghĩa, bản chất chiến tranh vẫn luôn là một sự áp đặt, giành giật và cướp bóc trá hình."

Đọc "TCVTT", câu hỏi "Thế giới rồi sẽ về đâu?" hay "Nhân loại sẽ ra sao?" được tác giả đưa ra nghiêm túc. Có lúc chúng ta thấy bi quan vì TVD nói đến những cuộc khủng hoảng văn hóa, khủng hoảng sinh thái, khủng hoảng xã hội và tài chính, kinh tế đang trộn lẫn vào nhau và tóm lại chúng ta đứng trước cuộc khủng hoảng văn minh, nhân chủng học… Anh kết luận "Nó tự hủy diệt trong hoang tưởng vì nó đặt nền tảng trên hoang tưởng."

Thế nhưng khi được hỏi về mục đích khi viết tác phẩm này, nhà văn nói: "Tôi viết vì tôi yêu quý cuộc đời và trong lòng có những điều không thể không nói, dù ý nghĩ có khi mâu thuẫn và những con người khác nhau trong tôi luôn tranh cãi với nhau. Tôi xem những dòng tự sự này như một cách trò chuyện, tâm sự cùng độc giả và cuộc đời.".

Cuộc đời mà như anh trích dẫn, thi sĩ Tản Đà định nghĩa "Đời là cõi bắt người ta phải sống" và "Cuộc đời không bao giờ có một hình thù cố định. Nó như giọt nước. Khi tròn lúc vuông. Khi dài như sợi khi ngắn và mỏng như tờ giấy… hình thù nó tùy vào vật chứa. Mỗi hình dạng là một trạng thái tâm hồn." Thế nên tác giả cũng trải qua nhiều tâm trạng: khổ đau - hạnh phúc - giận dữ - buồn phiền - mừng vui và bị tác động do những ngoại lực xung quanh: các yếu tố môi trường, xã hội, văn hóa, gia đình và bạn bè ảnh hưởng mạnh mẽ đến tâm hồn. Anh vẫn yêu đất nước nồng nàn:

Tôi yêu đất nước này rau cháo
Bốn ngàn năm cuốc bẫm cày sâu (Trần Vàng Sao)

và khi anh nhắc thơ Lưu Trọng Lư, anh nhắc cả những người trên ngôi cao chín bệ.

Mỗi ngày anh phải trả lời câu hỏi:

"Những việc làm nào là có ích cho dân?"

Chúng ta thấy tác phẩm không chỉ đem lại những suy nghĩ tiêu cực vì TVD cũng viết: "… theo ba chỉ có tôn giáo mới có thể giúp mình vượt thoát khỏi những khổ đau và sống bình an…" Anh nhấn mạnh "Việc thờ phượng đức Phật là do người đời sau bày vẽ, thậm chí mọi người còn mải mê thờ (tượng) Phật mà quên mất việc chính là thực hành con đường hạnh phúc ngài đã chỉ dạy."

Như vậy TCVTT vẫn có những âm ba vọng lại từ tiếng thét của TVD, đồng cảm, chia sẻ, xa hay gần tùy vào người đọc vì ở đó vẫn có những điểm sáng như lòng yêu thương cuộc đời, như con đường của hạnh phúc nếu người ta biết sống mà yêu nhau dù trên mảnh đất còn nhiều thiếu thốn vì như anh viết:"*Cõi thiên đường không liên quan gì đến sự bất tử mà là một thế giới trong đó con người biết tôn trọng và sống tử tế với nhau.*"

Trong tâm thế khai phóng ấy, hãy đọc và ngồi xuống cùng "Trò chuyện với thiên thần"

Sài Gòn 7.7.2020
Nguyên Cẩn

Nguồn: https://www.facebook.com/permalink.php?story_fbid=2345364265770232&
id=100008900445952

ELENA PUCILLO TRUONG

GIỌT NƯỚC HỒI SINH

(Nguyên tác: La goccia d'acqua della rinascita)
Bản dịch của Trương Văn Dân

A Sara che regala a tutti un sorriso
Thân tặng Sara, người tặng nụ cười cho mọi người.

Hơi nóng khô khốc chắn ngang cuống họng làm tôi ngạt thở.

Không một chút gió! Chỉ có những làn hơi nóng liên tục bốc lên từ mặt đường nhựa đang sôi. Cái nhìn của tôi mờ nhạt, mọi thứ nhoè đi như thể mọi vật đã mất đường viền cố định: những căn nhà, những chiếc xe hơi... nhạt nhoà.

Mặt trời từ đỉnh đầu đang phóng lửa vào tôi, không thương tiếc.

Tôi cố lết, tựa đầu vào khuỷu tay, rồi vai, sau đó dùng khuỷu tay và chiếc vai bên kia để lấy sức trườn tới... cố bò đến bóng mát dưới chân toà nhà cách xa chừng hơn trăm mét.

Tôi cảm giác mình là con cá đang bơi trong đại dương nhựa đường nóng bỏng. Một con cá mắc cạn, đang vùng vẫy cố tìm đường lao ra vũng nước... Tôi muốn được thở và uống một ngụm nhưng đôi môi khô cháy chỉ có thể hứng được những giọt mồ hôi mặn như nước biển đang nhiểu xuống từ khuôn mặt lem lấm bụi đường... trong lúc bụi, khói cùng hơi nóng cứ bám dính vào người tôi qua manh áo mỏng đã sờn...

Hay tôi là một nhân ngư, có đôi chân vô ích như chiếc đuôi của một nàng tiên cá xinh đẹp nhưng bất lực vì có lẽ không bao giờ có thể đến được bóng mát để có được một chút bình an.

Một cơn nghẹn làm hơi thở của tôi như đứt đoạn và một cơn đau nhói đang tràn lên lồng ngực.

Tôi nấc lên liên tục, hổn hển thở... như thể trong trái tim có con ngựa đang vùng chạy. Rồi giật mình thức giấc.

Tôi khó nhọc mở mắt...và chưa biết mình đang ở đâu.

Một mái tóc đen mềm như những sợi tơ đen phủ xoã trên chiếc gối nằm bên cạnh và một chiếc mền mỏng đắp hờ lên một bờ vai tròn. Đó là những thứ đầu tiên mà tôi nhìn thấy. Tuy cái nhìn hãy còn mơ hồ nhưng sau đó nó cho tôi sự yên tâm vì tất cả những điều nhìn thấy chính là điều tối cần và mơ ước, giống như một mảnh ván cho kẻ bị đắm tàu, đang chới với tìm một cái gì để bám.

Tôi cố tựa vào hai cùi chỏ để đứng lên và nhìn thấy căn phòng đang từ từ toả sáng. Bình minh đã đến và những tia sáng đang xuyên qua bức màn và cơn ác mộng thường xuyên của tôi cũng bắt đầu biến mất. Tất cả những vật dụng, tủ bàn... như đã rõ nét, quen thuộc và tôi cũng bắt đầu tỉnh táo hơn.

Trong lúc em vẫn còn đang an giấc, anh với tay vuốt ve em. Anh vuốt thật nhẹ nhàng, không làm em thức giấc. Bao nhiêu tình yêu đang nở rộ trong trái tim anh. Và bao nhiêu bình yên và an lạc từ sự gần gũi của em mang đến.

Ngay cả ngàn lần câu nói "anh yêu em" cũng không đủ để diễn tả cho em hiểu sự sâu thẳm mà anh đang cảm nhận. Vì với người yêu thương chân thật, ngôn ngữ và cử chỉ có khi cũng trở nên vô ích. Anh chỉ cần nụ cười của mình luôn gặp được đôi môi em hé mở, ánh mắt của anh luôn bắt gặp tình cảm sâu thẳm trong cái nhìn của em. Và khi anh ôm em, ghì siết em thật mạnh, gần như để thân thể và trái tim của hai mình hoà lẫn vào nhau.

Tuy không muốn nhưng anh đã vô tình làm em thức giấc, và có lẽ em vừa trực giác hiểu những ý nghĩ trong đầu anh nên đã nhìn anh như nhìn một đứa bé với nụ cười thật ngọt ngào; Bằng cách ấy em đã xoá đi dấu vết kinh hãi cuối cùng của cơn ác mộng vừa qua.

Anh là cái gì, trước khi gặp em? Là một thằng khốn khổ, lang thang lếch thếch kéo lê thân xác mình trên đường phố, ngửa tay đón nhận đồng tiền bố thí của mọi người để có thể sinh tồn. Anh đã bán từng tấm vé số nhưng tiền bán được quá ít... và dần dà anh đành phải chấp nhận những tờ bạc cũ, những mẩu bánh mì mà vài khách bộ hành đã thảy cho anh, ngấu nghiến ăn trong nước mắt, nuốt luôn những mảnh vụn của lòng tự cao vô tích sự.

Anh đã làm gì để đời mình phải đến nông nỗi này! Anh không còn đường sống, nhưng cũng tự nguyền rủa mình, vì vẫn còn muốn bám vào cuộc đời này.

Nhờ những đồng tiền bố thí mà anh kéo dài kiếp sống nhưng nó cũng giúp anh hiểu rằng sự hờ hững và lạnh nhạt của người đời có thể làm mình buồn tủi ra sao! Loài người lạ lắm! Có người đưa vội cho anh tờ giấy bạc nhàu nát, hấp tấp như muốn xua anh ra khỏi tầm nhìn của họ; người khác thì nhìn anh với ánh mắt thương hại rồi thả cho anh tờ bạc như để tự trấn an mình hơn là vì từ tâm. Rất ít người cho tiền mà mỉm cười, phần lớn là vội quay đầu về hướng khác, như thể họ đang dập mạnh cánh cửa vào mặt anh.

Anh cảm thấy như mình đang bị xử tội, mà không biết mình bị tội gì. Vô lý. Nhưng quả thực là anh đã cảm thấy thế.

Không biết có khi nào trong đầu của những người khách ấy có loé lên ý nghĩ là họ sẽ làm gì nếu gặp phải tình trạng như anh? Có dễ gì đâu! Chỉ cần một giây là cuộc đời thay đổi... và không còn gì là đời nữa.

* * *

Tôi nhớ đến từng giây phút của buổi tối ba năm về trước và cảm thấy ngạt thở. Tôi đang lái xe máy chạy trên đường sau một buổi tối gặp mặt bạn bè. Đêm đó thật vui và giữa những trận cười và đùa nghịch, chúng tôi còn hẹn gặp nhau ăn điểm tâm vào sáng hôm sau, ở nơi thường gặp.

Nhưng sáng hôm đó tôi không thể đi đến nơi hẹn. Tôi cũng đã không về đến nhà. Một chiếc xe hơi, thật lớn, từ màn đêm lao ra với tốc độ kinh hoàng, nó đột ngột húc vào vai và làm sống lưng tôi dập nát. Tôi biến thành một hình nộm tung lên cao, một thân hình bị gẫy thành hai khúc và một cuộc đời bị huỷ hoại trong phút chốc.

Chiếc xe hơi chẳng những đã không dừng lại mà nó còn tăng tốc, nhanh chóng lao đi, rồi biến mất trong bóng đêm.

Tôi không biết mình nằm bất động bao nhiêu lâu trên đường phố. Tôi chỉ nhớ mang máng vì chỉ có sự đau đớn đã làm bạn với tôi trong chừng ấy thời gian.

Tôi không còn cha mẹ, chẳng có anh em. Trước đây đã cô đơn mà bây giờ lại càng cô độc. Sau bệnh viện còn có nhiều việc khác phải làm. Trước đây tôi cũng có một người bạn gái mà lúc này tôi có thể mang lại cho cô ta được gì.... còn sự thương hại của cô chỉ làm tôi khó chịu... Cả hai chúng tôi cùng hiểu rõ điều ấy và thế là một buổi sáng tôi không còn nhìn thấy cô nữa...

Rồi dần dần, tất cả đều như hoá ra tro bụi, mất việc, mất nhà, mất bạn...

À, những người bạn! Họ cũng biến mất! Tôi nhận ra rằng những kẻ mà trước đây tôi gọi là bạn chỉ là những kẻ để ngồi bên nhau cười đùa một cách ngu xuẩn chứ không phải để khóc cùng nhau. Những kẻ xa lạ tình cờ gặp nhau trong một quãng thời gian trong đời nhưng chỉ một thời gian sau đó là họ không còn nhớ đến mình nữa. Tôi không biết bây giờ họ đang ở đâu, những người mà tôi đã hẹn gặp vào buổi sáng đó. Nhưng tôi cũng không cần nhớ đến những khuôn mặt họ. Cô đơn và vô tích sự, càng ngày tôi càng lăn xuống đáy cuộc đời đến nỗi phải ăn mày để sống. Tôi ấn tượng và nhớ đến cử chỉ của những người đã đặt bình nước có vòi để tặng miễn phí cho những ai cần uống. Nhưng ngày đó tôi không có cơ may bắt gặp bình nước đó. Có lẽ định mệnh đã muốn cho tôi một cơ hội bất ngờ khác, được gặp em.

Rất nhiều thời gian đã trôi qua và bây giờ anh đang ở đây, trong căn phòng ấm cúng này, như trong một thế giới khác, và dù chân không còn nhưng em đã giúp anh bay cao. Bay lên cao để sống lại, để cảm ơn em và định mệnh đã từ tâm đến không ngờ.

Cơn ác mộng quái ác hằng đêm của anh, chính là cuộc đời trước đây, lúc chưa gặp em, chưa được yêu em. Trong lúc anh đang vùng vẫy để tìm một ngụm nước, lê lết trên lớp nhựa đường nóng bỏng thì nhìn thấy ánh mắt của em, một tia nhìn màu xanh sâu thẳm như đại dương và sau đó là khoảng trống của hư vô. Hình ảnh cuối cùng trước khi ngất xỉu.

Khi anh mở mắt ra, ở bệnh viện, thì có cả em, tia nhìn màu xanh nước biển của em và mái tóc đen thật dài. Đó là những điều đầu tiên mà anh nhìn thấy, và hầu như chưa nhận ra em nhưng anh đã cảm thấy là mình đang ở trong một thế giới mềm mại như bông, được nằm buông mình trên một tấm nệm dày và không còn cái cảm giác khô khốc trong cổ họng. Sau đó cần có thời gian để giải thích. Lúc đó em đang chạy xe máy, để tìm thuê nhà trong vùng đó. Ba của em là người Ý, thuộc vùng Toscana và vì thế nên em có màu mắt như màu xanh nước biển, còn mái tóc dài và thân hình thon nhỏ là từ người mẹ gốc Á châu. Em là một y tá đang cộng tác với một nhóm chuyên gia để mang lại nụ cười cho những đứa bé bị dị tật môi và hàm ếch⁽*⁾ một cái tên thật khó nhớ nhưng chính là căn bệnh di truyền đã để lại hậu quả rất xấu cho các em bé bất hạnh, ảnh hưởng nhiều đến tương lai của chúng. Em và các bác sĩ đã đi khắp nơi trên thế giới để mang lại nụ cười và hy vọng. Lúc đó em đã mất thời gian cho việc tìm địa chỉ căn nhà... và em đã dừng lại ngay lúc anh đang ngất xỉu.

... Bao nhiêu mệt nhọc, bao nhiêu cố gắng... và giờ đây, sau một năm anh đã biến thành một con người khác, có em bên cạnh, trước, ngập ngừng e ngại, mà sau quyết liệt để giúp anh vượt qua tất cả những hồ nghi.

Anh bước vào đời em hoàn toàn tình cờ, thế nhưng em cương quyết giữ lấy anh. Em đã giúp cho anh thở, giúp anh giải phẫu, em đã chăm sóc và giúp đỡ anh, em đã tranh luận rất nhiều lần để anh có thể sống lại cuộc đời. Để cảm thấy mình hoàn toàn bình thường ngay cả việc thiếu đôi chân. Để được là anh. Và để được yêu em bằng tất cả tấm lòng, toàn tâm, toàn trí.

Giờ thì anh sống, và làm việc, có thể sử dụng tất cả kiến thức và kinh nghiệm về tin học như trước ngày xảy ra tai nạn. Anh cứ tưởng là mình sẽ không bao giờ làm được. Thế nhưng thời gian đã giúp anh, mỗi ngày là một khám phá mới, những kỹ thuật tân kỳ được phát minh và biết đâu, một ngày kia anh cũng có thể đi lại bình thường.

Ừ, ... đi lại... đá một phát vào trái banh, dạo chơi, lên, xuống. Không, có lẽ đó là đòi hỏi quá đáng, như thế này là anh đã hạnh phúc lắm rồi!

Anh đang sống trong một hiện thực đẹp như mơ và mỗi buổi sáng được thức dậy bên em, vuốt ve em để biết chắc là em hiện hữu, em, là trái tim của trái tim anh. Em, người đang mang lại cho anh nụ cười và hy vọng.

À, em đã thức giấc rồi! Một nụ cười để làm anh yên tâm, như thể em biết những điều anh vừa nghĩ, như thể những ý nghĩ của anh cũng chính là ý nghĩ của em. Mỗi ngày em tặng cho anh một nụ cười và thế là ác mộng biến mất. Để bắt đầu một ngày mới. Cuộc đời mới của anh.

Sài Gòn 2-1013
Elena Pucillo Truong

(*) La laparoschisi o labbro leporino (dị tật môi và hàm ếch) là một căn bệnh di truyền và các bác sĩ Ý thuộc tổ chức từ thiện Fondazione Operation Smile Italia Onlus thường đi khắp nơi trên thế giới để phẫu thuật miễn phí cho các trẻ em bị dị tật này để giúp chúng lấy lại nụ cười, sự tự tin và hy vọng về một tương lai tươi sáng hơn.

VƯƠNG HOÀI UYÊN
YÊU NHƯ NỖI CHẾT

Tháng năm cuối mùa xuân, Seoul trở lạnh mười độ. Hôm đó là ngày thứ ba trong chuyến du hành. Khác với những lời cô hướng dẫn viên nói hôm họp đoàn trước ngày đi: "Mùa nầy Seoul chỉ hơi lạnh, quý vị chỉ nên đem theo đồ ấm nhẹ, mỏng". Cả đoàn Việt Nam chao đảo vì lạnh. Có bao nhiêu đồ ấm mang theo mặc hết vào người mà vẫn co ro, Hoài cảm thấy ân hận vì mình đã chủ quan. Tự nhiên thấy hết hứng đi chơi, chỉ mong về khách sạn, vì khách sạn bao giờ cũng có máy heat. Buổi tối về phòng soi gương, Hoài thấy da mặt mình nhăn hơn, mắt trũng sâu hơn, mũi bắt đầu khụt khịt, hỉ ra có tí máu. Vậy mà mấy cô cậu thanh niên Hàn Quốc cứ đi từng đôi ngoài đường, da dẻ tươi trắng như trứng gà bóc. Phải công nhận người dân nước này được thượng đế ưu ái cho làn da quá đẹp. Tự nhiên Hoài thấy thèm chút không khí nóng nực ở nước mình.

Sáng nay cả đoàn đi thăm đảo Nami, Hoài thấy Du nghe điện thoại khá lâu, tự nhiên cô có chút thắc mắc không biết có chuyện gì mà có người gọi điện thoại đường dài cho Du, rồi tự trách mình đã tò mò kỳ cục. Nhưng biết làm sao được, hàng ngày gặp nhau ở bệnh viện, trong vai trò nữ y tá, Hoài đã quen theo dõi bác sĩ Du lặng thầm như thế. Và Hoài biết ngoài Hoài ra, còn có một bệnh nhân nữ cũng dõi theo Du như một thỏi nam châm có sức hút mãnh liệt. Trong số những bệnh nhân khoa Nữ của bệnh viện tâm thần, Hạnh thuộc loại có nhan sắc. Hạnh bị bệnh từ khi học lớp mười một, đã hai năm vào bệnh viện nhưng bệnh tình vẫn không làm giảm phần nào nhan sắc của cô. Với người bệnh tâm thần, khi yêu họ thường không biết giấu diếm tình cảm của mình như người bình thường, Hạnh thường đứng ngoài cửa sổ, nhìn vào phòng khám mỗi khi Du khám bệnh, bảo vệ ra đuổi về phòng bệnh. Chỉ một lát thôi, Hạnh lại đến nhìn vào phòng khám. Mẹ Hạnh phải đến lôi con về phòng chốt cửa lại. Hạnh đập cửa rầm rầm, mẹ Hạnh vừa ôm con vừa khóc. Rồi cả hai mẹ con cùng khóc. Câu chuyện đến tai lãnh đạo bệnh viện, bác sỹ Du được lệnh chuyển qua làm việc ở khoa Nam. Hàng ngày, Hạnh ra hàng rào ngăn đôi giữa hai khoa, nhìn sang mong được thấy bóng dáng Du thấp thoáng trên các hành lang bệnh viện.

Từ ngày Du chuyển sang khoa Nam, Hoài cũng buồn. Nhưng là nhân viên của bệnh viện nên hàng ngày Hoài vẫn có cơ hội gặp Du nhiều hơn Hạnh. Đó là trong những buổi họp giao ban hàng ngày, hoặc trong những bữa ăn trưa ở căng tin. Đôi khi trong bữa cơm, có người vui miệng nhắc đến Hạnh, Du thường chép miệng thở dài. Có lần anh nói với bác sỹ Nam – người đang trực tiếp chữa bệnh cho Hạnh - đại khái nên góp ý với gia đình cho Hạnh điều trị ở nhà, để hàng ngày không gặp Du nữa, sẽ tốt cho Hạnh hơn. Nhưng trái với lời Du nói, về nhà bệnh Hạnh trở nặng hơn, Hạnh một mực đòi trở lại bệnh viện.

Khi bị thuyên chuyển về đây, Hoài thấy chán nản muốn bỏ nghề. Cô thấy sợ những khuôn mặt vô hồn của bệnh nhân. Suốt ngày họ đi lại phờ phạc trên những hành lang phòng bệnh, hoặc đứng tụ tập từng nhóm, thấy người nhà bệnh nhân vào thăm thân nhân họ chạy theo xin tiền, hoặc xin thuốc lá. Nơi đây là thế giới của những người hút thuốc, nữ cũng như nam. Họ hút vì buồn, vì muốn quên đi bệnh tật của mình. Đó là những người bệnh tình tạm ổn. Còn những người bệnh nặng thì suốt ngày la hét trong những căn phòng nhỏ có cửa khóa bên ngoài. Đến giờ cơm hộ lý đem cơm vào, có chén đũa hẳn hoi, nhưng thường thì họ bốc cơm bằng tay. Bệnh nhân tên Nhung khoảng trên 40 tuổi, bà nầy bị hoang tưởng nặng, bao giờ cũng tưởng mình là con heo, nên khi ăn bao giờ cũng chan canh vào tô cơm, hai tay bưng tô cơm, cúi xuống táp vào tô kiểu con heo táp vào máng cám. Một buổi sáng chủ nhật – hôm đó vào phiên trực của Hoài, đang ngồi trong phòng trực thì Hoài nghe nhiều tiếng kêu ré của bệnh nhân của bệnh nhân khoa Nữ, cô chưa kịp bước ra xem chuyện gì thì Ly – một bệnh nhân trẻ chạy đến hốt hoảng kêu: "Chị Hoài ơi, Hoa nó bốc phân ăn đầy miệng nè ". Hoài chạy đến phòng Hoa thì thấy cô nầy đang nhét phân vào miệng.

Không thể nào ngăn được cơn buồn nôn, Hoài nôn thốc nôn tháo. Cô vội kêu hộ lý lôi Hoa vào phòng tắm. Đến mấy ngày sau Hoài vẫn không thể nào ăn uống được. Cô chỉ ăn qua loa rồi uống thêm sữa trừ bữa. Cô vẫn chưa thích nghi được với bệnh viện tâm thần như các y tá khác. Hoài thấy phục các chị hộ lý khi họ làm những công việc phục vụ cho bệnh nhân, kể cả những công việc mất vệ sinh nhất. Có lẽ Hoài còn trụ lại đây vì còn có Du. Không ai nghĩ một người bề ngoài có vẻ chững chạc, điềm đạm như Du lại có khiếu hài hước. Khi mới về đây, có lần cả nhóm bác sỹ và điều dưỡng tụ tập tại căng tin, vô tình hôm đó Hoài ngồi bên Du, trong lúc cao hứng mọi người yêu cầu Du giả giọng thuyết minh phim kiếm hiệp Hồng Kông, anh quay sang Hoài:

- Tiểu muội hãy cùng ta đi đến cuối cuối cuộc đời nầy. Ta hứa sẽ thương yêu và chăm sóc cho tiểu muội cho đến hơi thở cuối cùng.

Cả nhóm ré lên cười. Phải công nhận Du giả giọng thật giống. Hoài cũng cười. Tuy chỉ là một lời nói đùa, nhưng không hiểu sao trong lòng cô xôn xao một một cảm giác rất lạ. Hoài cũng biết Du đã có người yêu, có một lần thấy người yêu của Du đến bệnh viện tìm Du, Hoài nhìn cô gái và tự nhận thấy mình thua cô ấy nhiều quá. Hoài cũng biết mối tình đơn phương nầy chả đi đến đâu, tuy nhiên cô cố che dấu, không muốn cho ai biết, sợ người ta nhìn mình bằng cái nhìn thương hại.

Có điều tuy biết Hạnh cũng yêu Du, Hoài hoàn toàn không hề xem Hạnh như đối thủ. Điều đó cũng dễ hiểu, Hạnh chỉ là một cô gái tâm thần đáng thương, Hạnh yêu trong cơn mê loạn của trí óc, chưa hẳn là một tình yêu đúng nghĩa. Hơn nữa, Hạnh là một bệnh nhân hoang tưởng nặng, có thể tình yêu với Du cũng là một biểu hiện của chứng hoang tưởng. Hoài thấy Hạnh cũng đáng thương như mình, và trong thâm tâm cô thấy thương Hạnh như một người em gái.

Những ngày giáp Tết âm lịch, bệnh nhân rục rịch được người nhà đón về ăn Tết với gia đình. Bệnh viện vắng dần đi, nhân viên bệnh viện cũng rảnh việc hơn. Hạnh cũng được mẹ đón về sáng nay. Trước khi về cô còn có ý tìm bác sỹ Du để giã từ. Bị mẹ giục, cô vừa đi ra cổng vừa ngoái lại. Bé Khoa năm nay không có ai đón về. Em là bệnh nhân nhỏ tuổi nhất ở đây, chỉ mới mười ba tuổi. Em nhập viện đã hai năm từ khi đang học lớp năm. Trường hợp của Khoa thật đáng thương. Khoa tuy con nhà nghèo nhưng là học sinh giỏi nhất trường, mặc dù em phải vừa làm vừa học. Sau buổi học em phải đi thu gom phế liệu phụ ba mẹ. Trong lớp có một nam sinh con nhà giàu nhưng học dốt, em nầy vốn ganh ghét Khoa nên cố tình hại Khoa bằng cách hô hoán mất một số tiền lớn. Khi giáo viên phụ trách lớp cho lục cặp sách thì thấy số tiền nầy nằm trong cặp sách của Khoa. Tình ngay lý gian, Khoa phân trần thế nào cũng không được. Khoa bị công an giữ mấy ngày. Với một học sinh giỏi, hạnh kiểm tốt như Khoa, đó là một điều sỉ nhục. Sau khi được cho về, em đã tự tử nhưng được người nhà phát hiện. Sau đó vì quá phẫn uất, Khoa đã có những biểu hiện tâm thần. Khoa thường đi lang thang và nói năng lảm nhảm. Ba mẹ Khoa vừa phải làm lụng nuôi con, vừa phải theo sát Khoa vì sợ em lại tự tử, cuối cùng phải gửi em vào đây. Với những bệnh nhân đã tự sát hụt như Khoa, ban đầu bệnh viện phải cho sống cách ly ở phòng đặc biệt. Trong phòng sẽ không có bất cứ vật gì để bệnh nhân có thể tự tử được – ngay cả chiếc quạt trần. vì đã có một lần có trường hợp bệnh nhân treo cổ trên chiếc quạt trần với chiếc quần dài làm dây thòng lọng. Và cũng không ai được nói hai từ tự sát với bệnh nhân. Bệnh viện tâm thần khác hơn bệnh viện khác ở chỗ không chỉ vô trùng dụng cụ chữa bệnh, mà còn phải vô trùng tư tưởng cho bệnh nhân.Tuy Khoa ở khoa Nam, nhưng Hoài hay đến thăm em và thường mang theo quà bánh cho em, vì có một lần Hoài bắt gặp Khoa nhìn chăm vào gói quà bánh của một bệnh nhân khác với vẻ thèm thuồng. Ba mẹ Khoa nghèo, chuyện thăm viếng quà cáp cũng ít hơn người khác. Những lần đến thăm con, ra về mẹ Khoa thường ngồi lặng lẽ khóc ở ghế đá ngoài sân bệnh viện. Những lần như thế, bao giờ Hoài cũng thường khuyên nhủ bà nhưng cô cũng không cầm nổi nước mắt. Thật không gì đau xót hơn khi đứa con học giỏi ngoan hiền của mình lại bị oan khuất như thế, để rồi cuối cùng cuộc đời của nó đi vào chỗ bế tắt. Tết năm ngoái, Khoa được ba đến đón về, năm nay nghe Khoa nói mẹ em bị bệnh nên ba em phải chăm mẹ, do đó không có điều kiện đón em. Hoài biết bao giờ Du cũng là người gom tất cả những bệnh nhân nam ở khoa anh phụ trách - những người bệnh không có người thân đón – về nhà anh ăn Tết. Hoài nói với Khoa:

- Lần nầy bé Khoa về nhà bác sỹ Du ăn Tến rồi. Bác sỹ sẽ cho hát karaoke suốt ngày vui lắm. Chị sẽ đem bánh mứt, hạt dưa, bánh chưng đến cho Khoa nhé. Cả phong bì lì xì nữa.

Khoa tuy buồn nhưng nghe Hoài nói cũng thoáng có chút vui trên khuôn mặt trẻ con. Đã nhiều năm rồi, nghĩa cử của Du làm cả bệnh viện khâm phục. Chưa nói đến chuyện tốn kém, nhưng ngay cả chuyện quản lý một số người bệnh tâm thần như thế tại nhà cũng không phải là chuyện dễ dàng gì. Nhưng Du không cô đơn, anh có một bà mẹ rất từ tâm, một người em trai và một số nhân viên bệnh viện ngày Tết cũng sẵn sàng tự nguyện chia nhau đến giúp anh. Chỉ còn lại một số bệnh nhân ở khoa Nữ - phần lớn là những người bị gia đình bỏ rơi từ nhiều năm – đành ở lại bệnh viện. Trong số đó có bà Nhâm, một bệnh nhân sống ở bệnh viện trên bốn mươi năm. Bà vào bệnh viện từ khi hai mươi tuổi đến nay đã ngoài sáu mươi, không người thân thích viếng thăm. Một đời người trải dài trong chuỗi ngày ở bệnh viện buồn hiu hắt. Mỗi khi có người nhà bệnh nhân khác đến thăm, bà thường giơ tay xin những đồng bạc lẽ, rồi ngồi vuốt cho thật phẳng xong bỏ vào chiếc túi nhỏ mà đi đâu bà cũng kè kè mang theo bên mình, kể cả lúc xuống phòng ăn cơm. Bà xem bệnh viện là nhà, không biết đến khi chết có ai là người thân vuốt mắt? Những người bị gia đình bỏ bê như bà Nhâm thường ăn uống theo chế độ thiếu thốn dinh dưỡng hơn. Vì họ không có tiền ăn cơm ở căng tin mà theo chế độ trợ cấp xã hội. Vì thế với bà Nhâm và một số người khác, trong những ngày giáp Tết thường có nhiều đoàn từ thiện đến thăm, là những ngày hạnh phúc nhất. Ngày đó họ được nhiều quà cáp và được ăn uống những món mà lâu nay họ vẫn mơ ước, thèm thuồng.

Những ngày cuối năm, bên cạnh những người ra về, lại có những bệnh nhân mới nhập viện, lần này ở khoa Nữ của Hoài đón Linh - một cô sinh viên mới mười chín tuổi. Ngày đầu tiên mới đến, Linh lúc nào cũng khóc lóc vật vã. Tội nghiệp anh cô – chỉ hơn cô vài tuổi, cũng đang là sinh viên – phải xin phép nghỉ học theo chăm sóc em. Cả hai anh em đi học xa nhà, gia đình ở tận Nghệ An chưa vào kịp. Đến ngày thứ hai, Linh bảo anh đi ra ngoài mua đồ ăn cho cô. Anh cô vừa đi khuất, Linh chạy vào phòng vệ sinh tự thắt cổ bằng chiếc quần bệnh nhân cô vừa xin thêm của bà hộ lý. Khi người anh mang gói đồ ăn trở về thì em gái đã chết.

Ai bảo những bệnh nhân tâm thần sống trong cõi hỗn mang mờ mịt của trí tuệ thì làm sao biết buồn, biết tự tử? Thật ra trong những lúc họ tỉnh táo nhất, họ ý thức được căn bệnh trầm kha không hy vọng có ngày trở về với cuộc sống của mình – ngoại trừ phép màu nào đó – đó là lúc họ thấy buồn chán bế tắt nhất, chỉ còn cách giã từ cuộc sống. Lúc mới vào bệnh viện, Hoài thường bị sốc trước những cái chết tức tưởi như vậy. Bây giờ cô cũng hơi quen rồi, tính cách nào rồi cũng bị bào mòn bởi thời gian.

* * *

Những ngày du lịch ở đất nước Hàn Quốc chấm dứt. Lúc đó Du mới cho cả đoàn biết một tin sốc: Trước khi nhân viên bệnh viện đi du lịch Hàn quốc mấy hôm, Hạnh - trong một lần theo chị ra giếng ngoài vườn rửa rau - đã nhảy xuống giếng theo một tiếng gọi ảo thanh sai khiến trong đầu. May là giếng cũng cạn và có người cứu kịp. Du cũng cho biết là hôm cả đoàn đi đảo Nami, cuộc gọi điện thoại của bác sỹ trưởng khoa đã cho anh biết như vậy. Nhưng có một bí mật nữa mà Du không nói ra, sau nầy Hoài mới nghe Hạnh kể. Đó là chi tiết khi từ miệng giếng nhìn xuống, lúc nầy Hạnh nghe trong đầu mình có tiếng Du gọi từ đáy giếng, và có cả bóng Du từ dưới đưa tay vẫy Hạnh, vậy là Hạnh sẵn sàng nhảy xuống. Có lẽ vì vậy mà lúc đó Hoài thấy Du có vẻ ưu tư sau khi nghe điện thoại đường dài từ Việt nam gọi sang.

Những ngày giáp Tết, tin Du sắp lấy vợ làm Hoài chao đảo. Vẫn biết ngày ấy sẽ đến nhưng trong lòng cô vẫn mong đó không phải là điều có thật. Đôi khi Hoài cũng cảm thấy mình hoang tưởng như bệnh nhân của mình. Đêm cuối năm Hoài đi lang thang một mình rồi ghé vào quán cà phê. Hoài chọn một góc khuất để không ai chú ý đến mình. Ngẫm lại cuộc đời , Hoài như thấy lại những cuộc tình cứ qua đi, vài khuôn mặt đàn ông đi qua đời mình với bao ước mơ đã vụn vỡ, thấy mình như con tàu lang thang qua nhiều sân ga, nhưng lại không có ga nào là điểm cuối. Và Du như một miền đất từ một tinh cầu xa vời mà con tàu không thể nào đến được. Tự nhiên nghĩ đến đó nước mắt Hoài chảy ra, cô gái tiếp viên đến gần cô và ân cần hỏi:

- Chị có làm sao không? Em có thể giúp gì cho chị?

Ngẩng lên nhìn khuôn mặt trẻ măng đang cúi xuống nhìn mình, Hoài nói:

- Không có gì. Cảm ơn em.

Cô gái quay đi với cái nhìn ái ngại. Nghe điện thoại reo, Hoài lau nước mắt cầm máy. Đầu dây bên kia tiếng mẹ Hạnh hốt hoảng:

- Cô Hoài ơi, cô có thể giúp tôi được không? Từ chiều đến giờ Hạnh nó đến đứng trước cổng nhà bác sỹ Du, tôi nói thế nào nó cũng không chịu về. Chỉ có cô nói nó mới chịu nghe lời thôi. Cô làm ơn giúp tôi nghen cô Hoài.

Khi Hoài đến, Hạnh đang đứng co ro dưới cơn mưa phùn cuối năm, bà mẹ cầm áo mưa đứng bên cạnh nhưng nói thế nào Hạnh cũng không chịu mặc. Bà mẹ khoác áo mưa cho cô thì cô lại hất đi. Mái tóc rối bù ướt nước mưa, những giọt mưa tuôn chảy trên khuôn mặt thất thần của cô gái nhỏ trông thật tội nghiệp. Hình như bác sỹ Du vẫn không biết, trong nhà đang có yến tiệc gì đó. Hoài ôm bờ vai Hạnh, cô nói với Hạnh mà cũng là nói với chính mình:

- Ngoan nào, về thôi em.

Vương Hoài Uyên

TT - THANH TRƯỚC
BẢN HỢP ÂM HOANG DẠI

Cô bé kéo chiếc khăn choàng tím quấn vào cổ, tay cầm quyển sách ngồi lên chiếc xích đu, mắt nhìn về phía ven rừng bên kia cánh đồng như đang chờ đợi ai. Và từ cánh rừng sâu thẳm ấy cũng có một đôi mắt hoang dã, u buồn đang nhìn cô bé... thiết tha chờ đợi. Khoảng cách mênh mông của cánh đồng rộng l...ớn không ngăn được họ, sự khác biệt giữa người và thú không ngăn được tâm hồn họ đến với nhau... cô độc, nuối tiếc, cảm thông!

Từ nhỏ cô bé đã được nghe mọi người kể về một đàn sói hung hăng, độc chiếm khu rừng! Không ai dám vào đó săn bắn! Nhưng chúng không bao giờ vượt qua cánh đồng vào làng phá hoại! Chúng chỉ ngăn cản không cho ai vào rừng săn thú, đốn cây! Thủ lãnh đàn sói đêm đêm đứng ở ven rừng cất tiếng tru như cảnh cáo mọi người! Nhiều năm trôi qua... nước sông không phạm nước giếng... người trong làng dần dần quen với tiếng sói hằng đêm!

Rừng xanh âm u, đồng ruộng phì nhiêu. Rất tiếc tham vọng con người không dừng lại! Không yên phận với mái tranh ruộng rẫy... nhà cửa, công xưởng càng lúc càng được xây nhiều hơn và đương nhiên gỗ đá cũng cần nhiều hơn! Họ thuê người đốn cây, thuê những thợ săn chuyên nghiệp diệt sói! Từng gốc cây lần lượt ngã xuống, từng con sói lần lượt bị giết chết hay bị bắt! Tiếng sói tru không còn chỉ lúc vào đêm mà cả ban ngày, lẫn cùng tiếng súng đạn! Cho đến một ngày... không còn tiếng súng... cũng không còn tiếng sói! Rừng xanh thay chủ!

Cây rừng mỗi ngày một thưa dần... những ngôi nhà với những khu vườn nho nhỏ dần dần biến mất thay vào đó là những biệt thự và cao ốc mỗi lúc một nhiều! Chỉ còn lại ngôi nhà bé nhỏ cuối thôn, hình như cũng bị lãng quên như khu rừng xanh um ngày trước cũng bị lãng quên... và cô bé, với quyển sách trên tay... ngày ngày ra ngồi trên chiếc xích đu cũ kỹ, nhìn sang khu rừng giờ đã hoang tàn mà nuối tiếc, đợi chờ.

Bên kia cánh rừng, con sói đầu đàn còn sống sót lê tấm thân chi chít vết sẹo, cô độc, lẩn núp sau những hàng cây tiếc thương cho mảnh đất quê hương bị tàn phá, đồng đội bị tàn sát! Đôi lúc nó ước mình cũng chết đi trong trận chiến không cân sức... nhưng nó vẫn sống! Kiêu hùng dù đầy thương tích! Bất giác nó cất tiếng tru lên! Tiếng tru oai dũng nhưng cũng không kém phần bi thương! Cô bé bật đứng dậy, gương mặt rạng rỡ, không ngăn được xúc động, cô lấy tay làm loa và cũng hú lên đáp lại tiếng gọi của rừng xanh!

Không... không phải tất cả đã mất! Rừng xanh vẫn còn đó, tiếng sói vẫn còn đây và vẫn còn một trái tim nhỏ bé biết yêu quí tiếc thương cho một thời oanh liệt đã qua! Tiếng kêu của họ, một người, một thú hoà quyện vào nhau như đang xoa dịu nỗi đau cho nhau. Từ đó mỗi lúc hoàng hôn mọi người đều nghe tiếng sói tru, người hú như một hợp âm của dòng nhạc lưu vong... khắc khoải, ray rứt, tiếc thương, hoài vọng...

Rồi sẽ có một ngày ca khúc này tắt lịm, không còn ai nhớ đến họ... Cũng chẳng hề gì, chỉ mong họ đến được bên nhau dù bất cứ nơi nào!

03.07.2020
TT - Thanh Trước

LÊ HIỀN

THẰNG ĐỐM

(Truyện đồng thoại)

Quâu, quâu, quâu! Lẫn trong tiếng sủa dồn dập quen thuộc lại nghe có cả tiếng "ăng ẳng", thứ âm thanh nghe lạ hoắc có lẽ của chú chó nào đó. Nhận ra giọng sủa khác lạ của con Phèn, Hà biết ngay đã có chuyện gì rồi đây!

Bước ra nhà sau cô thật bất ngờ vì sự xuất hiện của một chú chó lạ. Đó là một chú chó còm nhom, hôi hám và xấu xí. Nó khoác trên mình bộ lông xám nhạt có những đốm đen ở bụng và lưng.

Dù lông nó ướt nhẹp, dơ bẩn nhưng cô vẫn nhận ra những vết sẹo to trên lưng và cổ còn lở loét, có vết đã sắp lên da non còn dính đầy đất cát. Có lẽ nó bị phỏng nước sôi cũng nên. Thật là tội nghiệp. Hà cất tiếng la thật lớn để ngăn chú Phèn nhà đang gầm gừ nhe nanh tấn công nó. Theo bản năng tự vệ, nó cũng nhe mấy chiếc răng nanh nhọn hoắt gầm gừ lại. Nó cũng không che giấu được tình trạng hiện tại: lông xơ xác thảm hại, cái lưỡi thè ra thở có vẻ vừa mệt vừa đói. Nhìn cái bụng xẹp lép và ánh mắt háo hức thèm thuồng của nó khi thấy chú Phèn nhà đang ăn cơm thì đủ biết. Nước dãi nó cứ chảy ra theo từng âm thanh nhai xương rào rạo của con Phèn. Mà con Phèn nhà cũng độc thiệt, nó như muốn trêu tức "vị khách lạ" hay sao mà nhai xương cứ rôm rốp, rào rạo sao nghe ngon đến lạ, thỉnh thoảng nó ngừng nhai đưa mắt liếc về phía đối phương như canh chừng. Mặt con Phèn vênh váo thấy rõ: "Ta là chó nhà mà, còn mày chỉ là thứ chó hoang đói rách". Nó biết thân lắm, ngồi cách xa con Phèn vài mét, mắt nhìn lấm lét như một sự thủ thế: "Nếu như mày có rượt thì tao chạy".

Hà biết trong cái đầu óc u tối của nó vẫn lóe lên một tia hy vọng mỏng manh: chờ chú Phèn nhà có ăn no họng mà bỏ mứa vài miếng cơm nào trong cái thau không để nó còn nhờ cậy. Cô vào nhà lục ngay nồi cơm, may quá, vẫn còn được một chén cơm đầy. Cô chế nước lã vào và không quên chan vào ít nước cá, còn "khuyến mãi" thêm một con cá nục từ xoong cá kho của Phèn. Chìa tô cơm về phía nó, cô nói: "Ăn đi Ki, cơm dành cho mầy đó". Chả biết nó tên là gì, Hà cứ gọi đại cái tên Ki thông dụng mà mọi người thường hay gọi chó. Cô biết nó đói lắm rồi, nước dãi đã chảy thành từng vệt dài rơi rớt trên nền xi măng. Thế mà nó vẫn nhìn Hà bằng ánh mắt thật dè chừng nhưng tia mắt thì không rời tô cơm có con cá nục kho hấp dẫn trên tay cô. "Ăn đi con, không ai thuốc mầy đâu mà sợ!" Hà đặt tô cơm trước mặt nó và búng tay huýt sáo "tút tút" rất nhà nghề đúng cách mấy ông làm quen với chó. Đôi mắt nâu đen của nó nhìn cô như quan sát và ánh nhìn lần này có chút gần gũi hơn. Hà động viên thêm: "Ngoan nè, chả ai thèm bắt mày đâu, đói meo rồi mà còn làm bộ". Chú Phèn nhà đã ăn no, ưỡn cái bụng no tròn nhìn cô mà không sủa hay gầm gừ ganh tị với thằng hàng xóm nữa. Hà biết ý lùi ra xa để nó bớt sợ và cố tình bỏ vô nhà bí mật quan sát nó từ xa. Con Phèn cũng biết ý lẽo đẽo vào nhà cùng cô. Còn lại một mình, nó bạo dạn và phấn khởi hẳn lên. Nó ưỡn người đứng thẳng dậy, chiếc đuôi không còn cong quặt vào hai chân sau trong tư thế cóm róm nữa. Nó mon men lại gần, ngó dáo dác xung quanh rồi từ từ tiến lại và ngửi. Ổn rồi. Hà thở phào nhẹ nhõm. Cuối cùng nó cũng chịu ăn.

Năm ngày rồi, con Ki hàng xóm vẫn ở lì nhà cô. Nó quấn quýt bên Hà như một đứa trẻ. Cứ mỗi lần thấy cô đi dạy về là ùa ra trước cổng, miệng kêu ư ử, đuôi ngoáy tít mừng rỡ. Mấy bữa đầu nó và con Phèn nhà vẫn còn hay gây nhau, tất nhiên cô luôn là người đứng giữa giảng hòa để vãn hồi hòa bình. Mặc dù Hà cố tình để cái thau con Phèn và cái tô đựng cơm của nó cách xa nhau, vậy mà có lúc con Phèn cứ ăn mấy miếng bên đây đã bổ nhào qua giành khúc cá kho bên tô cơm của nó. Đúng là đồ chó mà. Có lẽ sự xuất hiện của "vị khách không mời mà đến" đã làm con Phèn bực bội ra mặt. Nó như muốn phản ứng lại bằng thái độ ganh ăn cấu xé và ăn hiếp con Ki cả những lúc có mặt cô ở đấy. Con Ki quá nhún nhường và cố nhịn con Phèn mọi thứ. Nó thừa hiểu nếu không cố "chịu đấm ăn xôi" thì với hoàn cảnh hiện tại nó sẽ bị đói và tiếp diễn cảnh không nhà không cửa như xưa...

Nay Hà mới có dịp nhìn kỹ con Ki, nó không hề xấu nghe. Nó là kết quả hoàn hảo của giống chó Ta lai Nhật. Ki có cái mặt rất dễ thương với đôi mắt đẹp và chiếc mũi nâu ươn ướt. Có lẽ do được lai giống nên chiếc mõm nó không quá ngắn cũn như những chú chó Nhật rặt. Dáng cao khá cân đối, chỉ hơi ốm tí vì có lẽ nó bị thiếu ăn nhiều ngày. Theo kinh nghiệm, Hà nghĩ tuổi đời của nó cũng 5, 6 tháng mà thôi. Hà ngoắc nó lại và vuốt ve cái trán có chòm lông xoắn xinh xinh của nó: "Mầy còn hôi hám dơ bẩn lắm, để bữa nào tao sẽ tắm rửa cho mầy thôi Đốm ạ! Nay mày có tên mới rồi nghe!" Hà vỗ nhẹ vào mõm nó: "Nhớ hông, tên mày là Đốm nhé. Ôi cưng quá. Đốm! Đốm!" Dường như hiểu lời Hà nói, nó cụp hai tai kêu "hút, hút", dụi mõm vào tay cô có vẻ cảm động và vừa ý với cái tên mới lắm...

* * *

- Anh Phèn ơi chờ... em với, anh chạy nhanh quá hà, em... chạy theo muốn hụt hơi luôn! - Đốm vừa chạy vừa thở và nói trong hơi thở đứt quãng.

- Mầy lúc nào cũng chậm chạp. Trời mưa đến nơi rồi, phải tranh thủ về nhà thôi Đốm ơi! Cô Hà đi dạy về mà không thấy mình là cô la tụi mình đó. - Phèn ngước nhìn trời với vẻ mặt lo lắng, giọng cáu gắt.

Hai anh em nó vừa về đến nhà thì trời cũng bắt đầu đổ mưa. Cô Hà đi dạy vẫn chưa về. Cổng nhà vẫn khóa. Hai đứa tìm cách chui qua cái lỗ trống của hàng rào kẽm gai bí mật mà chỉ hai anh em nó biết. Thật không có gì sung sướng hơn khi được về nằm trên ổ rơm thân thuộc của mình khi cơn mưa vừa ập đến. Thằng Phèn chép miệng nhìn ra màn mưa dày đặc rồi quay qua nhìn Đốm nói với giọng tiếc rẻ: "Nghe mẹ con Vàng nhà ông Tư khoe nhà nó nay có đám giỗ mà tới cũng có xơi được gì đâu, ăn mới mấy cái xương gà chưa đã thèm đã bị cái lũ quỷ chó nhà xóm nào đâu chả biết nhảy xổ ra giành. Nhờ anh có thế võ phòng thân chứ nếu không bị chúng nó cắn mấy phát, có nước mà chết. Chúng nó dữ ghê gớm lắm em ạ! Yếu yếu như em sẽ không thoát khỏi vòng vây chúng đâu!

Thở phào một cái rõ to, thằng Phèn lại hỏi:

- Ừ, Đốm này hồi sáng anh bảo em núp chỗ bụi cây để anh vào xem thế nào rồi gọi em vào. Rốt lại em bỏ đi đâu vậy?

- Dạ lúc đầu em cũng nghe lời anh núp trong bụi chờ. Kế đó em đánh hơi có mùi thơm, em liền phóng ra trước sân, chỗ mấy nhóc nhỏ ngồi ăn đó anh. Mấy nhóc thường múc cơm ăn đổ tháo lắm, thường hay bỏ mứa nữa. Có đứa được ba mẹ nó đút cơm. Chúng ăn toàn thịt nạc, có tí mỡ cũng nhả, còn thịt gà mẹ chúng gỡ rồi vứt xương ra tha hồ mà ăn. Lúc trước em hay đi rong nên em biết.- Đốm nói một cách hồ hởi.

- Chú em mày cũng khôn đáo để, đúng là Đốm có khác.

Thằng Đốm làm thinh nhìn ra ngoài trời, nó thấy hình như mưa ngày một nặng hạt hơn. Sấm chớp ì đùng dễ sợ quá. Từ nhỏ nó có tật hay sợ sấm lắm, hễ nghe tiếng sấm nổ là tim nó đập liên hồi. Bên ngoài, mưa vẫn như trút nước, gió thổi rít từng cơn. Cây cối ngoài vườn lắc lư nghiêng ngã, rũ rượi... Hèn gì ở chỗ đám giỗ hồi sáng, nó nghe người ta nói áp thấp nhiệt đới gì đó, bởi vậy trời hôm nay âm u mưa hoài. Thằng Đốm cong người, cố rúc sâu vào chiếc ổ rơm ấm áp mà vẫn thấy lạnh. Tự dưng nó chợt thấy tủi thân, nó nhớ ngôi nhà cũ của nó vô cùng...

Thằng Phèn tinh ý lắm, nó biết thằng Đốm đang buồn. Trời mưa dầm lạnh lẽo như vầy thì ai chả buồn. Tự dưng không khí bỗng yên lặng dễ sợ. Nó muốn nói câu gì đó cho vui để xóa tan không khí buồn bã này. Như chợt nhớ điều gì, thằng Phèn chồm qua, gác chân trước lên lưng Đốm gãi gãi như muốn an ủi bạn:

- Mà thôi, bỏ chuyện ăn uống với chuyện chạy trối chết ở đám giỗ qua một bên đi. Anh em mình sống chung với nhau cũng được nửa năm rồi mà anh chưa biết gốc gác em ở đâu nữa. Kể về gia đình em cho anh nghe đi! - Phèn nhìn Đốm trìu mến và nói với giọng tha thiết lắm.

- Dạ. Cuộc đời em bi thảm lắm anh ơi! Em may phước mới được ông Trời đưa đẩy đến đây được cô Hà cưu mang và làm bạn với anh. - Đốm ngó về hướng xa xăm. Rồi với giọng bùi ngùi, hắn kể...

* * *

Nhà em có xa đâu, chỉ cách nhà anh có con giồng hà. Nếu nói tên chủ nhà, chắc cô Hà và anh Phèn sẽ không cho em ở nữa. Em không nói ra vì em muốn che giấu thân phận mình. Có đi chơi đâu em cũng đi ngã tắt, sợ ông ấy phát hiện ra thì khổ. Khiếp lắm anh ơi! Nhà ông ấy nổi tiếng nuôi chó để giết thịt mà. Em là đứa được cưng hơn cả vì hình dáng, mặt mũi em cũng sáng sủa, em là giống chó lai nên ông ta không nỡ giết thịt. Nhà ấy lạ lắm, nuôi chó lúc nào cũng cả bầy, hễ nhà ai có chó con là xin về nuôi. Vì nuôi chó đông đúc quá nên làm gì có đủ cơm mà ăn. Tụi em thường ăn cháo nấu với một ít đầu cá biển để có mùi thơm thơm dễ ăn. Đừng nói đến được ăn món cá kho hàng ngày như cô Hà nhà này. Đối với tụi em, đó là một thứ xa xỉ, là món ăn của chó nhà giàu... Ngừng một chút, thằng Đốm hắng giọng nói tiếp:

- Anh biết không, nhà ấy nổi tiếng chế biến các món thịt chó mà. Đám giỗ, đám cưới, tiệc tùng gì cũng làm chó. Họ không làm thịt tụi em thì cũng tìm cách đổi chác với mấy ông chạy rong ngoài đường. Đổi chiếu, đổi xoong thau nè, đổi đủ thứ. Có khi được giá cũng bán tụi em cho mấy quán cờ hó nữa.

- Trời đất! Tưởng ai lạ, ở xóm này ai chả biết nhà ổng, nổi tiếng nhất xóm mà. Rồi dịp nào mà em thoát đi được. Còn vết phỏng em bị hồi nào vậy? - Thằng Phèn nheo mắt, mặt nó trầm ngâm như thúc giục thằng Đốm kể tiếp.

- Anh biết không, do vợ ổng bỏ ổng đi gần nửa năm nay. Ổng buồn nên hay bỏ nhà đi hoài, ổng bán chó gần hết, chỉ còn em với con Mực hà, nó nhỏ tuổi hơn em. Hai đứa cứ sống lây lất, hay lang thang trong xóm rình rập để kiếm cái ăn. Bữa đói bữa no thảm lắm anh ơi!

- Còn vụ vết sẹo của em thì sao, ai làm em phỏng vậy?- Thằng Phèn háo hức hỏi.

- Kỳ đó vì em trót dại ăn hai trứng gà ấp, ổng bắt được tại trận. Sẵn cái ấm nước sôi trên bếp, ổng tức mình hất lên mình em. Rất may là cái ấm va vào vách be bật ra nên em chỉ bị dính mấy vết. Em đau lắm, sợ quá phải trốn trong lùm bụi, ngày sau mới dám về nhà.

Khi Đốm kể đến đây thì ngoài trời mưa đã tạnh, cành lá hả hê giũ bỏ những hạt mưa long lanh chào đón chào ánh mặt trời. Xa xa, có tiếng bầy chim trao trảo chí chóe gọi nhau. Có lẽ cô Hà đi dạy cũng sắp về rồi. Bụng tụi nó cũng đã đói meo tự lúc nào. Thằng Phèn vẫn mong đợi Đốm kể tiếp cái đoạn nó bỏ nhà đi, còn con Mực đi đâu, hổng lẽ Đốm đành lòng bỏ bạn mà đi sao. Phèn lại thúc giục:

- Kể tiếp đi Đốm!

- Bữa ổng tạt nước sôi làm em bị phỏng, đêm đó em đâu dám về nhà, cũng nhờ vậy mà em thoát chết.- Giọng nó bùi ngùi như muốn khóc.- Con Mực bị mấy tay "Cẩu tặc" đánh mồi, nó ham ăn nên bị dính thòng lọng. Lúc ấy là nửa đêm, em nghe tiếng nó kêu ăng ẳng mà ruột đau như cắt. Từ đó em hay đi lang thang ít về nhà lắm. Ông bỏ nhà đi đâu cả tuần mà không thấy về, đói quá em đi vất vưởng kiếm cái ăn rồi đến nhà anh đó...

- Eo ôi! Anh không ngờ cuộc đời em lại khổ thế này. Không biết thì thôi, nay biết hoàn cảnh em, mình xem nhau như anh em rồi, anh sẽ bảo vệ em nghe Đốm!

- Dạ. Em cảm ơn anh nhiều. - Giọng thằng Đốm nhỏ nhẹ đầy vẻ xúc động.

Hình như có tiếng khua loảng xoảng như sự va nhau của sợi dây xích và tiếng mở cổng nghe ken két ở đàng trước.

- Ôi, cô Hà đã về rồi!- Hai đứa cùng kêu lên một lượt.

Thằng Đốm nhanh chân phóng ra khỏi chái bếp. Phèn vội vã phóng theo. Có tiếng reo mừng của cô Hà và cái âm thanh "ư ử" ríu rít quen thuộc của hai chú nhóc. Với họ, vậy cũng là hạnh phúc...

* * *

Nhà cô Hà cả tháng nay buồn ảm đạm như có đám. Thế là thằng Đốm bỏ họ ra đi vĩnh viễn mà chẳng bao giờ trở về ngôi nhà này nữa. Cô Hà và thằng Phèn có những nỗi buồn riêng, không ai giống ai. Cô không hề tiếc nuối khi đã bỏ tiền bạc, thời gian, công sức ra mà chăm sóc Đốm để trở thành công cốc. Cô buồn cho lòng người sao lại ích kỷ, nhẫn tâm, gian trá đến thế?!... Phèn cứ nhớ như in: ngày thằng Đốm bị chủ nó phát hiện ra và lôi nó về đúng vào dịp rằm tháng Bảy. Ông ta quả quyết như đinh đóng cột: Đốm chính là con chó ổng bị thất lạc mấy tháng nay. Mấy cái sẹo do bị phỏng nước sôi trên lưng, cổ và cái chòm lông xoắn đặc biệt trên trán nó chính là bằng chứng. Ông ta còn đòi thưa cô Hà về tội dám bắt chó ổng nuôi khi ổng chưa cho phép. Cô Hà là cô giáo thì hơi sức đâu đôi co với loại người ăn ngang nói ngược như ổng, nên đành chịu thua. Cô đồng ý cho ông ta đem nó về với một điều kiện là phải nuôi Đốm tới già mà không được giết thịt. Ông ta gật đầu và còn đưa hai tay lên thề dõng dạc: Tui hứa.

Thật là trớ trêu, dù ông ta cố chiêu dụ cỡ nào, thằng Đốm cũng nhất quyết không theo về. Nó đưa mắt thảng thốt nhìn Phèn và gọi gần như lạc giọng khi ông ta đút vào cổ nó sợi dây buộc như một cái thòng lọng. Đốm giãy giụa một cách yếu ớt: "Cứu em với, anh Phèn ơi cứu em, ổng giết em mất." Cô Hà viện cớ bị nhức đầu đi vào phòng nằm nghỉ để không phải chứng kiến cảnh thằng Đốm bị lôi đi xềnh xệch như một tội nhân. Bên ngoài, thằng Phèn đứng chết lặng như pho tượng. Lòng nó tựa hồ có ai xát muối khi phải nhìn cảnh chia ly này. Nó tự sỉ vả mình bất lực. Nó tự thấy mình sao hèn yếu và nhỏ nhoi trước sức mạnh của con người. Nó không giúp được gì cho Đốm. "Đốm ơi, anh chỉ biết cầu Trời phù hộ em, xui khiến ổng đừng hóa kiếp em, ổng sẽ tiếp tục nuôi em, hai anh em mình còn được làm bạn với nhau nghe Đốm!" - Thằng Phèn ngước mặt nhìn trời rồi lâm râm khấn nguyện...

Lời hứa chẳng khác gió bay. Chỉ qua ngày hôm sau, cô Hà nghe tin ông ta đã đem Đốm bán cho một quán cầy tơ trong xã. Thằng Đốm bị bán vào tối đêm rằm tháng Bảy mới là điều đau đớn nhất: Ngày của Phật. Có người kể lại cô Hà nghe, ông ta còn nói với chủ quán: "Cái thứ chó không trung thành, hễ đói khát là bỏ nhà đi nịnh chủ mới, thứ đồ phản phúc thì để sống làm gì."

Mất Đốm vĩnh viễn, thằng Phèn buồn không thể tả... Với bạn bè, Đốm là đứa nghĩa khí sống có tình có nghĩa. Nó tuy nhỏ tuổi vậy, chứ về kinh nghiệm đường đời nhiều khi thằng Phèn còn phải học nó. Cô Hà thường nói với mọi người: Từ lúc có Đốm về ở, ngôi nhà như vui hẳn lên. Bởi vậy cô Hà cũng mến nó lắm. "Em đi rồi ngôi nhà này buồn vắng lắm Đốm ơi!" – Thằng Phèn thỉnh thoảng hay ngồi một mình lẩm nhẩm như thế... Sau cái đêm nghe nó bị bán, cô Hà trằn trọc không ngủ được. Cứ nhắm mắt lại là hình ảnh Đốm lại hiện ra. Cô thiếp đi một lúc thì lại chìm vào cơn ác mộng. Cô thấy người ta bỏ Đốm vào bao, nó giãy giụa kêu cứu và chết tức tưởi khi bị dìm trong cái lu nước. Sáng dậy mắt cô sưng húp. Thằng Phèn nhìn cô mà lòng chua xót. Phèn xót xa cho Đốm, cho chính nó, cho số phận hàng triệu triệu những động vật bốn chân nổi tiếng trung thành đang kêu cứu để được bảo vệ.

Lê Hiền

ĐÀO MINH TUẤN

Chùm ngũ ngôn
HỒNG TRẦN

Yêu

Yêu da thơm môi đỏ
Say lụy cùng sắc hương
Hưởng dục lạc ta bà
Nghe đời nhẹ cánh sương...

Tình

Lăn lóc đời gió bụi
Sương dập với gió vùi
Đời reo ca nghiệp chướng
Men rượu chuốc tình vui...

Mặc kệ

Ta ngắm vầng trăng sáng
Nguyệt ngoái vọng lại ta
Người cùng trăng ước lệ
Ai biết? Kệ ta bà...

Sanh tử

Lay lắt ánh đèn đường
Lấp lánh những hạt sương
Cuộc hành trình sanh tử
Nhuốm hai tiếng vô thường...

Hồng trần

Hạt mưa rơi vai áo
Dáng nhỏ gầy hanh hao
Thoăn thoắt trên đường vắng
Hồng trần là thế sao?...

GẶP HÀN MẶC TỬ

Nửa khuya lang thang thôn Vỹ
Gặp Hàn Mặc Tử nhu mì gánh trăng
Đong đưa rao bán ánh vàng
Trúc xinh huyễn mộng ngỡ ngàng tịch liêu

Vốc trăng Hàn uống ít nhiều
Trắng tinh tà áo liêu xiêu đi về
Nhân tình mãi vận chấp mê
Con thuyền neo đậu nhiêu khê bến chờ

Rằng đời lận đận bên thơ
Dòng sông vẫn chảy hững hờ tình nhân
Trời xanh bắt vận phong trần
Con tim rỉ máu đêm trăng khóc cười

Mộng Cầm mắt lệ hổ ngươi
Mai Đình ảo ảnh bóng người xa xăm
Khách đường xa đợi ánh rằm
Bắp lay lắt gió trầm ngâm không lời

Đêm về Vỹ dạ chơi vơi
Gặp Hàn Mặc Tử lên trời bán trăng
Trăng khuya vẫn tỏa ánh vàng
Hàn thi sĩ mãi lang thang: Sắc-Tình...

HỒ XOA
ĐỐI DIỆN

Về ngồi đối diện bờ sông
Nghe mùa cỏ dại phiêu bồng ngày xưa
Trời chiều đối diện cơn mưa
Lòng như mặt đất mới vừa hanh khô

Vào chùa đối diện... NAM MÔ
Hằng hà sa Phật ra vô miên trường
Thấy mình lạc một cố hương
Bơ vơ chín cõi mười phương Ta bà

Bên đời đối diện nhớ thương
Dấu đau cát bụi còn vương Địa đàng
Sắc, không... đối diện trần gian
Còn trong tóc bạc vẫn đang vô thường

Phật ngồi đối diện khói hương
Chúng sinh mờ mịt con đường về đâu
Sương khuya rụng xuống nỗi sầu
Ngàn sau đối diện bể dâu điệp trùng.

TRĂNG KHUYA

Trong xa xôi đêm dài thiếu phụ
Những mùa trăng đi qua
Bờ bến nào nằm yên nghe lá rụng
Có dòng sông không hẹn bữa quay về

Trong xa xôi
Ai bỏ lại những mùa thiếu nữ
Thấp thoáng hồng nhan những giấc mơ buồn
Đỉnh trời đó trăng hát lời gió lạnh
Lời ru xưa ướt đẫm mưa nguồn

Có trăng nào khuya hơn
Những đêm dài thiếu phụ
Để trăng khuya còn vướng nợ một đời
Để câu thơ bên trời lận đận
Nghe đời mình khuya khoắt người ơi!

ZULU DC
(Duyên Cao)

TRĂNG VU LAN

Đọc bài thơ em viết
Anh thành ra đứa bé
Ở một góc trời lạ
Thương mẹ và nhớ em

Bên này Tết đến rồi
Từ trên mỗi cành hoa
Đằng sau từng nhánh lá
Là đôi mắt của mẹ
Lặng ngắm cuộc đời anh

Bao nhiêu là cây xanh
Bao nhiêu là hoa lá
Là bấy nhiêu lòng anh
Là yêu thương nhớ mẹ

Ở đây trời lạnh giá
Nhớ mẹ và thương em
Mẹ giờ thân hoá đá
Em giờ hiu hắt thêm

Bao nhiêu rồi ấm lạnh
Vẫn cứ Tết xa nhà
Nơi đâu là sân ga
Nơi đâu là bến cảng
Cho đời anh dừng lại
Rũ áo từng phong ba
Chia tay đời lưu lạc
Trong Em giờ có ta

Chia tay đời lưu lạc
Trong Em giờ có ta...

SỸ LIÊM
ĐÔI TAY TÌM NHÂN THẾ

Đêm trở trời hiu quạnh
Em khổ hạnh trăng ngời
Bóng tay làm dấu thánh
Trên môi thập tự đời

Em ru mình hoang phế
Đong đưa khúc tình sầu
Đôi tay tìm nhân thế
Chẳng ai nắm… hồn đau

Đường đi đầy gai nhọn
Theo Chúa học từ bi
Lần lữa rơi từng ngón
Đánh mất tuổi xuân thì

Ta về ngang cúi mặt
Lượm lặt từng yêu thương
Gởi em từng khoảnh khắc
Trên đỉnh tháp giáo đường

Hai ta mù lưu lạc
Mò mẫm kiếm tìm nhau
Chưa thề mà đã thác
Dưới một cuộc mưa rào.

NGUYỄN TUYẾT

CÔ GÁI MÙA THU

Đi vào trong nắng ban mai
Em như thiên sứ nối dài mùa thu
Bồng bềnh mây trắng đu đưa
Thảnh thơi chiếc lá gió đưa nhẹ nhàng

Tay em như búp trên ngàn
Nở ra những đoá thơm nàng mai hoa
Mùa thu theo dáng em ca
Đôi con chim nhỏ hiền hoà mớm sâu

Hôm qua bỏ lại bao sầu
Để nay theo gót tươi màu đón thu

Em như cô tấm ngày xưa
Từ trong quả thị bước ra dịu dàng
Chia cho ta nửa thu vàng
Bày trong ngày mới một làn thơ yêu.

29/7/2020

RƯỢU NGON

Rượu ngon thêm điệu slow
Du dương cùng liễu
Bềnh bồng cùng trăng
Chén này lạc sóng mênh mang
Chén này lạc gió bạt ngàn đầu môi

Bập bùng như lửa đang sôi
Chén này dốc cả mây trời mùa thu
Chén này nhấn nhá hình như
Cỏ hoa nở giọt sương đu nhánh hồng

Rượu ngon
Nhắm mắt vẫn ngon
Chén trôi về phố
Chén đem về rừng
Chén như im lặng nửa chừng
Chén lên vầng trán nhăn cùng suy tư
Chén như thuyền giữa sông hồ
Một đời lận đận đang chờ tôi yêu.

NGUYỄN MINH TƠ

ĐÊM CẠN

Nghe thổn thức hương đêm mùi cỏ dại
Xoáy vào lòng từng cảm giác lặng rơi
Em xa mãi mang cuộc tình xa mãi
Đêm lặng thầm hoang hoải nỗi chơi vơi.

Ôm cô đơn ta nhấp từng chung cạn
Say cùng trăng chếnh choáng bến sông xưa
Buồn nhân thế tiếng tiêu sầu lẻ bạn
Rượu bao lần... cho một cuộc tiễn đưa?

Em xa ta ánh trăng tàn đã vỡ
Tan trong đêm loang từng mảng ố vàng
Thuyền tình ái một lần mang duyên nợ
Rồi khuất dần theo em bước sang ngang.

Đêm đã cạn những giọt sầu đã cạn
Sóng dập dìu nhè nhẹ bến tương tư
Nghe đau đáu từ trái tim lẻ bạn
Phút chạnh lòng... vương vấn chút tàn dư.

MỘC NHÂN
TỰ BẠCH

Giọt sầu có đắng cũng phai
Nhân sinh một tiếng thở dài phôi pha
Cuộc đời trải lắm phong ba
Quay lưng ngoảnh lại đã qua xuân thì

Đem chôn cái gánh sầu bi
Đem chôn tất cả những gì đau thương
Không còn một chút vấn vương
Cho lòng thanh thản như sương trên cành

Tuổi này còn chỉ mong manh
Trôi trên dòng chảy thơ văn hữu tình
Đời đâu chi phải riêng mình
Ngẫm trong thế sự phân minh lẽ trời

Dù người có lắm buông lơi
Phận người cũng đến thế thôi! Một đời.

08/2020

THANH TRẮC NGUYỄN VĂN

KHÚC HÁT NGƯỜI ĐÀN BÀ NHẶT CHỮ NUÔI THƠ

(viết tặng nhà thơ Đinh Lan)

Ai là "người đàn bà nhặt chữ nuôi thơ"
Nhặt lên ước mơ
Và những nỗi đau của tận cùng cái ác?
Người đàn bà khóc
Người đàn bà mỉm cười
Người đàn bà ru
Người đàn bà hát...

Hoa xương rồng nở trong tiếng chim hót gọi bình minh
Từng đàn bướm vươn cánh bay lên
Mở những trang thơ lung linh phập phồng ánh sáng
Mưa đã rơi trên những cánh đồng khô hạn
Cây lá xanh mầm
Mặt đất hồi sinh.

Ai lặn lội lên rừng
Ai lần dò xuống biển?
Ai hái cọng rơm lửa vàng trên đỉnh núi tuyết
Ai nhặt giọt nước mắt đỏ công chúa ngọc trai?

Ai vất vả vượt trước đến tương lai
Ai ưu tư tìm về quá khứ?
Những ai đã ngã xuống để bài thơ thành bất tử?
Viết được một câu thơ
Đá bỗng vỡ dưới nắng Mặt Trời!

Những dòng chữ Hạnh Phúc rồi sẽ bay vút lên mây cao
Những dòng chữ Thương Đau cũng sẽ chìm sâu xuống đáy vực
Vẫn còn đó thổn thức trong lồng ngực
Đập rộn ràng
Vang lấp lánh
Lời yêu thương ngọt ngào
Nhân hậu
Trái tim thơ...

NGUYỄN THÁI BÌNH
MỘT NGÀY BUỒN

Mỗi sáng bêu hồn thơ giữa chợ
Cá tôm sỉ vả cũng gượng cười
Trưa về quấn chăn tìm chút ấm
Giữa trời nắng lửa tháng Tư trôi.

Chả trách hồn ta sao mỏng mảnh
Rạn vỡ thành cơn chẳng thể lành
Vết thương khô máu con tim lạnh
Nửa đời u tịch mộng còn xanh

Cứ muốn rời đi làm lãng tử
Ôm trọn trời cao biển rộng này
Mà sao lòng cứ như sông cạn?
Sầu dâng ngun ngút mây chưa bay

Chẳng phải trời sinh cho lưỡi gỗ
Uốn lên ba tấc cũng lặng thầm
Trong mơ cố cất lên ú ớ
Khi tỉnh ra còn nỗi hèn câm.

Đôi lúc muốn quên đời ủ dột
Tìm góc u hoài uống rượu chơi
Chén ly bày ra ba hướng thổi
Say cũng lạnh lòng gió rách tơi

Ngày thơ buồn thả chiều bay mỏi
Đơn độc nẻo về một cánh dơi
Nhịp tim còn đập theo cách vỗ
Một mình, tôi lại một mình tôi.

NHUNG KATE
MÙA HOA CẢI

Từ bao giờ em yêu đất Hà Giang
Nơi có dấu chân của người sang bên nớ
Nơi có một mùa hoa cải vàng rực rỡ
Nơi có muôn màu sặc sỡ áo vùng cao

Tháng Mười về nắng vẫn còn hanh hao
Em đằm thắm trên miền cao Giác Mạch
Bên đàn em gùi hoa vàng khoe sắc
Kết nối nghĩa tình son sắt hai quê

Hẹn một mùa hoa cải nữa em nghe
Ta lại ghé Hà Giang trong đổi mới
Sắc hoa vàng sẽ lung linh vời vợi
Bởi trong tôi đặt trọn một niềm tin.

TRẦN NGHI HOÀNG
NHỮNG CƠN MƯA TRÊN MÂY
MÙI ỔI DẠI

> *Bạch vân thiên tải không du du*
> *Nhật mộ hương quan hà xứ thị*
> *Yên ba giang thượng sử nhân sầu*
> *(Nghìn năm mây bạc ngẩn ngơ vương*
> *Quê cũ chiều tà xa mất hướng*
> *Trên sông khói sóng gợi sầu thương)*

Nguyên bài thơ Hoàng Hạc Lâu của Thôi Hiệu dài 8 câu (bát cú) tôi chỉ cần giữ lại ba câu cho cuộc đời luân lạc. Những Hán Dương thụ, Anh Vũ châu ngay cả Hoàng Hạc Lâu tôi không cần vì nó ở tận đẩu tận đâu bên Tàu. Với ba câu mà tôi đã chọn, bạn có thể bỏ vào hành trang và đi đến bất cứ nơi nào cũng tìm thấy "bạch vân thiên tải" đang ngẩn ngơ bay trên trời xanh giữa một hoàng hôn đang xuống nơi xứ lạ và ta đứng một mình bên một dòng sông, có thể là dòng "trường giang mọi rợ" của Phạm Công Thiện, hay một dòng trường giang vô tận xứ nào đó… Hoặc giả không cần một dòng sông nào hết, lữ khách cũng có thể cảm nhận khói sóng trong lòng mình đang dào dạt nỗi sầu thương. Lữ khách ngẩn ngơ nhìn bốn bề cố tìm ra cái hướng cố quận của mình.

> *Nhật mộ hương quan hà xứ thị*
> *Yên ba giang thượng sử nhân sầu*

Quá khứ là những gì đã qua đi. Những gì còn đọng lại của quá khứ, ta gọi đó là kỷ niệm. Có những kỷ niệm mang hài nhung đi những bước êm đềm vào tiềm thức của ta và ở lại trong tàng thức rồi ngủ vùi như một đứa trẻ thơ. Đứa trẻ thơ này có thể bất chợt thức giấc ở một lúc nào đó, và nó có thể cất lên tiếng khóc hoặc tiếng cười làm lòng ta bùi ngùi tê dại. Kỷ niệm không nhất thiết là một sự việc hay một con người. Lắm khi, đó chỉ là một hình ảnh, một bài nhạc, thậm chí là một mùi hương. Và chỉ cần một chút mùi của quá khứ lại có thể chuyên chở vô vàn những hình ảnh, âm thanh và cảm xúc chung quanh nó…

Mùi hương này là mùi nhớ.
Hương gây mùi nhớ trà khan giọng tình.

(Nguyễn Du)

Trong cuộc đời, tôi tin rằng mỗi người ai cũng có ít ra là một hay vài cái mùi để mà nhớ. Riêng tôi, tôi có rất nhiều mùi để nhớ. Mùi đất sau cơn mưa, mùi lúa chín, mùi một thành phố lạ… Tôi cho rằng, mỗi một thành phố đều có mùi riêng của nó. Vào cái thời tôi còn lái xe giang hồ lang thang trên nước Mỹ, cứ mỗi lần vào exit một thành phố mới, là tôi nhận ra một cái mùi… rất lạ. Mùi này, không phải ngửi được bằng mũi mà nó nghe được bằng cái toàn thức của tôi. Nếu trong tương lai, có dịp trở lại thành phố đó, tôi cũng lại nhận ra cái mùi này tức khắc. Còn nhiều thứ mùi khác, có thể đeo đẳng theo ta suốt cả cuộc đời. Chẳng hạn như mùi trầu của bà ngoại, mùi dầu Nhị Thiên Đường của má.

Có hai loại trái cây, mà ăn thì không lấy gì làm ngon lắm. Nhưng cái mùi của chúng, lại là những ám ảnh trong thời thơ ấu của tôi. Đó là mùi trái thị. Trái thị rớt bị bà già. Ai cũng biết trái thị ăn không ngon. Nhưng trái nó rất đẹp màu vàng tươi bóng lộng. Cứ giữ trong tay và vò bóp cho nó mềm đi, càng mềm nó càng thơm. Trái thứ nhì là trái ổi, mà phải là ổi dại bên đường, còn gọi là ổi sẻ. Mùi ổi trong vườn không thể nào thơm được bằng mùi ổi dại. Dì ba tôi có một vườn ổi xá lị. Trái rất to, cơm rất dày, ruột lại bé tí, hột cũng mềm ăn được luôn. Ổi xá lị thì ngon hết nói nhưng mùi của nó thì không có gì đặc sắc. Ổi xá lị lại không thể ăn khi quá chín.

Khi cha mẹ tôi quyết định rời bỏ dãy phố mười căn ở Gia Định-Sài Gòn về quê, lúc đó tôi đâu mới bốn, năm tuổi. Đây là tuổi trong giấy tờ, tuổi thật tôi lớn hơn hai tuổi. Vì khi mẹ tôi sinh tôi, cha tôi không thể làm khai sinh cho tôi lúc đó, mà phải hai năm sau mới làm được. Chuyện này tôi sẽ kể sau ở một bài khác. Dãy phố mười căn, nơi tôi có những kỷ niệm thật hoang đường. Như là con ma nữ nằm võng ru con trên vòm cây sao cao ngất ở trước ngõ vào dãy phố. Con chó trắng đốm đen hiểu được tiếng người… Những chuyện này tôi cũng sẽ kể trong những bài khác. Khi gia đình tôi dọn về quê ở làng Tân Thủy, quận Ba Tri, tỉnh Bến Tre, (còn gọi là tỉnh Kiến Hòa hay Trúc Giang) tôi được cha tôi cho vào trường tiểu học Xã Diệu, ở cách nhà tôi khoảng một cây số. Có một trường tiểu học khác gần nhà tôi hơn, nếu đi ngược về hướng bờ biển Bãi Ngao, ở đó có một xóm đạo của người Bắc di cư hồi 54, họ dựng một nhà thờ đồng thời vừa làm trường học cho trẻ con trong xóm đạo. Cha tôi cũng đã dắt tôi đến trường này xem tôi có thích không. Nhưng tôi đã chọn trường Xã Diệu. Phải nói, ở nhà quê, tôi học được rất nhiều trò chơi với những người bạn mới. Những người bạn chất phác, hiền lành như củ khoai, cái kẹo. Những trò chơi này, trẻ con ở thành phố Sài Gòn không thể nào biết được. Nó cực kỳ lý thú. Có đầy đủ những tính chất mạo hiểm, sáng tạo và độc đáo. Chẳng hạn như dùng những cục khí đá đặc, bện vào gốc một bó rơm, đắp bùn dẻo chung quanh cái gốc, rồi nhét cái gốc vào một cái lon (có thể là một lon sữa đã hết). Xong đốt phần rơm còn ló ra ngoài, đến lúc phần rơm cháy hết sẽ gây ra một tiếng nổ " bùm" và chiếc lon nảy tưng văng lên. Những chiếc ná ở nhà quê cũng đặc biệt. Những chiếc ná của trẻ con Sài gòn thường bằng gỗ cưa ra, hoặc bằng một chạc cây, thường là cây ổi hoặc là một loại cây có thân dẻo. Nhiều lắm là bằng sắt uốn. Ở quê tôi, loại ná bằng chạc cây ổi là hạng bét, phải ná bằng rễ cây bần. Ná rễ bần cũng có nhiều hạng. Có những rễ bần đã được chui trong tro than, lại ngâm xuống sình một thời gian rồi mới lấy ra làm ná. Lại có những chiếc ná đã được lên nước bóng lộng, nhưng tuyệt chiêu hơn hết là ná bằng sừng trâu. Tôi đã từng được lũ bạn nhà quê tặng một cái ná rễ bần, và một cái ná sừng trâu. Đó là những bảo vật thời thơ ấu của tôi. Và bi để bắn với những chiếc ná này phải là đất sét vo lại thật tròn, lấy nước vuốt bên ngoài cho thật bóng lọng rồi phơi nắng cho khô.

Thời đó, trẻ con đi học một ngày hai buổi. Buổi sáng đến lớp vào lúc 7 giờ học đến 9 giờ kém mười lăm được ra chơi mười lăm phút, rồi trở lại học đến 11 giờ thì được về nhà ăn cơm và ngủ trưa, đến 2 giờ thì trở lại lớp học, 4 giờ thì tan trường.

Mỗi ngày tôi đi học với một con bé tên là Hồng Nga. Nó bằng tuổi tôi nhưng phải gọi tôi bằng chú vì nó là con của anh Ba Tải. Anh Ba Tải trạc bằng tuổi ba tôi, nhưng lại là con của dì Ba. Dì Ba là chị ruột của mẹ tôi, mẹ tôi thứ chín. Ngoài ra tôi còn có thằng bạn gần nhà cũng cùng đi học với tôi. Nó tên là Sáu Bụng. Thật ra, nguyên hỗn danh của nó là Sáu Bụng Bự, nhưng lâu ngày, gọi gọn đi thành ra là Sáu Bụng. Nó có chiếc bụng rất to, mà theo truyền thuyết thì trong đó toàn là sán lãi. Thằng này ở dơ có hạng. Còn nữa, tôi có một con chó mực. Mỗi ngày nó đều theo tôi đến trường, đợi tôi vô lớp xong nó quay về nhà chờ đến lúc tới giờ lại đi đón tôi ở trường và đưa tôi về nhà… Thường trên đường đi học, tôi và thằng Sáu Bụng hay la cà ở những lùm bụi ven đường. Hoặc chui vào những ống cống ngập nước mưa để đùa giỡn. Những ống cống ở nhà quê có đường kính rất to, có thể cao hơn một người lớn. Mỗi bận trời mưa, nước mưa ngập đầy trong cống, nước rất sạch và là nơi cho bọn nhỏ học trò chúng tôi đùa chơi thỏa thích. Cứ mưa xuống, là bọn trẻ con chúng tôi vui mừng hết nói. Tắm mưa, đùa giỡn với nhau trong mưa, ngụp lặn dưới cống để chơi mưa… không còn gì thích bằng. Muốn được đùa chơi tự do như vậy, tôi phải dụ khị con Hồng Nga đi học trước hoặc là đi về trước để cho tôi thong dong mà chơi với bạn.

Có một hôm trời nắng gắt, dù là đã 4 giờ chiều, giờ tan học. Tôi, con Hồng Nga, thằng Sáu Bụng, con Mực của tôi cùng tung tăng kẻ trước người sau trên đường về nhà. Khi đi gần đến chỗ ống cống nơi có nhiều lùm bụi nhất, tôi bỗng nhiên ngửi được một mùi thơm ngào ngạt, mùi ổi chín. Tôi hỏi:

"Tụi bây có nghe mùi gì không?"

Con Hồng Nga chun chun cái mũi, thằng Sáu Bụng thì hít lấy hít để. Rồi cả hai đứa cùng nói một lượt:

"Ừ! Có mùi ổi chín!"

Tôi nói:

"Mình đi kiếm nó đi."

Con Hồng Nga nói:

"Chiều rồi mình phải về, chú Tám ơi."

Tôi không quan tâm tới điều Hồng Nga nói, tôi nhìn thằng Sáu Bụng. Nó gật đầu. Thằng Sáu Bụng thoăn thoắt đi trước, tôi bám sát lấy nó. Con Mực vừa ủng ẳng vừa ve vẩy đuôi chạy theo tôi. Tôi quay lại nói nhanh với Hồng Nga:

"Mày về trước đi. Kiếm được ổi tao phần cho mày ba trái."

Con Hồng Nga nhăn nhó, ngần ngừ, nhưng rồi cuối cùng cũng quay lưng bỏ đi.

Thằng Sáu Bụng lách vào chỗ những lùm cây, hai tay nó vẹt những cành lá hai bên, mắt nó láo liên tìm kiếm. Tới chỗ có đầy những dây nhãn lồng, với những trái chín có màu vàng đỏ. Những trái sống thì có màu xanh. Chung quanh, mỗi trái đều có một cái "lồng" như lưới màu trắng bao bọc. Lúc đó tôi chưa biết đấy là cây nhãn lồng. Thằng Sáu Bụng bứt một trái màu vàng đỏ, tháo bỏ lớp bọc bên ngoài, nó bóp nhẹ nghe một tiếng "bụp" nhỏ. Cái trái vỡ ra, bên trong là những hột như hột é. Mỗi hột có một chấm đen ở giữa được bọc chung quanh một lớp cơm màu trắng đục. Nó đưa lên mồm hút lấy những hột đó nhóp nhép nhai. Tôi hỏi:

"Trái gì vậy? Ăn được hả ?"

Thằng Sáu Bụng nói:

"Trái nhãn lồng. Ăn được chứ sao không."

Nó bứt một trái chín đưa tôi. Tôi cũng bắt chước làm y như nó. Bỏ cái lớp bọc bên ngoài, rồi bóp vỡ trái nhãn ra. Tôi hút những cái hạt của trái nhãn lồng. Cũng có mùi hơi thơm thơm… khó tả. Nhưng vị thì nhạt phèo. Tôi nghe mùi ổi dại càng nồng nàn hơn. Tôi nói:

"Mình đi kiếm ổi đi."

Thằng Sáu Bụng gật đầu, dấn bước. Nó lại tiếp tục vạch vạch tìm tìm. Bỗng nhiên nó la lớn:

"Đây rồi!"

Tôi phóng tới bên cạnh nó. Một cây ổi thấp lè tè, nhưng tán lá chung quanh khá rộng. Những trái ổi xanh, vàng, đỏ, chi chít trên cây. Trái nhỏ nhất thì bằng đầu ngón tay cái của tôi. Trái to nhất thì bằng cườm tay của tôi lúc đó.

Con Mực sủa gâu gâu. Tôi và thằng Sáu Bụng thi nhau hái những trái ổi chín. Tôi lấy một trái to nhất chùi chùi vào áo, rồi đưa lên mồm cắn. Nó cũng ngọt nhưng hột thì quá nhiều. Lớp cơm mỏng không tới nửa xen ti mét, còn lại toàn hột là hột. Nhưng hột thì với một màu đỏ hồng rất đẹp. Dù không thấy ngon gì lắm, nhưng tôi ăn hết trái này đến trái khác, còn hái bỏ đầy hai túi quần short. Nó không ngon nhưng mùi quá thơm và vị thì rất lạ. Hơn nữa lại là ổi do mình tự hái trên cây xuống và ăn liền tại chỗ. Đó là kỷ niệm ăn ổi dại lần đầu của tôi. Từ đó về sau, cứ mỗi lần nghe mùi ổi dại bên đường là tôi phải tìm ra được nó mới thôi. Tìm ra được cây ổi dại bên đường là một khám phá, là một niềm vui của tuổi thơ. Những trái ổi thu hoạch được, là một chiến tích… nhưng cũng là thương tích. Vì hôm đó về nhà, tôi bị cha tôi phạt quỳ gần một tiếng đồng hồ, ê cả hai đầu gối. Lại nữa, vì ăn quá nhiều ổi nên buổi chiều tôi bỏ cơm. Và bao nhiêu ổi ăn vô, thì đi ra còn nguyên như vậy, chỉ toàn hột ổi là hột ổi.

Cuộc đời là thế, có những thứ mùi hương thì rất thơm nhưng thực chất thì chẳng ngon lành gì mà lắm khi còn làm ta bị… thiệt hại. Nhưng nói gì thì nói, mùi ổi dại vẫn là một mùi rất quyến rũ với tôi. Cách đây hơn năm, một hôm nhà tôi đi chợ về. Tôi vừa mở cửa cho nàng đã nghe mùi ổi bay ra từ trong mấy chiếc túi xách. Tôi hỏi nàng:

"Có mùi gì giống mùi ổi chín?"

Nàng cười: "Ừ. Hôm nay có quà cho anh đây. Ổi sẻ ngày xưa."

Tôi đã từng kể chuyện về thú tìm ổi dại cho nàng nghe. Nàng đưa mấy trái ổi vào mũi tôi: "Đi chưa tới chợ đã nghe mùi thơm. Có đúng là ổi sẻ không anh?"

Tôi cầm hai trái lên lòng bàn tay, xoay nhẹ.

"Đúng là trái ổi sẻ. Nhưng không thơm bằng ổi dại ngày xưa. Ổi sẻ chỉ để ngửi chứ không nên ăn."

Nhưng ngay cả bây giờ, anh trở về chốn cũ, gặp lại đúng cây ổi ngày xưa trĩu đầy trái chín thì cái mùi của nó cũng không còn như mấy chục năm về trước. Phải không em?

Ngày 3 tháng 2, 2017
Trần Nghi Hoàng

TỪ PHẠM HỒNG HIÊN
DỪNG LẠI BẾN SÔNG

1.

Hài cốt dưới nấm mộ hoang còn lại trong khu vườn nhà tôi, rồi thì thân nhân của người quá cố ở tận Quảng Ngãi cũng lần mò tìm đến và bốc đi. Đã hơn nửa thế kỷ rồi, những đứa trẻ sinh ra vào thời đó giờ đã lên hàng lão. Thực hư thế nào quả không dễ tường minh, bởi chính tôi là người gần gũi nhất mà cũng còn ấm a ấm ớ. Nhưng rồi lại nghĩ, ai mà chẳng cần sự an ủi và bằng lặng cho tâm hồn. Thì thôi, nếu như có sự nhầm lẫn nào đó, bao nhiêu lỗi lầm tôi xin nhận hết về phần mình.

Người nhà kẻ xấu số tìm đến xã Sơn Phú của tôi, lân la dò hỏi chỉ với một bằng chứng duy nhất là lá thư viết tay đã phủ màu thời gian, với nội dung vỏn vẹn:

Kiến Hòa: ngày12 tháng 10 năm 1964
"Con hiện đang ở xã Sơn Phú, quận Giồng Trôm, tỉnh Kiến Hòa."
Con Phạm Hữu

Bên quán cháo lòng bà Tám Thiện ngay đầu chợ xã, người ta xúm đen xúm đỏ quanh một bà lão, hai người phụ nữ và ba người đàn ông cùng đi trên chiếc Inova 7 chỗ, với nhiều sự cảm thông chia sẻ hơn là hằn thù oán hận. Bởi họ là thân nhân của người lính Cộng hòa, và chắc hẳn anh ta đã từng gieo rắc thương đau cho không ít gia đình người dân ở quanh đây. Nhưng cũ xưa quá rồi, ai hơi đâu oán hờn làm gì nữa.

- Sao trễ quá vậy? Gia đình mình không thể đi tìm sớm hơn được sao?

- Nghèo khó quá, tiền bạc đâu mà đi cậu. Lại nữa, chúng tôi rất sợ bởi chú tôi là lính Cộng hòa…

Giọng bà con miền ngoài nói thật khó nghe - không, phải nói là nghe được, nhưng… không hiểu gì cả! Tôi phải bảo chị phụ nữ lặp đi lặp lại đến ba lần mới hiểu hết ý nghĩa câu nói của chị.

- Sao không liên hệ với những nhà ngoại cảm hỗ trợ, ngộ nhỡ như không gặp được tôi thì sao?

- Chúng tôi không dám làm phiền đến họ! Bởi, như đã nói với anh… Trong khi đó, họ thì lại...

Thật may mắn cho những người bạn miền Trung, bởi hồi còn sống ba tôi vẫn từng nói về lai lịch của hai nấm mộ hoang trong khu vườn nhà. Thật ra ba tôi nào có biết gì đâu. Mọi thông tin liên quan tới chúng, đều do người bạn mới quen sau này của ba kể lại, từ khi gia đình tôi hồi cư về đây.

Nhà tôi tọa lạc trong khu vườn dừa cặp dòng Hàm Luông. Giờ gọi vườn chớ mấy năm sau Đồng khởi, cả nhà tôi tản cư lên Sài Gòn và chẳng bao lâu sau nó biến thành vạt rừng hoang. Nghe nói, bộ đội và du kích địa phương vẫn thường trú đóng trong ấy và dùng bến nước kề bên để liên lạc qua lại phía cù lao Ốc, cù lao Long Thành… Hồi còn sống ba tôi vẫn hay nhắc nhớ, đến đời của tôi nữa tại quê xứ này là đúng năm thế hệ, tất nhiên đến mấy đứa con tôi sau này nữa là thế hệ thứ sáu. Cụ sơ đặt tên con nghe thật ngộ nghĩnh, khác người. Bốn người con của mình, ông đặt lần lượt là Dừng Lại Bến Sông. Cụ cố của tôi là người cuối cùng - Năm Sông hay Hương sư Sông cũng là một. Giờ thì khang trang trù phú, chớ mấy năm sau chiến tranh vẫn còn xơ xác điêu tàn bom đạn. Sau ngày đất nước thống nhất ba tôi đùm túm dắt cả nhà hồi cư. Chiến tranh dai dẳng, bà con xóm làng xiêu lạc mỗi người một phương. Ngày về, ba tôi lấy làm lạ khi thấy ngay ở đầu Xẻo Trâm cuối khu vườn nhà xuất hiện hai nấm mộ đất. Dò hỏi chòm xóm xung quanh cũng chẳng ai tỏ tường, mỗi người "hư cấu" một kiểu. Cho đến ngày kia, có ông lão câu tôm cập xuồng ghé vào nhà tôi xin nước ngọt để trữ dưới xuồng…

2.

Không ai biết tên thật của ông là gì, mọi người quen gọi là ông Năm Câu. Con gọi đây là bác Năm nhen - Có lần, nhân ngày nghỉ học ở nhà, ba tôi nói với tôi như vậy, khi có ông lão cùng với con chó Cò từ bến sông bước lên nhà xin nước mưa để dùng.

Về nhân thân của bác, chắc có lẽ vài ba người trong tiểu đoàn chủ lực 56 của tỉnh mới rành. Ba tôi nói. Bác người bên Minh Đức, từng một thời nóp với giáo đi theo tiếng-gọi-mùa-thu. Sau Đồng Khởi, có lẽ vì buồn bã trước tình cảnh éo le của mình, bác Năm quyết định xuống xuồng câu sống cuộc đời sông nước rày đây mai đó.

Thời loạn lạc nhiễu nhương mà con, ai hay phận nấy. Thế nên vì sao bác không đi tập kết, vì sao bác ở lại và để làm gì, chỉ mình bác biết mà thôi. Nhưng người biết rõ tiểu đoàn 56 chủ lực của tỉnh hiện đóng ở đâu dọc đôi bờ Hàm Luông này trong những năm tháng ấy chính là bác.

Bác vui mừng, khi người con trai của bác được cài vào lính nghĩa quân quận Hương Mỹ để hoạt động binh vận chưa được bao lâu, thì gia biến xảy ra. Bác ngậm ngùi đưa tiễn con đến nơi an nghỉ cuối cùng, với tấm áo quan phủ lá cờ hình quẻ ly cùng lời hứa hẹn về những đồng tiền tử tuất. Do liên lạc nhầm lẫn, kẻ âm lịch người dương lịch nên mới xảy ra chuyện oan trái. Vào đêm tối trời rủi ro ấy, anh đã hi sinh do bị cối tám hai nã cấp tập vào đồn Hương Mỹ, trong khi anh vẫn đang còn ở trong đó! Thật đáng thương cho cha con bác, bên trong người con chưa kịp hành động gì thì bên ngoài, người trực tiếp tổ chức cho anh cũng đã sớm hi sinh. Bác mang nặng niềm riêng và tuổi già của mình bước vào cuộc phiêu bồng sông nước từ dạo đó, với mong mỏi được gặp những cựu binh ít ỏi năm xưa còn lại và tìm cách phân minh, giải oan cho đứa con bất hạnh.

Thì ra trái đất vẫn tròn, bác mừng rỡ khi tình cờ gặp lại Sáu Huấn, đứa em kết nghĩa hồi chín năm kháng chiến, giờ là tiểu đoàn trưởng tiểu đoàn 56. Bác trình bày hoàn cảnh éo le của mình. Câu chuyện đứt ruột được ghi nhận, và Sáu Huấn hứa với bác Năm sớm muộn gì các đầu mối sẽ được lần ra để minh oan cho người con. Riêng nguyện vọng cuối cùng của bác không được tiểu đoàn chấp thuận vì tuổi tác.

- Anh Năm cứ tiếp tục việc câu kéo của mình như xưa rày vầy đi. Nghịch cảnh gia đình, tuổi tác và công việc của anh trên khúc sông này sẽ giúp cho anh em tụi em nhiều việc không kém phần quan trọng đâu.

Từ đó trở đi, bác Năm như trẻ lại và càng gắn bó nhiều hơn trên quãng sông này. Bộ đội chủ lực lẫn du kích địa phương mặc nhiên xem bác là cán bộ mật giao tuyệt vời của mình, để rồi từ đó liệu đường tiến thủ.

Có một đận, từ vùng giải phóng Cái Mít - Thạnh Phú Đông, bác phải bơi xuồng đi tiền trạm ngược lên tận Sơn Phú ngày mấy bận để thu thập tin tức. Đó là một trong những đợt bác phải đi xa và lâu đến như vậy để phục vụ công tác cho tiểu đoàn… Một ngày sau trận chiến thắng Sơn Phú, tiểu đoàn 56 nhanh chóng bí mật rút về mật khu Thạnh Phong, tiếp tục tuyển quân và vào đợt huấn luyện mới. Cỏ cây sông nước chưa kịp gột rửa và thay tấm áo mới, thì không lâu sau đó tiểu đoàn 41 Biệt động quân và đám lính Bảo an trên tỉnh lỵ tràn xuống càn quét… Và chính lần này bác Năm đã gặp người lính Cộng hòa đào ngũ.

Chúng đến để tìm diệt tiểu đoàn 56 chủ lực, nhưng hóa ra như đánh vào ngôi thành trống. Suốt mấy ngày trời, trước sự chủ động quấy nhiễu thoắt ẩn thoắt hiện của du kích địa phương, chúng chỉ tổ làm tiêu phí đạn dược và làm trò cười cho cây cỏ chim muông.

Du kích ở đây bác thuộc mặt, thuộc tên từng đứa. Cho nên trước thi hài với áo xống chẳng khác gì của những người nông dân sau cuộc càn quét bốn ngày ấy, bác không khó để nhận ra anh ta là ai. Bác đã tự tay an táng cho anh ta, cạnh nấm mộ của người chiến sĩ giải phóng, mà khi rút đi, tiểu đoàn 56 hôm trước đã không kịp lấy xác. Và bác nói với ba rằng ngôi mộ bên trái là của người lính Cộng hòa đào ngũ, cùng với ba khẩu súng đã được bó chung lại. Còn việc anh ta có ý định về với cách mạng hay không thì chỉ có trời đất biết. Hôm bàn giao ba khẩu Garand cho đội du kích bác Năm nói vậy. Và với điều kiện được trang bị tân tiến đến chừng đó, thì rất có thể đây là người của đám Biệt động quân.

3.

Lỡ mang danh là người lính Cộng hòa, nên từ lúc hồi cư về quê cũ ba tôi rất buồn và mang đầy tâm trạng. Suốt ngày chỉ cặm cụi khai hoang phục hóa vườn tược, để chuẩn bị đối phó nạn đói đang lăm le uy hiếp và thỉnh thoảng đọc mấy cuốn sách triết học mà ông đã cố giấu lại được. Người bạn tâm giao duy nhất của ba tôi thời đoạn ấy chính là bác Năm Câu. Kẻ trên bờ, người dưới sông, nhưng cứ vài ba ngày tôi lại thấy hai người rủ rỉ rù rì chuyện trò bên xị rượu đế ở góc vườn.

Nếm trải cay đắng nhiều rồi, nên giờ đây ba tôi rất ngại giao tiếp với mọi người. Ví như giữa ông với người đồng nghiệp cũ bị sa thải năm nào, vì đổ bể vụ gian lận một hai điểm gì đó trong khóa thi tú tài, cho con của tay quận trưởng quận Ba - Sài Gòn. Đang lông bông đàn đúm chơi bời chưa biết sẽ làm gì, bỗng đâu ông ta gặp luồng gió mát. Ông ta chụp vội cái nón tai bèo anh hùng lên, để những mong mình cũng sẽ sớm trở thành anh hùng. Là đồng nghiệp với nhau, nhưng ông ta bỗng lạnh lùng và xa lạ với ba tôi như chưa từng quen biết.

Tôi là giáo sư Đinh Văn Hùng dạy triết ở trường Chu Văn An đây, bạn không nhớ tôi sao?

Ba tôi có ác hiểm với ai bao giờ đâu. Hàng ngày ông vẫn dạy tụi học trò nghiêm ngắn đó thôi. Nỡ lòng nào ông ta lại đi nặng lời, ngược đãi cho thêm tội tình. "Giáo sư biệt phái" là cái danh xưng dữ dằn ngoài ý muốn người ta gán cho các thầy và bị buộc phải mặc áo nhà binh, chớ nghề nghiệp chuyên môn của ba là dạy học kia mà. Năm khi mười họa, thấy những người mặt trắng thư sinh giống ba, lóng cóng đeo quân trang quân dụng vào những dịp nào đó, thật chẳng khác gì con cá đang chết dở trên cạn! Đi chiến dịch gì mà bộ dạng như vô công sở, chẳng khói lửa sa trường, áo quần cũng không bám chút sình lầy bụi bặm, nói chi tới khét mùi thuốc súng hay thề nguyền lấy da ngựa bọc thây. Loại lính này nghe bom rơi đạn nổ, bỏ chạy cũng chưa chắc biết đường mà chạy! Hù dọa đám con nít lem luốc đang khóc nhè thì may ra. Học trò của ba, có đứa bỏ trường xuống rừng theo cách mạng làm sao ông biết được, hay có đợt cả đám bị lùa vô lính ba cũng đành nghẹn ngào bất lực. Để rồi sau đó lặng buồn, mỗi khi nhìn xuống những dãy bàn học vắng bóng những đứa học trò một thuở mình yêu thương.

Vậy mà… Một ông giáo, có thể chia "cháo phổi" của mình ra, cùng lúc cho năm bảy chục thậm chí là một trăm đứa học trò, chớ tài ba gì có thể giải quyết hai việc cùng một thời điểm ở hai nơi khác

nhau! Thi kinh thư kinh, Kant, Hegel hay Bách gia Chư tử… tất cả
đều là mớ giấy lộn lăng nhăng, sặc mùi phản động. Chất hết lên xe!
Không thể chịu đựng nổi những phiền toái vô lý, lúc nào cũng luôn
bủa vây từ người láng giềng cũng là đồng nghiệp cũ đem đến; ba tôi
đành bán đi căn nhà mặt tiền gần chợ Rạch Ông, sau bao nhiêu năm
dành dụm chắt mót với giá năm cây vàng rồi dắt díu cả nhà về quê.

Về ngôi-mộ-bên-trái có lần nghe ba kể, do còn nhỏ tuổi, phần lại
vô tâm nên tôi cũng chẳng màng. Từ tai bên này ghé qua tai bên kia,
rồi dội trở lại lởn vởn trong cái gáo sền sệt như bụm cháo heo ấy, nó
âm thầm quay vòng vòng suốt hàng chục năm trời, như đang trong chế
độ chờ của cái máy tính! Cho mãi đến sau này, khi có chủ trương qui
tập hài cốt liệt sĩ, tôi đành giấu biệt đi sự lưỡng lự bất cập của mình.
Ỷ lại vào nguồn cội đất đai của dòng họ và tỏ ra rành rẽ, tôi cả quyết
với những người làm nhiệm vụ, một trong hai ngôi mộ kia chính là
của anh chiến sĩ giải phóng quân. Còn bên trái đối với bác Năm từ
dưới sông đi lên, hay bên trái của ba từ trên bờ đi xuống, tôi biết thực
chứng với ai đây, khi từ lâu bác Năm Câu đã biệt mù bóng chim tăm
cá. Người tiểu đoàn trưởng năm nào, trước ngổn ngang một núi công
vụ, cho đến lúc về hưu bỗng giật mình hốt hoảng khi vụt nhớ lại ông
anh, cũng là người ơn cũ. Ông đã lặn lội ngược xuôi đi hỏi mọi người
khắp đôi bờ… Ai cũng biết, hoặc nghe nói về ông Năm Câu, nhưng
hỏi giờ ông ở đâu thì họ chịu.

Còn ba tôi, hơn một năm sau khi bác Năm Câu biệt tích, sáng
hôm ấy ông ôm đất đắp nền nhà cứ tưởng đâu đã thoát chết, khi bất
ngờ tảng đất trước bụng nứt toác ra lồ lộ đầu viên đạn vàng khè cỡ
cái trứng gà, chỉ thẳng lên như tố cáo ông là tên phản động đội lốt trí
thức! Chiều đó sau khi trấn tỉnh lại, một lần nữa ba lại nhẹ nhàng nâng
tảng đất lên như hồi ban sáng đã âu yếm đặt nó xuống. Âu yếm như
bồng đứa con cưng của mình đưa nó xuống xuồng… Và chính nó đã
kết án tử ba bằng âm thanh chát chúa ai oán, xé lòng ngay trên dòng
Hàm Luông. Nước giữa dòng chiều hôm ấy, nào ai biết nó đang trong
hay đang đục.

5.

Đến tuổi quân dịch, để tạo vỏ bọc hợp pháp kiên cố và nhất là
để được ở lại vùng mình quen thuộc, chú Phạm Phương yêu cầu tôi
đăng vào binh chủng Biệt động quân, vốn chỉ hoạt động chủ yếu trên

chiến trường miền Trung. Khi xong khóa học ở Đồng Đế và tiếp theo là khóa sinh lầy nữa ở Huấn khu Dục Mỹ, tôi trở ra với cái lon trung sĩ. Nhưng thật bất ngờ và rủi ro, thay vì được tự chọn đơn vị như thông lệ xưa nay, thì lần này tôi bị bổ sung về tiểu đoàn 41 Biệt động quân mới thành lập, đang tham chiến tại tỉnh ly Kiến Hòa. Cầm tấm sự vụ lệnh với bảy ngày phép trong tay, tôi quày quả quay về Quảng Ngãi trước khi đi Kiến Hòa trình diện. Với chừng ấy thời gian tôi vẫn chưa thể liên lạc với chú Phạm Phương được, trong khi ngày đi thì đã cận kề. Nhưng từ lâu, tôi được biết ở đó là cái nôi của phong trào cách mạng nên cũng khá an tâm. Vấn đề là địa điểm và thời cơ nào thuận lợi để tôi thoát ra vùng giải phóng mà thôi.

Và tôi không phải chờ đợi lâu sau khi về Kiến Hòa được chừng mười ngày. Có tin từ bên ban ba hành quân rò rỉ, tiểu đoàn sẽ hành quân tiểu trừ Việt cộng tại các vùng trọng điểm quận Giồng Trôm: Nhơn Thạnh, Phước Long hoặc Sơn Phú... tùy thuộc vào tin tức tình báo. Lần này tiểu đoàn 41 Biệt động quân sẽ phối hợp với Bảo an tỉnh và Nghĩa quân Giồng Trôm, tiến hành cuộc tảo thanh tiểu đoàn chủ lực 56 của Việt cộng, mà mới nửa tháng trước, tại Sơn Phú nó nện thằng 3/10 sư đoàn Bảy bộ binh một trận xiểng niểng. Khả năng tiểu đoàn 41 trở lại Sơn Phú phục thù là rất lớn.

Cũng may, do căn cứ tiểu đoàn cách bưu điện tỉnh ly chỉ vài chục bước chân, nên tôi đã kịp ghi vội vài dòng gởi về cho gia đình. Hi vọng sớm muộn gì thông tin về tôi cũng đến được với chú Phạm Phương... Kiến Hòa ngày 12 tháng 10...

Do trực giác và phần nào đó ở tin mật bị phát tán, nên tôi nghĩ sáng mai tiểu đoàn sẽ rút quân, kết thúc cuộc hành quân vô bổ và tốn kém này từ những tin vịt của quân báo. Ngay từ hôm mới xuống đây tôi đã có ý quan sát khá kỹ bờ sông. Ở đó không có lực lượng hải quân, lại được che chắn bởi vô số dừa nước, bần, mắm, dây leo và lùm bụi. Thế nên, ngay đêm đó tôi đã chủ động hoán đổi phiên gác với người lính khác, để vào ba giờ sáng quyết định hành động. Một mình và chỉ duy nhất một mình tôi mà thôi...

Dù đã dò xét khá kỹ địa hình và đường đi nước bước, nhưng do đêm tối tôi cứ liên tục bị vấp ngã bởi hầm hố và gò đống mấp mô. Cuối cùng bị rơi đánh huỵch xuống con rạch, đầu bị va đập vào vật gì đó và ngất đi. Chừng mở mắt ra tôi nghe thấy - hay nghe thấy rồi mới khiến tôi mở mắt ra cũng không rõ nữa - tiếng một con chó đang kêu ư ư gừ gừ trên bờ. Bấy giờ trời đã tang tảng sáng. Tôi vừa gom buộc mấy khẩu Garand cho gọn lại vừa cố định thần, tự nhủ thôi chết mẹ rồi, đám quân khuyển nó đã phát hiện ra mình! Nhưng rồi cũng rất nhanh, tôi đã giải thích được sự vô lý ấy. Nếu đúng là đám quân khuyển chắc chắn chúng sẽ sa sả tri hô lên, thậm chí hùm hổ nhào xuống xé xác tôi ra chớ làm gì có cái thứ quân được huấn luyện hao tốn không biết bao nhiêu là cơm canh mà lại nhu mì hiền hậu vậy. Nghĩ vậy, nên tôi làm gan "tróc tróc" mấy tiếng và khẽ nói với lên bờ mấy câu thân thiện, rồi chờ đợi phản ứng của con vật. Không ngờ nghe mấy lời chiêu dụ vậy mà con chó Cò nhảy xuống. Tôi có hơi thoáng giật mình, nhưng rồi kịp bình tĩnh trở lại, nhổ nhanh búng nước miếng vô lòng bàn tay, rồi đưa về phía dưới cằm của con vật để làm quen, khi thấy nó ngập ngừng ve vẩy cái đuôi. Lúc này nó mới thực sự lộ rõ sự mừng rỡ.

Trời ơi, mày ở đâu mà chạy theo tao chi cho cực vầy nè. Tôi vuốt đầu nó. Muốn theo bảo vệ ông hả con? Cũng được thôi, nhưng mày ăn mặc kiểu này thật không phù hợp chút nào. Ngụy trang nghe con? Nó ư ử đồng ý. Nói là làm, tôi vốc mấy nắm bùn non trây trét lên khắp mình con vật. Hai vành tai nó đầy bọ chét, tôi bắt cho mấy con rồi hai thầy trò nhanh chóng lần theo mé rạch trở lui, khi tôi phát hiện không xa phía bờ bên kia có tiếng bọn lính đang xì xầm tiếp tục cuộc lùng sục.

- Cuối cùng mất cả thảy mấy khẩu?

- Tính luôn cây của nó nữa là ba.

- Mẹ… Cái thằng thiệt gan trời! Từ hôm mới về, thấy bộ dạng nó tao đã hơi nghi nghi.

Chúng tôi lại dừng lại để tiếp tục nghe ngóng. Chừng như cũng hiểu rõ sự nguy hiểm đang rình rập, con Cò im thin thít quay qua nhìn tôi. Con Cò mà lại đen. Tôi buồn cười với ý nghĩ ấy và thấy thương con vật hơn. Tôi đút thêm cho nó miếng thịt hộp… Đâu mà đâm đầu theo ông chi cho khổ vậy con! Tôi xoa đầu nó, thầm hỏi nếu tao ngộ với đám bẹc-giê mày có dám liều mình hôn… Nhưng con Cò không chết vì đám quân khuyển tưởng tượng. Xế chiều, mấy loạt súng hú họa bất ngờ xuyên thủng rừng lá, và nó đã bỏ tôi ra đi sau một ngày ngắn ngủi bạn bè.

Tôi mai táng bạn tôi thật không xứng với tư cách của một con người, quá vội vàng và qua loa! Trong tình thế khẩn trương như thế này, không thể nào chu đáo hơn được, tôi chỉ kịp an ủi và xin hứa với nó rằng từ rày về sau sẽ không bao giờ có nó trên bàn ăn của tôi nữa. Chừng ngó lên, thấy mặt trời đã rụng xuống ở đàng xa. Những ngọn dừa phía bên kia sông đang rũ buồn rướm máu, như báo trước hồi kết của cuộc săn lùng, vây bắt bất thành và những điều tệ hại nhất trong chiến tranh sẽ đưa tới. Cùng lúc, tôi bỗng như bất động trước vầng hào quang rực rỡ, không rõ từ đâu ập xuống rồi vụt vỡ bùng ra như vô cùng vô tận, hút tôi lên và ném vào một cái hố đen sâu thăm thẳm với tốc độ kinh hồn.

6.

Nhóm sáu người miền Trung không giấu được sự mừng rỡ, khi thấy mọi người đang vây quanh nhất loạt chỉ về phía tôi, đúng lúc tôi cũng vì hiếu kỳ mà bị đùn đẩy trôi vào để hóng chuyện. Chính vườn nhà anh này có một nấm mộ hoang của người lính Cộng Hòa - Gần như tất cả đồng thanh nói.

- Biết bao nhiêu lính Cộng hòa, có chắc hôn đó mấy cha nội?

- Chuyện tào lao! Lính Cộng hòa trong này ai chết cũng được chôn cất tử tế, tiền tử lãnh đủ, không thiếu một xu. Làm gì có chuyện xiêu mồ lạc mả như ngoài kia mấy cha ơi!

Xã Sơn Phú của tôi, theo như tôi biết, thì đây là nấm mộ hoang duy nhất của lính Cộng hòa - Còn như có thêm ở đâu nữa, thì rất cần xét tới… lòng tham của con người! Không chỉ quạ diều mới cảm nhận được sự thơm tho béo bở của xác động vật bị thối rữa để bu vào rút rỉa. Nhưng để kiểm tra lần nữa cho chắc chắn, tôi hỏi người xấu số đi lính gì.

- Hắn đi theo bọn Biệt động quân.

- Hả… hả…?

- Là lính Biệt động quân.

- Hả… hả… à… à tôi hiểu rồi. Là lính Biệt động quân phải không?

Có đôi lời xì xầm không đúng của vài người, rằng Biệt động quân làm gì có mặt ở Bến Tre. Ở đây, trước kia chỉ toàn lính sư đoàn Bảy, sư đoàn Chín bộ binh không hà… Tôi im lặng, tảng lờ để mặc cho mọi người bình phẩm, và hứng khởi dắt nhóm người đi về nhà mình phía bờ sông…

Giờ thì tôi không còn giấu đi sự lưỡng lự như lần trước đây nữa, khi tồn tại trong vườn nhà hai nấm mộ hoang. Bên trái từ bãi sông đi lên hay bên trái từ trên bờ đi xuống của bất kỳ ai, với tôi bây giờ không còn quan trọng nữa. Việc của tôi như thế coi như đã xong.

Nhưng ba đêm liền, sau khi hài cốt trong ngôi mộ còn lại được bốc đi, là ba giấc mơ kỳ lạ nhất trong đời đến với tôi. Ở tuổi không còn trẻ nữa, những giấc mơ hỗn độn không theo trật tự nào, thỉnh thoảng vẫn hay đến, nhưng tới sáng ra tôi không tài nào nhớ lại được. Vậy mà cả ba đêm liên tục, dường như có một oan hồn khe khẽ đến bên tôi. Lời như mê như ngủ, nhưng rõ ràng là giọng trần tình của một chàng tuổi trẻ. Và rồi, như trình tự những chương hồi mạch lạc của một pho tiểu thuyết sử thi anh hùng dần được hiển lộ… Tôn giáo, tín ngưỡng tôi vốn chỉ bàng quan xem đó là những thú tiêu khiển của con người, thì còn nói gì đến chuyện tin vào mê tín dị đoan hay lời mách bảo nào đó của những âm hồn. Nhưng sau lần này, tôi thấy cần phải dọn dẹp thao rửa lại phần tâm linh của mình. Trên thân thể đẫm máu của người con trai, anh ta tức tưởi khóc và nói với tôi rằng người còn lại mới xứng đáng về nằm tại nghĩa trang liệt sĩ để được nhang khói thờ phụng; chớ còn như anh, nào đã kịp đóng góp được gì đâu!

Bên trái từ bãi sông đi lên hay bên trái từ trên bờ đi xuống, bây giờ với tôi không còn quan trọng nữa. Bởi nếu đúng như những gì linh báo, thì cả hai đều đáng để được tôn thờ, dẫu cho có nhầm lẫn từ sự lơ đễnh, vô tâm khi xưa và cả chủ quan võ đoán sau này của tôi đi chăng nữa. Bất giác tôi vụt nhớ tới cụ sơ. Hẳn không phải ngẫu nhiên cụ đặt Dừng Lại Bến Sông vào tên bốn người con, mà có lẽ với một mong mỏi cao vời nào đó. Dừng lại để chúng sáng mắt sáng lòng khôn ngoan ra, biết ngẫm ngợi về những bãi bờ hiu hắt hoang vu chăng? Chớ nào chỉ để cho riêng tôi, cơm no bò cỡi ở ngay cái bến Cây Trâm sung túc và trù phú như thế này, rồi muốn nói hươu nói vượn sao cũng được.

Cái Cối, tháng 9/2019
Từ Phạm Hồng Hiên

NGUYÊN BÌNH

NGƯỜI ĐÀN BÀ NGỒI NHẶT KÝ ỨC
TRÚC LINH LAN

(Nhà thơ Trúc Linh Lan)

Cách đây hơn ba năm, nhà thơ Trúc Linh Lan ghé thăm và ký tặng tôi tập thơ NGƯỜI ĐÀN BÀ NGỒI NHẶT KÍ ỨC (NĐBNNKU), (NXB HNV. 2015.) Tôi vui lắm và nâng niu cất giữ tác phẩm như cất giữ một báu vật.

Tôi không muốn nói gì nhiều về Trúc Linh Lan (TLL), bởi đã có nhiều tác giả viết về nhà thơ "Thương nhớ đồng bằng" ấy, chỉ xin phép mượn một từ duy nhất để nói về tính cách chị: giản dị! Và cũng chính từ sự giản dị ấy mà ranh giới ngăn cách đã được xóa nhòa, coi như cuộc đời ban tặng tôi một người bạn thơ tuyệt vời.

NĐBNNKU bao gồm hơn 50 bài thơ, được TLL viết trong khoảng thời gian từ 2010 đến 2015. Đây chính là giai đoạn mà các nhà thơ Việt ra sức hiện đại hóa thi ca, từ nội dung, thi pháp, biến tấu ngôn ngữ để bắt nhịp với sự biến chuyển của xã hội .

Thơ của nhà thơ Trúc Linh Lan cũng không đứng ngoài xu hướng ấy. Ta bắt gặp đâu đó trong NĐBNNKU hình ảnh nhân vật trữ tình đầy cá tính với nỗi đam mê, những dằn vặt cá thể trong góc khuất tư duy, những xáo động trong tâm cảm, ngọn lửa bùng cháy khát vọng được sống, yêu thương, hạnh phúc như một cá nhân độc lập, một chủ thể sáng tạo bản lĩnh, tự soi rọi mình, không lệ thuộc hoặc bắt chước rập khuôn ai. Nhà thơ như "sống tận cùng cái tôi của mình mới nhìn được tận cùng cái ta của tha nhân" (Lâm Thị Mỹ Dạ).

Đi sâu vào bài thơ "Những bia mộ buồn", nàng thơ của thi nhân bị ám ảnh "đời cứ quạnh hiu" với "bao tiếng khóc cười". Con người hiện đại ấy đứng nhìn cuộc đời với đôi mắt ngấn lệ. Chồi non tinh khôi bị bụi đời dập vùi được ẩn dụ kín đáo: "Bao vóc ngọc đi qua như một dây tơ lấp bụi". Và trong từng vệt sáng tối nhập nhòa đó, cảm thức họ bùng vỡ, là "đêm thổn thức", "đêm tình yêu", "đêm ái ân", "đêm mặn nồng chăn gối" để rồi tất cả mù chìm trong "lạnh lùng sương rơi". Nhà thơ biểu đạt thi ý với những dấu chấm điêu luyện khiến không gian tâm tưởng trở nên đa chiều, rộng mở sau mỗi lần vắt dòng, cho phép người đọc tha hồ đoán định, để những hạt giống nhà thơ vừa gieo sẽ rạo rực nảy mầm tư duy. Ngôn ngữ thơ trong NĐBNNKU cũng không cần phải úp mở, dấu diếm thẹn thùa như sương phụ ngày xưa chốt cửa phòng the, mà thi nhân xé toang vuông lụa che mặt, để hiện hình những"đêm ái ân","đêm mặn nồng chăn gối", cho thấy giờ đây, thi ngôn không còn bị bó chặt bởi những rào cản xã hội đã cũ.

Người đàn bà trong thơ TLL còn là hình ảnh người phụ nữ hiện đại, nhận diện được bản thân như một cá thể bị tha hóa, phải tự tát vào mình để tìm lại chính mình, người phụ nữ ấy tự tin vào nhân phẩm, ý thức được trách nhiệm chính bản thân, đầy bản lĩnh, không cần ai chỉ bảo: "Tôi tát vào tôi/Để tâm hồn trong trẻo/Để giận hờn trôi qua/Để lợi danh tan thành cát bụi."

"Người đàn bà ngồi nhặt kí ức" là hình ảnh đắt giá, chủ đề của tập thơ, phải chăng được nhà thơ khắc họa bằng chính máu thịt và sương gió đời mình: "Người đàn bà ngồi đếm lá rơi/Đếm sương/Đếm gió/Đếm tuổi xuân rụng dần/Sợi tóc thở dài/Ngọn nến rơi lệ/Ba mươi con trăng rằm". Chắc hẳn đây là khúc đoạn trường có thật, nhưng tôi không nghĩ nhà thơ chỉ viết những dòng tự bạch cho riêng mình: "Giọt đông rơi…/Người đàn bà run run nhóm lại ngọn lửa"... "sao bỏng rát ngón tay/Bỏng rát trái tim yếu đuối/ Những giọt nước mắt/ rơi…/Sợi tóc hoàng hôn /rơi/Người đàn bà ngồi nhặt/Kí ức". Bài thơ với những câu thơ xé lòng, ngôn từ đẹp, lắng sâu đến tận cùng của thổn thức, chiếu rọi tia sáng đến những vùng tâm tư chìm khuất nhất mà con người có thể dấu kín. Ngôn ngữ thơ được sáng tạo, nâng tầm vóc, rồi chắc lọc để chọn ra chất liệu trong như ngọc, như những hạt lệ trong, xây dựng nên thi phẩm trong suốt, lóng lánh. Đó chính nét đẹp không lời, của sự cô đọng, cái còn dấu kín, chìm sâu, cái bỏ ngỏ đầy dụng ý của thi nhân mà ta tìm thấy trong bài thơ. Bên cạnh đó, phải chăng nhà thơ muốn khắc họa, điểm danh nỗi đau thầm lặng về số phận bi thương thiếu phụ, đem những tia hy vọng mong manh trả lại cho những mất mát mà người đàn bà thời đại vẫn còn đang phải chịu nhận?

Trong cuộc hành trình tìm kiếm chân lý, nhà thơ đã bao lần không khỏi ngạc nhiên tự hỏi: "Tôi cầm nụ cười trên tay/ Tặng những ai buồn bả/ Mà sao ai đó không vui?/Niềm vui xin đừng ngã giá/ Bóng hạnh phúc vô thường". Ngay cả với bản thân mình, nàng thơ cũng không tìm được được chỗ đứng vững chắc trên "bãi đời quạnh hiu": "Bóng con còng gió liêu xiêu/ Xây lâu đài cát những chiều vàng thu/ Sóng xô giấc mộng sa mù/ Bạc đầu chưa biết thực hư thế nào". Ngay cả khi chắp tay hướng tâm về với triết lý nhà Phật, nhà thơ cũng chưa thấy an lòng: "Cõi phiêu bồng thì rộng/ Dang tay đón hết mọi sinh linh/ Cát bụi cuộc đời thì mênh mông/ Thuyền Bát Nhã làm sao chở hết". Bởi lẽ, theo tôi, bị áp lực xã hội sống cuồng sống vội xô đẩy, mỗi con người chúng ta luôn giữ tâm thế hoài nghi và lạc mất phương hướng, rồi cuối cùng nhiều người cùng cất lên một hợp âm quen thuộc: đời là cõi vô thường.

Tình yêu trong thơ NĐBNNKU là những cung bậc cảm xúc trong sáng, tinh khôi mà cháy bỏng: "Đời người quá nửa ngây thơ / Yêu là yêu hết câu thơ cháy lòng". Tình yêu của nàng thơ đằm thắm, chín chắn, không mơ hoang, không phù phiếm, mà đích đến là trái tim, khi nàng thỏ thẻ cất lên: "Anh ơi! / đừng khắc em vào những nơi không anh/ Bởi sông sẽ cạn, đá cũng sẽ mòn/ Mây bay, gió thổi/ Biển có sâu cũng một bờ dịu vợi/ Trăng có rằm vẫn trừ tịch cuối năm/ Anh hãy khắc em vào trái tim anh/ Mỗi nhịp đập/ thăng hoa thành nỗi nhớ". Và khi tình yêu vỗ cánh bay đi, chỉ còn lại một mình vò võ cô đơn thì: "Tôi gói tình yêu vào đêm/ Huyễn hoặc và chung tình/ Giấu nước mắt vào gối/ Giấu nụ cười vào ánh đèn khuya/ Ăn cắp chút hương quỳnh ướp trong kỉ niệm". Tôi bỗng ghen tỵ với ai đó đã chiếm lĩnh và ngự trị vĩnh hằng trong trái tim nàng thơ chung thủy ấy.

Là người con lớn lên từ phù sa sông Hậu hiền hòa, nền thơ của TLL thấm đẫm những nét đẹp mộc mạc mà ma mị của vùng đồng bằng châu thổ chín nhớ mười thương. Ta hãy lắng nghe điệu lý thương hồ bồng bềnh trong nhịp chèo đặc hữu miền sông nước: "Ta đã thấy gì trong cơn mơ/ Số phận những con người bồng bềnh/ Vầng trăng đong đưa điệu lý thương hồ/ Tiếng đờn ai dạo khúc bi ai". Hoặc hình ảnh chợ nổi Cái Răng trên sông Hậu ẩn khuất bập bềnh rất quen thuộc trong lòng thi nhân mà nỗi lòng thì cứ cắn đắn ray rứt: "Làng nổi bập bềnh trong khói trong sương/ Ai đứng đó thèm một vòng tay ấm áp/ Câu vọng cổ bên kia sông nổi đời lạnh rát/ Gió thổi vọng phu buồn một khúc lìa nôi". "Khuya châu thổ" không là những nét đặc tả ngợi ca gạo trắng nước trong, mà trong bài thơ, vùng đất phù sa màu mỡ ấy vẫn còn mang nặng bao nỗi nhọc nhằn chưa vượt thoát: "Bỏng rát da thịt đón mùa đông về/ Lá treo đời oằn mình sinh nở/ Con sông Hậu đỏ phù sa châu thổ/ Biếc cánh lục bình chở kiếp mưu sinh". Phải chăng châu thổ Cửu Long giàu tiềm năng trong mắt nhà thơ chưa mang về no ấm vẹn toàn mà nhân dân đáng được thụ hưởng, đâu đó vẫn còn dập dềnh bao phận người nổi nênh cùng sông nước phù sa?

Là Chủ tịch HNV TP Cần Thơ, TLL có nhiều cơ hội rong ruổi khắp các vùng miền của tổ quốc. Đến đâu, đậu lại đâu, nhà thơ cũng ghi lại được cái hồn cốt của địa danh, khiến nơi đến bỗng nở nụ hoa của đất. Một chiều, nhà thơ dừng chân Tam Đảo, với ánh mắt sắc sảo, thấu suốt, nhìn cái nhìn từ bên trong, hòa lẫn với cái say say trước thiên nhiên kì vĩ, nhà thơ thốt lên: "Ta về Tam Đảo chiều nay/ Dốc quanh co quá ta ngây ngất tình/ Núi cao núi đứng một mình/ Ta cô đơn đứng giữa chừng đèo mây". Chắc hẳn không phải ngẫu nhiên mà nhà thơ mượn điệu vần lục bát để thổ lộ cảm xúc trước bóng núi sừng sững mây mờ ấy. Một sự lựa chọn tuyệt vời, khôn ngoan và uyên bác… Từ Tam Đảo, nàng thơ lên Sapa và năm bắt ngay cái thần thái của vùng đất trong mây, với chợ Tình huyễn hoặc: "Sapa sương bay là đà theo tiếng hát/ Cô gái Dao khăn đỏ say điệu khèn/ Chàng trai H"Mông mắt nhìn mê đắm/ Con gái H"mông cười làm quen". Những nét khắc họa tài hoa từng nét đặc trưng vùng miền tạo cho mỗi địa danh mà nhà thơ đi qua một dáng dấp đặc thù về thiên nhiên và văn hóa, con người… Và đây nữa, khi trở lại quê hương Đất Đỏ, về qua lối cũ với kỉ niệm dấu yêu một thời hò hẹn, nay người xưa đã trở thành cố nhân, nàng thơ vẫn viết lên những vần thơ dung dị, ấm áp biết bao: "Đã là cố nhân…ừ thì cũng vui/ Nếu gặp lại mời nhau li rượu ấm/ Đọc nhau nghe câu thơ chắc là da diết lắm/ Đất Đỏ! Còn không chiếc lá hẹn hò". Tôi thán phục cái tâm thế ứng xử vững vàng, độ lượng của thi nhân.

Khép lại tập thơ, tôi cảm thấy mình chưa nói gì cả về những nét son tâm huyết mà nhà thơ gởi gắm vào mỗi câu chữ, trong từng trang sách trong tập thơ NĐBNNKU. Nội dung triết luận, khát vọng ẩn tàng trong lớp lớp ngữ nghĩa của thơ TLL thật khó mà trình bày theo lối cưỡi ngựa xem hoa như thế này. Ngưỡng mộ và nghiền ngẫm chưa đủ, ngòi bút tôi thật sự bối rối khi viết về thơ của một nhà thơ đã có những thành công nhất định trong sự nghiệp văn chương.

Chúc nhà thơ TLL tiếp tục sáng tạo, xuất bản thêm những tác phẩm có giá trị, xứng tầm như tập thơ NGƯỜI ĐÀN BÀ NGỒI NHẶT KÍ ỨC.

Bà Rịa, 16/4/2020
Nguyên Bình

NGA VŨ

MÙA THU

LỠ HẸN MÙA THU

Thời con gái đâu dài như nỗi nhớ
Gió lạc chiều ta chợt thấy mênh mang
Chờ mãi mùa thu hò hẹn phía lênh loang
Thanh xuân cũ đâu còn gì để hứa

Em trở về chọn góc chiều đóng cửa
Lá rơi nhiều đâu cứ phải mùa thu
Ta lạc em rồi trùng lắp bóng phiêu du
Ta trăn trở có lẽ là lỗi hẹn

Đâu đó phía xa con đường xưa hiển hiện
Giấc huyền kiêu mơ một tối tao phùng
Mái tóc thời gian chợt rưng rức mông lung
Thu có phải, ừ thì thu có phải?

Ta lỡ rồi lời hẹn với thu em.

Với tay xé lịch để thấy thời gian nhanh quá, mới đó đã sắp sửa cuối thu. Mùa thu đất trời hay mùa thu của đời người đều mang dáng vẻ mong manh dịu dàng nhưng mênh mang.

Ngoài đường đã ngập đầy xác lá, những chiếc lá vàng buông mình sau mỗi cơn gió, về với đất để bắt đầu một cuộc tuần hoàn theo quy luật. Hàng cây mới xanh um dưới ánh nắng hè, giờ thưa thớt mảng xanh, sự ra đi bất cứ vì lẽ gì đều đem lại sự nuối tiếc và xót xa. Buổi tối khi đèn đường vừa lên những người phu quét đường lại cặm cụi gom những chiếc lá để đưa chúng về nơi chúng sẽ được biến đổi sang một hành trình khác.

Chiều nay, ngồi nghe những bản nhạc cũ lòng thấy rưng rưng. Mới đó mình cũng đã bước vào mùa thu cuộc đời. Những sợi tóc bạc đã chen với những mảng xanh thưa thớt dù muốn níu giữ chút thanh xuân cũng khó với thời gian. Mật ngọt thuở nào đã pha lẫn vị đắng của nhân gian, lòng nghe nguội lạnh những ước mơ bay bổng.

Thời gian là lão già cho vay khắc nghiệt, lão đòi cho đủ nợ vay và không cho ai khất lại bao giờ. Những trái tim bỏng lửa của xuân hạ nồng nàn đã im lặng tro tàn khi thu về gõ cửa. Đời người thấy dài mà ngắn, ngoảnh lại chỉ như bóng câu qua cửa.

Mùa thu luôn khiến người ta trở nên dịu dàng hơn, chậm rãi hơn và khoan dung hơn. Có lẽ phần nào linh khí trời đất cũng thấm vào từng tế bào con người để thay đổi theo điều tốt đẹp hơn, những cái nhìn êm dịu trong nắng thu, những bàn tay trở nên gắn bó nhau trong gió thu và hơn bao giờ hết tình người cũng đẫm chất nhân văn của mùa thu kỳ diệu.

Vâng, vẫn thế mùa thu đất trời quyện với mùa thu đời người khiến lòng người tĩnh lặng, những bon chen trở nên vô bổ, con người nhìn lại chặng đường đi qua để thấy mình sao chông chênh thế. Xòe bàn tay đếm những đường vân tay để thấy cuộc người sao rối rắm, thèm một khoảng không gian trong veo và thanh thản.

Những bóng cây trở nên cần thiết biết bao để ngồi suy ngẫm, nhìn những chiếc lá xanh ngày nào giờ vàng úa và gieo mình xuống nhường cho nụ non lộc biếc mới thay. Những vườn cây trĩu quả cho con người ngược về cội nguồn, mà thấy mình đã từng ăn quả mà có nhớ kẻ trồng cây? Tất cả đều minh chứng một quy luật của tạo hoá, luân chuyển và hồi sinh, điều mà ta cần hiểu và chấp nhận.

Mùa thu êm dịu đấy nhưng cũng đầy khắc khoải, chỉ cần xuân hạ ta sống đúng với bản chất con người, mùa thu của ta sẽ được trong veo và thanh thản.

Ngoài kia, lại một làn gió nhẹ đem theo mình những chiếc lá mùa thu, vàng úa và bao dung!

Nga Vũ

LÊ NGUYỆT

HẠNH PHÚC GIẢN ĐƠN: VỢ CHỒNG GIÀ

Chưa vào tới nhà, ông Hai Mành đã gọi vợ vang trời:

- Bà nó ơi…

Bà Hai nghe tiếng chồng, trong nhà bang bang đi ra, đon đả:

- Ông dìa rồi đó hả?

- Ừa. Bà lấy cái rổ ra đựng cá nè. Hôm nay tui nơm được quá trời quá đất luôn.

Bà Hai lật đật te vào nhà lấy cái rổ ra ngoài sàn nước chờ sẵn. Ông Hai vẫn còn mang giỏ cá trên vai, quần áo dính đầy bùn đất đi theo bà ra phía sau. Đặt cái nơm xuống, ông đưa tay gỡ giỏ cá định trút ra thì nhìn thấy cái rổ, ông la lên:

- Lấy cái rổ bự chảng ra đây. Rổ đó đựng sao hết?

- Nhiều lắm ha ông?

- Bộn à.

- Vậy tui lấy cái rổ xúc nhen.

- Ừa. Nhanh lên đi, nặng trìu trịu nè.

Bà Hai lẹ cẳng phi vô nhà, lấy cái rổ xúc (Rổ nầy có đường kính 5dm, độ sâu 6.5dm, chuyên dùng để xúc tép dưới mương, lạch khi nước cạn) đặt trên sàn nước cạnh cái ao sau nhà, ông Hai lại la lên:

- Xách xuống, xách xuống. Để trên đó cá nhảy xuống ao hết mần sao?

- Ông nầy hôm nay rộn chuyện thiệt nhen.

Nói vậy nhưng bà cũng đem cái rổ xúc đặt xuống đất. Ông Hai nghiêng vai, lấy giỏ cá trút ra rổ. Bà hai trố mắt, thích thú:

- Chèn đéc ơi, đâu mà dữ thần ôn vậy ông?

- Hỏi ngộ ha? Tui đi nơm chứ đâu? Hổng lẽ đi ăn trộm?

- Nhưng nơm ở đâu mà trúng dữ vậy?

- Tui đi mị mị trong bào cạn đó. Chỗ nầy khỉ ho cò gáy, năm khi mười họa mới có người tới lui. Ta nói nó vắng hoe, con nít vô trỏng sợ ma té đái luôn. Nắng chang chang mà gió hụ hụ nên cũng mát rượi hà. Vì ít ai lai vãng nên cá tôm thấy ớn luôn bà. Nơm cái nào cũng dính hết trọi. Ta nói mắc ham. Tại vì nặng quá chứ không thôi tui còn nơm nữa đó.

- Hôm nay bán bộn bạc đây.

- Bán hết đi. Chừa mấy con tôm càng xanh lại kho tàu ăn sang một bữa. Mơi tui vô trỏng đem về nhiều hơn hôm nay luôn.

Rồi như chợt nhớ ra, ông đưa ngón tay lên miệng, ra dấu:

- Mà bà nhớ hổng có chót chét cái miệng nhen. Có ai hỏi tui nơm ở đâu mà nhiều cá dữ vậy thì bà nói hổng biết. Chứ không thôi cái đám thằng Tẻo nó theo dấu là tiêu tán đường à.

- Biết rồi mà.

Bà Hai Mành sung sướng ngồi xuống cái ghế thấp lè tè lựa cá, phân loại từng thứ để lát mang ra chợ chiều bán. Hai vợ chồng già trên dưới sáu mươi tuổi sống bằng nghề chài, nơm cá quanh năm như là cái nghiệp chứ thật ra cũng không phải nghèo khổ gì. Bà Hai có bốn đứa con đã thành gia lập thất. Đứa ở gần đứa ở xa, đứa nào cũng muốn rước ông bà lên sống chung nhưng ông Hai nhất quyết không chịu vì ông luôn tâm niệm "Nhà của cha mẹ là nhà của con nhưng nhà của con thì không phải là nhà của cha mẹ". Thậm chí khi con gái và con dâu sinh, ông chỉ cho bà đến ở phụ chăm sóc trong thời gian tối đa một tháng, cúng đầy tháng xong là phải về liền. Bọn chúng đơn chiếc muốn nhờ má mình lên trông hộ con nhỏ để đi làm trong thời gian đứa bé chưa gửi nhà trẻ được cũng đừng mong ông cho đi. Ông nói "Tao nuôi con tao và con tao nuôi con của nó, mắc gì tụi tao phải nuôi con nó chứ?". Ông nói vợ chồng mình già rồi, sống cho nhau, con cái có phần của con cái, có chồng con của nó thì ráp nhau mà lo, đừng trông mong chờ đợi ai giúp đỡ. Thiếu thốn tiền bạc thì có khi ông còn hỗ trợ nhưng chuyện phải lần quần lo quần áo, cơm nước, nhà cửa cho vợ chồng con cái chúng thì miễn đi. Bà Hai cũng đã cực khổ cả đời rồi, giờ là lúc hưởng phước. Ông cũng vậy, ngày đi chài, đi nơm vài con cá trước có cái ăn, sau dư thì bán chút đỉnh kiếm tiền mua mắm muối. Thu nhập chính nhờ vào mấy công dừa. Đói no gì cũng có tự do của mình, ở nhà con vừa hầu hạ chúng vừa dòm sắc mặt của con dâu con rể, mệt mỏi lắm.

Lại nữa, ông bà là người nhà quê, ăn nói thô thiển, từ ngữ mộc mạc, đám cháu mỗi lần nghe ông bà nội, ngoại nói chuyện thì trố mắc ra dòm rồi cười nghiêng ngửa, chộ:

- Ha ha ha… ông bà ngoại nói gì con hổng hiểu chi hết trơn.

Lụi hụi vậy mà ông bà cũng có tới cả chục đứa cháu rồi. Hai thằng con trai cho ông bốn đứa cháu nội và hai đứa con gái sáu đứa nữa. Nhưng coi mòi chúng chưa ngừng lại đâu. Được cái, vợ chồng tụi nó đứa nào cũng có công ăn việc mần đàng hoàng nên kinh tế cũng ổn. Ông không phải lo lắng hay bù sớt gì. Vợ chồng già có bi nhiêu ăn bi nhiêu. Mấy đứa con cứ cảm ràm:

- Cha có tuổi rồi, lặn lội bắt tôm bắt cá làm chi cho cực. Bán vài công đất gửi ngân hàng lấy tiền lãi sống cho khỏe thân.

- Bây biết gì mà rộn chuyện. Người đẻ nhưng đất không đẻ. Tao có thiếu thốn gì đâu mà bán đất bán đai? Tao giữ đây cũng là để cho tụi bây về sau thôi. Bắt cá bắt tôm để có cái ăn tươi mà tao cũng thích công việc nầy. Nó thú vị lắm mặc dù có khi lội bộ muốn sụi cái cẳng chứ bộ chơi ha? Nhưng coi như là thể dục vậy thôi. Mà bây biết hôn, mua cá ngoài chợ về ăn không có mạnh miệng, còn cá tao tự kiếm, bữa ăn nào tao ví bả cũng quất sạch nhách nồi cơm luôn.

Con thì ông thương. Đứa nào cơ nhỡ ông sẵn sang dang tay che chở. Như con Út Hẹn nhà ông vậy. Nó có chồng ở gần nhà. Làm dâu có cha mẹ chồng và cả nùi em chồng trong khi thằng chồng đi nghĩa vụ. Nghĩa vụ gì mà danh sách đã về tới xã rồi vẫn chưa thấy bóng dáng của nó đâu. Vậy là con Hẹn phải ở lại nhà chồng chờ thằng ma đó về. Hai năm sau tổng cộng là bốn năm, thằng đó trồi đầu về dẫn theo một con vợ mang cái bụng chình bĩnh sắp sanh và một thằng con trai nữa mới ghê chứ. Sui gia gì mà chẳng có một chút chi gọi là biết điều. Ham hố nhận cháu nội còn động viên con gái ông chấp nhận. Con Hẹn xìu xìu ểnh ểnh nhưng ông thì không thể chịu đựng được cái thói phản bội dã man đó, lập tức bắt nó dìa nhà liền, mời chính quyền và bà con lối xóm tới phân chứng xong cho tụi nó thôi luôn. Hẹn buồn, đi học may cho khuây khỏa rồi thời gian cũng quen bạn trai khác, rồi có chồng đàng hoàng. Giờ hai đứa nó mở một tiệm may chà bá trên tỉnh Bến Tre có ba mặt con, mần ăn khấm khá lắm. Thằng chồng cũ bây giờ nghe đâu xập xệ, con cái mang chài mang lưới chứ hiếm có mấy bộ quần áo đẹp. Từ dạo đó, ông và sui gia mích lòng, ra đường chạm mặt cũng không ai dòm mặt ai.

Mà con của ông đứa nào cũng có học hết nhen. Tệ lắm cũng tốt nghiệp cấp ba. Khi con Hẹn thôi chồng, ông đọc được bài thơ của nó viết vầy:

TÔI ĐÃ VÌ ANH.

Tôi đã vì anh dưới trăng thề
Giữ câu chung thủy đợi anh về
Anh theo tiếng gọi hồn non nước
Phần tôi giấy trắng giữ lấy lề.

Tôi đã vì anh vẹn chữ Tòng
Bao năm vẫn chiếc bóng phòng không
Ngoài tai bỏ mặc lời ong bướm
Sắt son một dạ đợi chờ chồng.

Tôi đã vì anh giữ gia đình
Dù mình chưa có đứa con xinh
Mẹ cha già yếu tôi chăm sóc
Lo lắng còn hơn mẹ cha mình

Tôi giữ trong tôi một bóng hình
Đêm về ôm ấp để làm tin
Chưa lần buông bỏ và oán trách
Bởi vì tôi yêu họ thật tình.

Nhưng tại vì sao lại bội thề?
Đến ngày anh trở lại miền quê
Vợ con anh đẹp và sang lắm
Còn tôi "áo rách giữ lấy lề".

Biết nói làm sao với nỗi đau.
Không khóc nhưng sao nước mắt trào
Lặng lẽ tôi nhìn khuôn trăng cũ
Có nhau chưa mà đã mất nhau?

Bà Hai đọc thơ con gái, khóc sướt mướt. Ông nạt:

- Khóc gì mà khóc. Thứ đồ đó bỏ sớm chừng nào hay chừng nấy, tiếc làm đách gì.

Nói xong, ông xé lá thư cái tẹt ra làm hai, quăng xuống đất bỏ ra ngoài. Bà Hai nhìn theo chờ ông khuất sau cánh cửa mới nhặt lên, xuống lấy cơm nguội rị mọ dán lại cất vào đáy rương cũng chẳng biết để làm gì.

Vậy mà bây giờ con Hẹn coi mòi hạnh phúc hơn hết thảy mới đả đíu ông chứ.

Mà ông cũng phiền mấy đứa con của mình lắm. Tụi nó cứ sửa lưng ông hoài. Ông vốn dĩ không ngọng nghịu đớt đát gì hết, ngặt nỗi làm biếng uốn lưỡi khi nói nên ông bỏ bớt chữ r hoặc những chữ có vần ngược. Trời trong thì ông nói tời tong, Bến Tre nói Bến Te. Năm nhuần thì nói năm nhừng. Tụi nó canh me bắt lỗi hoài nên ông cũng ráng mà theo. Nhất là cái con Tiệp, con gái thứ ba của ông (Hai Ngấn – hồi đó ông đặt tên là Ngân, hổng biết cái người ghi tên vô khai sinh nghĩ sao hay là lộn gì mà dính thêm dấu sắc khiến thằng Ngân biến thành thằng Ngấn hà. Kệ, Ngấn thì ngấn, tên thôi mà – Ba Tiệp, Tư Đến, Út Hẹn). Nó đặt tên con gái đầu lòng là Xuyến, mắc mệt. Vậy là ông kêu Xiến, xiến, đứa cháu ngoại phụng phịu giận dỗi. Ông ngoại phải trề môi chu miệng muốn chết mới lọt ra tiếng Xuyến. Cho nên ông ít khi kêu tên nó là vậy. Tư Đến có con là thằng Toàn, Tòn Tòn của ông. Mà thằng cháu nội nầy cũng được. Nghe kêu nó cười hắc hắc chứ không phải cái kiểu như con Xiến.

Chuyện mấy đứa con có nhiều phức tạp lắm nhưng thây kệ chúng nó đi. Lo cũng lo nhiều rồi. Giờ bổn phận là lo cho bà vợ thôi.

Nhiệm vụ của ông là kiếm cá tươi cho hai vợ chồng ăn mỗi ngày, nhiệm vụ của bà là trồng rau sạch, bữa cơm có cá tươi rau sạch chưa chắc hoàng đế ngày xưa được như ông chứ ở đó mà than trời trách đất.

Ông thương bà Hai. Sáng sớm thức dậy ông đã thấy bình thủy nước được châm đầy. Vậy là ông chỉ có việc pha trà rồi nhâm nhi. Ba Hai ngồi bó gối trên bộ ván kế bên, hai vợ chồng nói đủ chuyện làng trên xóm dưới, xong bà đi quét tước nhà cửa, sân sướng, sáng thiệt mặt ông với bà ăn cơm sáng mà bà đã nấu lúc ông còn ngủ. Rồi ông kéo tàu dừa lại cho bà róc, bó lá dừa thành từng bó, chặt củi phơi đầy sân chờ khô chất thành cự. Hồi trước còn có người mua củi giờ người ta xài toàn bếp ga nên củi ế hệ, chất nhiều đến nỗi mối ăn thành từng cục, từng cục. Vậy là bà hai khui ra cho gà con ăn, xác củi mục thì đốt hết. Nhà có bếp ga do con gái mua cho nhưng hiếm khi ông bà sử dụng. Ăn cơm trưa xong, nghỉ ngơi một chút ông đi kiếm cá, chiều về. Cá ít thì bà đem ra chợ chiều bán, nhiều bà Hai rộng lại đó sáng đem ra chợ chồm hổm bán mua trà, mua thuốc cho ông. Tối lại, ông kéo cái giá võng và khiêng ghế bố ra sân dưới gốc xoài, hai ông bà thay nhau hát vọng cổ. Bà Hai tuy có tuổi nhưng hát mùi mẫn ông nghe hoài không chán. Nhất là khi bà cất giọng xuống xề, ông búng tay cái tách nhịp song lang cho xôm tụ. Mấy khi như vậy, ông thấy đôi mắt bà Hai ngời ngời hạnh phúc.

Có khi, ông bà "chơi" luôn nguyên tuồng cải lương. Ông thủ tất cả vai nam, bà vai nữ. Nói, ca cả chục nhân vật đều do hai ông bà làm hết. Hát chán rồi lịch kịch dẫn nhau vào ngủ.

Bà Hai thì hay nhớ con nhớ cháu, nhắc nhở suốt. Mỗi lần như vậy ông thương lắm, lén bà điện thoại cho các con. Vậy là Chủ nhật tuần đó bốn gia đình gom về, ồn ào nhộn nhịp cả nhà. Các con của ông bà đều có hiểu, mua sắm đủ thứ đồ cho cha mẹ không để ông bà thiếu thốn thèm khát bất cứ thứ gì.

Nói chung, ông Hai Mành hài lòng với cuộc sống và hoàn cảnh sống của mình. Ông chỉ mong sao cứ mãi được như vậy, mãi được bên cạnh người bạn đời đã cùng ông chung lưng đấu cật mấy chục năm trời.

Lê Nguyệt

NẮNG HOÀNG HÔN
TRI ÂN CÁC ANH HÙNG LIỆT SĨ

Bà cụ Hòa thao thức trằn trọc mãi rồi thiếp đi lúc nào chẳng biết. Tiếng chó sủa, tiếng người gọi ngoài cổng. Cụ choàng dậy loang choạng, chân quờ quờ tìm dép, sáng quá rồi.

Cụ vịn vào rặng cúc tần phủ dây tơ hồng vàng rộm. Cả làng có mỗi nhà cụ còn hàng rào bằng cây. Cụ mở cổng sững lại trước tiếng: "Cháu chào bà ạ ."nhỏ nhẹ của cô gái có khuôn mặt ưa nhìn. Tiếp theo là tiếng hốt hoảng, dồn dập của chàng trai : "Bà ốm à? Bà ốm lâu chưa? Sao bà không báo tin cho cháu." Cụ thủng thẳng: "Bà không ốm." Thì ra những gì thằng cháu nội nhìn thấy ở bà là sự mất ngủ khi đêm,tin Quý đưa bạn gái về thăm bà.

Vào trong nhà,cô gái ân cần cầm tay bà cụ: "Thưa bà, mỗi lần gặp cháu, anh Quý đều nói, anh được như vầy là công sức chăm sóc của bà. Nay bà già, ở một mình, anh ấy thương và lo lắm bà ạ."

Lời cô gái đưa tâm trí cụ Hòa về thời cô Hòa da trắng,tóc dài quá khoe chân,làm y tá ở trạm xá xã. Bao ánh mắt đắm đuối của trai làng mỗi lần nghe cô hát trong các buổi sinh hoạt đoàn của xã.

Vài ngày Tết năm 1966 qua nhanh. Miền quê trung du yên ả bỗng chốc sống động hẳn khi làng cô và các làng khác trong xã đón bộ đội về đóng quân, luyện tập dã ngoại trước khi đi B. Cô tất bật với công việc thường ngày, đeo túi thuốc và mang cáng cứu thương ra trận địa trực chiến. Trong các buổi tối giao lưu văn nghệ giữa bộ đội đóng quân và đoàn thanh niên của xã, cô và anh bộ đội tên Sinh có sự thân thiết hơn. Sinh là anh bộ đội nhanh nhẹn, hay cười, ở nhà người dì của

Hòa, nhà bà neo người, anh thường gánh nước dưới sông lên giúp bà.

Thời gian đóng quân ba tháng đã kịp cho Hòa và Sinh cùng mang lòng cảm mến nhau. Ngày đơn vị lên đường họ bịn rịn chia tay.

Cuộc sống sinh tồn bao đời vẫn tiếp diễn nơi đất Việt khi chẳng được thanh bình. Một vài trai làng ngỏ ý cô đều khước từ vì trách nhiệm công tác được giao cùng công việc của nhà, chưa cho phép cô nghĩ tới việc riêng tư. Thực ra tâm hồn cô đã gửi theo bước chân người ra trận.

Chiến tranh đã trải khắp hai miền Nam - Bắc. Trạm xá xã phải chuyển làm lán sơ tán ra ngoài đê gần đồng bãi. Đêm đêm cô viết những dòng tâm sự nhớ nhung, không có địa chỉ gửi đi, cô ấp ủ vào quyển sổ nho nhỏ của anh trao tặng.

Bất chợt, một đêm khuya lắc, khuya lơ, có tiếng đàn ông gọi cửa với giọng kìm nén: "Tôi đau bụng quá, cô y tá giúp tôi với." Cô mở cửa sững sờ: "Anh." Hai người ôm chặt nhau, hơn hai năm xa cách. Sinh được đơn vị cử ra Bắc tuyển quân ở xã bên. Biết địa điểm trạm xá sơ tán, anh mải miết vượt qua cánh đồng trong đêm tối đến thăm cô. Trời mới sáng mờ mờ anh vội đưa cho cô mảnh giấy với lời dặn: "Nếu còn sống anh sẽ về với em. Đất nước thống nhất không thấy anh về. Em theo địa chỉ trong giấy này để hỏi tin anh. Trong này có địa chỉ hòm thư của anh để liên lạc." Hai người âm thầm vội vã chia tay.

Tin cô Hòa trạm xá xã chửa buộm loang khắp làng trên xóm dưới trong xã. Ai cũng bất ngờ người con gái nết na bao người ngỏ lời không lấy. Đoàn thanh niên tổ chức họp kiểm điểm nhiều lần, muốn tìm ra kẻ cả gan để bắt tội. Cô chỉ im lặng nhận kỷ luật khai trừ đoàn thanh niên và đuổi ra khỏi trạm xá xã. Lúc chia tay anh Sinh nói với Hòa nếu có con dù trai hay gái đều đặt tên Bình. Tên Bình hợp với tên anh và tên em. Đứa trẻ tên Bình chào đời là con trai không hề giống với khuôn mặt của bất kì người thanh niên nào trong vùng. Nó không có giấy khai sinh, lí do không được cấp vì không có bố.

Trưa 30 tháng 4 năm 1975 tiếng loa phóng thanh, tiếng người reo: "Giải phóng rồi... giải phóng Sài Gòn rồi... hòa bình rồi." Vỡ òa trong làng xã. Có lẽ cô Hòa là người sung sướng nhất. Thế rồi mọi sự chờ đợi mòn mỏi qua đi với câu hỏi của Bình: "Mẹ ! Sao mẹ bảo giải phóng miền Nam bố con về. Mẹ nói dối. Chúng nó cứ bêu bêu con là thằng con hoang không có bố." Chị đau đớn quá. Các anh bộ đội làng trên, xóm dưới lần lượt trở về mang tên người hy sinh chưa kịp báo tử, tin người bị thương đang điều trị nơi này, nơi kia. Riêng chị, có ai biết anh đâu mà hỏi tin. Chị quyết định đi tìm anh theo mảnh giấy anh trao.

Đến địa chỉ cần tìm, chị gặp người phụ nữ lớn tuổi hơn chị. Chị hỏi thăm về anh Sinh. Không mời chị vào nhà, người ấy nói: "Cô hỏi chú ấy có việc gì ?." Chị nói giọng run run: "Ngày xưa, anh ấy đóng quân ở làng em, có nợ em . Anh ấy dặn hòa bình không thấy anh ấy về thì đến địa chỉ này hỏi thăm." Người phụ nữ chau mày buông một câu sống sượt: "Chú ấy chết rồi." Chị Hòa choáng váng vịn vào cửa, trấn tĩnh lại chị nói tiếp: "Chị ơi! Chị có thể cho em xem di vật của anh ấy để em xóa nợ." Người phụ nữ mời chị Hòa vào nhà đưa cốc nước. Chị nhớ ra trong di vật của chú Sinh em chồng chị khi báo tử có tấm hình người con gái bế đứa trẻ chưa đầy năm rất giống khuôn mặt Sinh, đằng sau tấm ảnh có dòng chữ (Vợ và con thân yêu).

Anh Quyết chồng của chị là anh ruột của Sinh. Hai anh em mồ côi cha mẹ từ bé. Năm 1961 anh Quyết đi bộ đội nghĩa vụ. Chiến tranh xảy ra khắp cả nước, anh trong đoàn quân đi B, cũng là lúc em trai anh nhập ngũ. Nhận di vật báo tử của em, chồng chị khóc thầm với điều day dứt. Sinh lấy vợ bao giờ? Ở đâu? Đứa trẻ kia là trai hay gái? Anh Quyết cưới vợ trước lúc đi chiến trường, đến nay vợ chồng anh chưa có con, vợ chồng anh trăn trở mong mỏi.

Vợ anh Quyết linh cảm người phụ nữ này là người trong ảnh mà Sinh viết là vợ. Chị nghĩ phải báo tin ngay cho chồng. Nhà chị ở gần doanh trại nơi anh đóng quân. Chị lấy xe đạp và bảo chị Hòa: "Cô uống nước, đợi tôi vào đơn vị tìm anh Quyết anh của chú Sinh."

Bữa cơm trưa chỉ có ba người ăn nhòa với nước mắt chảy theo lời kể đau khổ của chị Hòa những năm tháng đeo đẳng tủi hờn.

Chị Hòa trở về làng cùng anh Quyết trên chiếc xe Com măng ca của đơn vị anh. Chiếc xe chạy trên đê đến đầu làng, lũ trẻ con nhem nhuốc có đứa còn ở chuồng, chúng vừa chạy vừa reo: "a...a...ô tô...." Chiếc xe là kì quan với bọn trẻ ở làng. Trong đám trẻ con có khuôn mặt chập chờn của Sinh. Anh Quyết bảo lái xe dừng lại, anh nhảy xuống ôm ngay bé trai khoảng 6 tuổi luôn mồm nói: "Nòi giống nhà tôi đây." Đứa trẻ khóc trong sợ hãi, đòi rời khỏi tay người ôm.

Bình...Bình...nghe tiếng gọi của mẹ đứa trẻ nín ngay. Chị Hòa nói với anh Quyết: "Cháu Bình đấy anh ạ." Rồi chị nắm tay con dắt về nhà đi cùng anh Quyết.

Anh Quyết trên cương vị của mình, anh mang giấy báo tử của Hoàng Đức Sinh và ảnh mẹ con chị Hòa. Anh gõ cửa nhiều nơi để cháu Bình có giấy khai sinh và được công nhận là con liệt sĩ. Phải gần một năm sau cháu Hoàng Đức Bình mới có tấm giấy khai sinh đầy đủ họ tên cha Hoàng Đức Sinh, mẹ Trần thị Hòa cùng chế độ tiền tuất con liệt sĩ. Cháu Hoàng Đức Bình vào học lớp vỡ lòng khi bước vào tuổi lên tám.

Chị Hòa ngậm ngùi không được công nhận là vợ liệt sĩ vì không có giấy đăng ký kết hôn.

Chị Hòa có con hoang đã đánh vào lòng kiêu hãnh của những người đàn ông trong làng không đủ tiêu chuẩn đi bộ đội. Các cô gái ở làng đành vùi mơ ước hôn nhân vào người không xứng đôi vừa lứa cho qua kiếp phận.

Hoàng Đức Bình học xong bậc phổ thông với kết quả học sinh giỏi. Cháu thi được vào trường cảnh sát an ninh, ra trường nhận công tác. Mấy năm liền hoàn thành xuất sắc nhiệm vụ được giao. Anh lập gia đình, cháu Hoàng Đức Quý con anh chào đời đem lại niềm hạnh phúc ngoài mong đợi của bà Hòa.

Đất nước hòa binh nhưng xã hội chưa bình yên. Những người mang quân hàm trên vai và số hiệu trước ngực dù là bộ đội hay công an đều là chiến sĩ trên trận tuyến bảo vệ Tổ quốc. Hoàng Đức Bình người sĩ quan trên trận tuyến an ninh vô cùng khốc liệt. Lòng tham của bọn làm giàu bằng mọi mưu ma chước quỷ. Hoàng Đức Bình hy sinh trong vụ truy bắt bọn buôn ma túy xuyên quốc gia. Bà Hòa vật vã trong nỗi đau tột cùng. Bà chia sẻ với con dâu nỗi mất mát quá lớn. Lúc bố hy sinh cháu Hoàng Đức Quý, cháu nội của bà mới bước vào lớp 1. Sáu năm sau con dâu của bà tìm được bờ vai nương tựa. Con dâu thấu hiểu lòng mẹ chồng đã gửi lại Hoàng Đức Quý để bà cháu ríu rít bên nhau. Ngày Quý báo tin vui trúng tuyển trường Đại Học An Ninh, lòng bà nặng trĩu lo âu. Quý ra trường nhận công tác gần hai năm,mỗi khi về với bà Quý nói chuyện cháu theo nghề bố nhưng trong lĩnh vực công nghệ cao. Nơi làm việc là phòng có đủ tiện nghi sinh hoạt và máy móc làm việc hiện đại bà Hòa phần nào thấy yên lòng.

Bà Hòa đang đắm mình trong suy nghĩ bất chợt giật mình bởi tiếng: "Con chào mẹ." Chị Minh mẹ cháu Hoàng Đức Quý được con trai báo tin Quý đưa bạn gái về thăm bà nội, anh muốn mẹ cùng có mặt để bà vui. Bà Hòa thân mật đáp lời chào của mẹ Quý: "Con về đấy à." Chị Minh đáp lời bà: "Vâng con nghe cháu Quý nói, hôm nay cháu đưa bạn gái về thưa chuyện với bà. Con mua hương hoa về cẩn cáo với gia tiên mẹ ạ."

Bà cụ Hòa nhìn mẹ Quý dâng lễ lên bàn thờ. Có tấm bằng Bà Mẹ Việt Nam Anh Hùng của Chủ tịch nước Cộng Hòa Xã Hội Chủ Nghĩa Việt Nam phong tặng cho bà, sau ngày sĩ quan công an Hoàng Đức Bình người con duy nhất của bà hy sinh được truy tặng là liệt sĩ.

Ngồi vào bàn ăn, mẹ của Quý ân cần đưa bát cơm vào tay cụ Hòa. Cụ nhìn đứa cháu nội Hoàng Đức Quý cùng người bạn gái đằm thắm bên mâm cơm, cụ mỉm cười và thầm nghĩ: "Đây là nơi bà gửi gắm niềm mong ước yên vui tuổi già."

Tháng 7/2019
Nắng Hoàng Hôn

TẠ THỊ TOÁN

ĐI TÌM NGUỒN CỘI

Chiếc xe hơi 4 chỗ vừa trờ tới cổng nhà bà Toàn, cũng là lúc lưỡi chổi trên tay bác Quang hàng xóm quét qua. Bước ra khỏi xe là con gái cả của bà Toàn dáng thanh thoát, nụ cười tươi tắn cô Lan cất lời:

- Chị Quang quét dọn sạch sẽ thế.

- Cô vào bà sớm thế, mà diện quá cơ.

Hai chị em cười vang.

- Thông tin nới lỏng giãn cách xã hội vì dịch Covid mấy hôm rồi. Em đến trường chuẩn bị khai giảng năm học mới. Mấy tháng em nhớ mẹ mà chỉ chuyện trò qua Zalo thôi. Em biết mẹ em vẫn khỏe, thực phẩm lương thực mẹ em có đầy đủ. Vì phòng dịch bà ở nhà không đi chơi được tù túng, bức xúc, thương lắm chị ạ.

- Ừ nếu không có dịch chiều nào bà cũng vi vu xe máy đi chơi bóng bàn. Cả xóm khen bà kề cận tuổi 80 sức khỏe tốt và minh mẫn.

Vừa nói cô Lan bước nhanh vào cổng.

- Vâng, em vào gặp mẹ em đã chị nhé.

Nhà bà Toàn ở tổ 9 phường Dân Chủ, vườn nhiều cây lưu niên, sân rộng rãi thoáng mát. Cả khu vực này nhà nào cũng khang trang có vườn rộng hàng ngàn mét vuông. Người ở xa đến tưởng đây là vùng hoàn thành xây dựng nông thôn mới chẳng ai nghĩ là phố phường của thành phố Thủy Điện Sông Đà, cả nước biết tên là thành phố Hòa Bình. Gia đình bà Toàn định cư ở đây lâu lắm rồi, từ khi các con bà còn bé tí.

Bà Toàn vừa mở cửa từ nhà trên bước ra, cô Lan thấy mẹ chào đon đả.

- Con chào mẹ, con mời mẹ ăn bánh cuốn nóng con vừa mua ngoài phố.

- Mẹ không thích bánh cuốn, sợ mỡ lắm.

- Con mua rồi mẹ ăn đi, lâu mới ăn mà.

Cô Lan thoăn thoắt lấy bát rót nước chấm, xếp bánh ra đĩa, đưa đũa tận tay mẹ. Thấy con gái ân cần bà không nỡ từ chối.

- Mẹ nghe gia đình nhà trai xin tổ chức hôn lễ đón cháu Hồng Anh à.

- Vâng, ngày 12 tháng này mẹ ạ.

Bất chợt chiếc xe hon da lao vèo vèo vào sân, tiếng cậu Huy con trai bà oang oang.

- Con chào mẹ. Mẹ ăn sáng à?

- Ừ, sao đi đâu cứ ào ào như ma đuổi vậy.

Tiếng cười giòn tan.

- Con vào thông báo với mẹ tin vui. Giãn cách dịch bệnh đã được nới lỏng dăm hôm rồi. Nhà trai xin tổ chức đón cháu nội của bà. Con gọi điện về Huế trong đó nhận tin, các anh ấy vui lắm, báo 5 người ra dự, đi trước vài ngày để thăm quan du lịch thủy điện và đưa cháu về nhà chồng.

Bà toàn thủng thẳng đáp lời: "Sướng nhất nhà mày nhé".

Giọng cô Lan chùng xuống: "Ngày con kết hôn khổ mẹ nhỉ. Cơ quan chồng con đòi xác nhận của chính quyền quê nội. May Ban Tổ Chức tỉnh Ủy quản lý hồ sơ Đảng của ba con xác nhận. Lúc đó chúng con lo sốt vó sợ hôn lễ không tổ chức được đúng ngày đã chọn.

Lời nói của con trai, con gái đưa tâm trí bà Toàn trở lại thời hơn 30 năm trước. Cô Lan con gái lớn của gia đình bà là giáo viên vừa kết thúc năm dạy đầu tiên. Lan và anh Hùng chiến sĩ công an phường qua thời gian tìm hiểu nay việc làm ổn định hai con xin phép cha mẹ để gia đình nhà trai lên cưới hỏi. Mọi việc diễn ra vui vẻ thuận lợi giữa hai gia đình. Hai gia đình định ngày đính hôn, kết hôn. Do hoàn cảnh kinh tế lúc ấy thời bao cấp khó khăn nhiều bề hai gia đình nhất trí thời gian chuẩn bị trong 3 tháng, hôn lễ sẽ tổ chức vào cuối mùa thu năm ấy. Anh Hùng về báo cáo cơ quan, sau 3 hôm Hùng vào gặp cha mẹ của Lan mang theo hồ sơ cơ quan công an yêu cầu, người trong ngành công an lấy vợ, lấy chồng, đều phải có xác nhận quê gốc rõ ràng về nhân thân.

Đây là trở ngại lớn nhất của đôi uyên ương. Cha của bà Toàn là lãnh đạo của ngành công nghiệp tỉnh. Cụ công tác ở đây từ thời kháng chiến chống Pháp, nghỉ hưu ở gần nhà bà Toàn.

Riêng ông Nguyễn Hồng Hoà chồng của bà Toàn, cha của Lan quê ở Huế. Cha mẹ ông mồ côi từ nhỏ. Quê nghèo, đói khổ lưu lạc sang xứ Lào. Hai người đồng hương bươn trải sứ người, lớn lên thương nhau nên vợ nên chồng. Ông Hòa là con trai cả cùng các em được sinh ra ở nước Lào. Năm 1945 chiến tranh nổ ra trên bán đảo Đông Dương. Dân Việt Nam ở Lào kéo nhau chạy tản cư sang Thái Lan. Bầu đàn thê tử nhà ông Hòa cũng trong đoàn di cư đó. Đến tuổi thanh niên, theo lời kêu gọi của Tổng Hội Việt kiều cứu quốc. Ông Nguyễn Đình Hòa ra nhập quân tình nguyện Việt - Lào, chiến đấu ở chiến trường Lào. Năm 1954 ông là chiến sĩ sư 335 thuộc đơn vị bộ đội tình nguyện Việt - Lào về xây dựng doanh trại trên đất Mộc Châu của tỉnh Sơn La thuộc Quân Khu Tây Bắc. Những năm tháng đó ông toàn tâm toàn ý thực hiện nhiệm vụ anh bộ đội cụ Hồ. Đồng đội là anh em đơn vị anh coi là gia đình. Nghĩa vụ là tập luyện, hành quân tiểu phỉ, bắt biệt kích, xây dựng doanh trại bảo vệ thành quả hòa bình, nửa nước giành được trong 9 năm kháng chiến hy sinh gian khổ.

Mục tiêu xây dựng xã hội chủ nghĩa ở miền Bắc. Đấu tranh thống nhất Tổ Quốc.

Đầu năm 1960 anh Hòa nhận tin gia đình anh ở Thái Lan được Tổng Hội Việt kiều sắp xếp hồi hương về miền Bắc Việt Nam những gia đình về chuyến tàu này có chồng con là bộ đội đã trở về Việt Nam. Cha mẹ anh đã già nhưng còn khỏe. Các em anh do đói nghèo, bệnh tật đều qua đời, chỉ còn lại cô em gái thứ tư đã có chồng, hai vợ chồng được về theo cha mẹ. Đơn vị giải quyết cho anh đi phép về Hải Phòng gặp gia đình. Chuyến tàu ấy được chủ tịch Hồ Chí Minh đón ở cảng Hải Phòng. Những gia đình có chồng con là quân tình nguyện ở Quân Khu Tây Bắc được Tổng Hội Việt kiều đưa về định cư ở tỉnh Hòa Bình, cửa ngõ vùng Tây Bắc. Cha mẹ và gia đình em gái anh được nhà nước phân cho hai gian nhà bương tre cùng đất để làm vườn ở thị xã Hòa Bình. Dân thị xã gọi đây là khu Việt kiều Thái Lan.

Cuối năm 1962 anh chưa lập gia đình, cha mẹ già yếu, đơn vị

giải quyết anh chuyển ngành về làm công tác ở xí nghiệp gỗ Hóc Môn để được gần cha mẹ. Về xí nghiệp này anh được tổ chức giao phụ trách công tác Đảng Đoàn. Năm 1956 anh vào Đảng Lao Động Việt Nam ở bộ đội. Được Tổng Hội Việt kiều Thái Lan xác nhận nhân thân, cha mẹ anh là Việt kiều yêu nước.

Khi đế quốc Mỹ leo thang đánh phá miền Bắc cũng là lúc anh lấy vợ. Vợ chồng anh vừa tham gia chiến đấu chống trả máy bay Mỹ đánh phá, vừa làm nhiệm vụ cơ quan giao cho. Bốn đứa con hai trai, hai gái đều ra đời trong chiến tranh.

Mùa xuân năm 1975 đất nước thống nhất, toàn dân hồ hởi mừng chiến thắng. Vợ chồng anh muốn chuyển công tác về Huế. Ở quê nhà khi mới giành chính quyền thiếu cán bộ. Trước là tìm quê, sau là đóng góp công sức cùng họ hàng xây dựng lại quê hương. Nhưng lực bất tòng tâm, cha mẹ anh quá già yếu đi không vững. Các con anh đang tuổi học tập kinh tế rất khó khăn, cái đói, cái rét đeo bám.

Đầu năm 1976 cha anh qua đời. Mẹ anh đã lẫn rồi, mất sau đó hai năm.

Anh trở lên bơ vơ không biết quê đâu để về. Trong lúc khó khăn chồng chất anh nghỉ hưu chưa đến tuổi 50. Nghị lực người Đảng viên, bản chất anh bộ đội cụ Hồ đã là động lực để anh cố gắng mang sức lực còn lại cùng vợ lao động sản xuất, chăn nuôi xây dựng cuộc sống gia đình. Khu rừng hoang vu ngày nào, nay cây trái đã xum xuê hàng ngày đi làm bà Toàn đi sớm mang sản phẩm của vườn bán cho công nhân xây dựng công trình thủy điện đời sống gia đình ngày được cải thiện, no ấm, các con được học hết bậc phổ thông. Cô con gái đầu lòng học sư phạm trở thành cô giáo. Con trai lớn học hết phổ thông vào Tổng Đội thanh niên xung kích của thị xã Hòa Bình.

Sự việc cơ quan công an của con rể yêu cầu xác minh quê nội cứ canh cánh trong lòng bà Toàn hằng đêm. Cứ mỗi lần con gái của bà cùng con rể về quê lên ríu rít kể chuyện lễ hội ở làng. Bà Toàn lại thấy tủi hờn cho mình, cho con. Bao lần bà tâm sự cùng ông đi tìm quê. Ông thường nói: "Anh sinh ra ở Lào, chiến đấu ở Lào, nay cha mẹ mất rồi anh có được về quê lần nào đâu mà biết đường. Theo lời cha kể anh có người cô ruột khi ông rời làng đi cô em khóc đòi đi theo. Cha anh bảo còn bé theo người ta đi biết sống chết thế nào mà đem theo, đành để em ở lại. Tin cô em gái đã chết đói lâu rồi. Quê có họ hàng đâu nữa mà tìm.

Từ khi trên ti vi đưa tin tết đến, xuân về những người xa xứ tìm về quê hương ngày một đông càng thôi thúc bà Toàn ý nghĩ tìm về quê chồng, tìm cội nguồn cho con, ngày đêm nung nấu trong tâm bà, nhất là từ khi bà nghỉ hưu không còn phụ thuộc vào thời gian ở cơ quan.

Tết Ất Hợi năm 1995, trong lúc đi giao hàng cho khách ở bến xe trung tâm Thị xã. Bà thấy trên bảng bán vé có tuyến Hòa Bình - Huế bà mừng như bắt được vàng. Ông Hòa trông thấy bà về vui quá đỗi thì ngạc nhiên.

- Nhặt được tiền à mà phấn khởi thế.

- Hơn là nhặt được vàng ấy anh ạ, có xe khách đi từ Hòa Bình vào thủy điện YALY qua Huế. Em quyết định về Huế tìm quê anh ạ.

- Biết đâu mà tìm, để tiền lo cho con.

- Không. "Đời cua cua máy, đời cáy cáy đào" các cụ đã dạy rồi. Anh có biết không em cứ day dứt mãi câu "Sống quê cha, chết là ma quê chồng". Em lớn lên hơn 13 tuổi mới được bố đưa về quê. Họ hàng vỗ về yêu thương, nhưng do ông cụ công tác ở đây đưa cả gia đình lên đây. Bây giờ mỗi khi ở quê có việc em đều về được.Em đưa các con về, các con cũng thích thú, được về quê chơi, được họ hàng yêu thương quý mến, em thương các con lắm. Rồi sẽ có đứa nó chửi con mình là đồ mất gốc. Ông Hòa vùng vằng: " Cô chửi tôi à?"

- Đấy anh thấy xót xa không? Anh không đi em đi một mình.

- Cô biết đâu mà đi.

- Theo lý lịch của anh khai có tên làng, xã, huyện của tỉnh Thừa Thiên Huế đó thôi. Em xem trên tuyến đường sắt Bắc -Nam có ga Phò Trạch thuộc huyện Phong Điền tỉnh Thừa Thiện Huế. Tên ga trùng với tên làng của anh, cứ đến nơi ấy đề tìm.

Qua buổi tranh luận gắt gao ông bà Hòa Toàn thống nhất đi tìm quê sau ngày rằm tháng 3 năm 1995. Biết tin anh trai, chị dâu đi tìm quê. Cô em gái ông Hòa xin được cùng đi. Chồng cô em gái là người cùng làng. Khi nước nhà thống nhất người em rể đã xin nghỉ mất sức để về quê. Bỏ lại vợ và 3 con với câu nói:"Tôi phải tìm về quê cha đất tổ của tôi". Anh trai của người này cũng ở Thái Lan tòng quân cùng ông Hòa, ông ấy đã mất năm 1968. Vợ và con của ông đang ở thị xã Hòa Bình này. thế mới biết tình yêu quê hương của người em rể này sâu đậm biết nhường nào? Người em rể đi hàng chục năm rồi không thấy trở lại, không biết đã tìm được quê chưa?

Chuyến đi tìm quê của ông bà Hòa Toàn ngày ấy rất phiêu lưu nên bà Toàn chuẩn bị kỹ càng, theo thông tin bà nắm bắt. Hàng hóa trên thị trường thời này đã dồi dào chỉ riêng đường xá và phương tiện giao thông khó khăn phức tạp. Từ Hòa Bình vào Huế thông tin là xe đi suốt đêm qua sông bằng phà nhiều đoạn lắm rất vất vả, hàng quán nơi xe dừng nghỉ đắt đỏ, không an toàn thực phẩm. Ba người đều thuộc thế hệ lớn tuổi. Do vậy bà Toàn chuẩn bị kỹ lưỡng. Quà là hai bao nhỏ bánh kẹo và chè khô là thứ ưa chuộng của người miền Trung lúc bấy giờ. Thực phẩm đi đường là bánh chưng cùng nước lọc đựng vào can cho vào ba lô. Các con ông bà Hòa Toàn thấy mẹ chuẩn bị vừa trêu đùa cùng sự lo lắng.

- Ba mẹ cứ mang nhiều cho khổ. Vào không tìm được quê, không có họ hàng rồi khóc mang về nhé.

Bà Toàn trấn an cả người đi và các con,

- Đến đấy là đúng quê theo lý lịch rồi. Không có họ hàng thì biếu dân làng rồi trở ra việc gì mang về mà khóc.

Trước ngày lên đường ông bà Hòa Toàn làm mâm cơm cúng cầu khấn thần linh cùng cha mẹ phù hộ cho chuyến đi hanh thông đạt tâm nguyện. Buổi sáng xe khởi hành từ bến xe trung tâm thị xã Hòa Bình chạy suốt ngày, thông đêm. Trên đường bà Toàn cứ khẩn cầu Tổ Tiên, ông bà cha mẹ nhà chồng phù hộ cho chuyến đi. Bà mong sao đến nơi cần xuống là ban ngày, nếu vào ban đêm thì bơ vơ xứ lạ bao điều bất trắc.

Đúng 7h sáng hôm sau xe dừng, nhà xe báo:

"Chợ Phò Trạch đây rồi, ai đến Phò Trạch thì xuống đi."

Bà Toàn vội nói:"Chúng tôi xuống ga Phò Trạch cơ mà."

Lái xe cười chỉ tay: "Ga Phò Trạch đó bà ơi!"

Ba người lục tục xuống xe, cùng đồ đoàn lỉnh kỉnh. Cái đói cồn cào ùa đến, trên đường đi uống nước là nhiều, bánh chưng mang theo vẫn còn mà không nuốt được.

Sợ mất đồ, ba người dù rất mệt cũng cố gắng kéo đồ lếch thếch vào chợ tìm hàng ăn sáng, đang ngơ ngác thì có tiếng gọi đon đả giọng phụ nữ xứ Huế nhẹ nhàng: "Này có phải mấy người ngoài Bắc vô tìm quê không?"

Đây có lẽ là tín hiệu may mắn, bà Toàn nhanh nhảu đáp: "Vâng ạ!"

- Mấy người về đâu? tìm nhà ai?

- Chúng tôi lần đầu đi tìm quê, chưa biết có tìm được họ hàng không, nên chưa biết vào nhà ai. Chúng tôi tìm làng Phò Trạch xã Phong Dinh.

- Phò Trạch Phường hay Phò Trạch Đệm, đây chỉ có xã Phong Bình không có xã Phong Dinh.

Ba người nhìn nhau như tự hỏi bây giờ sao đây?

Bà Toàn chợt như nghe thấy tiếng cha chồng ngày xưa kể chuyện quê cho bà nghe sau những bữa cơm chiều. Xưa nhà ở xóm Rú, bên cạnh có cối đập bàng để đan đệm. Bà nhớ ra rồi.

- Chúng tôi về xóm Rú làng Phò Trạch có nghề đan đệm.

- Thế là Phò Trạch Đệm, từ đây về đấy hơn 10 cây (kilomet) Nếu đi tắt qua Độn thì khoảng 8 cây.

Ông Hòa quyết định ăn đã, mọi việc tính sau. Cô em gái lúc này mới lên tiếng: "- Xin cảm ơn bà".

- Anh chị ơi tìm nơi ăn đi em đói quá muốn xỉu rồi. Đang định đi thì bà khi nãy lại nói: "A. Bà Thừa bán thuốc lá ra kìa, bà ấy là người làng Phò Trạch Đệm đấy".

Nghe tên bà Thừa bán thuốc lá thì cô em gái nhớ là chồng mình hay nói có người chị tên Thừa bán thuốc lá cuốn nhưng bà lấy chồng ở Đông Hà cơ mà.

Bà Thừa đến mở sạp hàng. Ba người nhìn thấy đều a lên. Bà mập, thấp, nhưng mặt thì rất giống chồng cô em gái. Ba người cùng đến gặp bà để hỏi thăm, vừa nghe kể đôi ba câu bà vồ vập ngay.

- Trời đất quỷ thần ơi! Sao bây giờ mới tìm về. Cậu ấy về trong này hơn chục năm mà hỏi có vợ con không? Cậu ấy trả lời tưng tửng có vợ có 3 đứa con, con trai ở giữa con gái đầu, con gái út. Cả họ cứ tưởng cậu ấy lấy vợ người miền núi bị bỏ bùa mê thuốc lú nên nói chuyện không đầu không cuối, chẳng biết đâu mà lần. Ai dè vợ là người cùng làng cùng xóm.

Bà gọi người bán cháo bánh canh (Bột được cán thái thành sợi) mang đến hàng của bà để ba người ăn. Bà đóng sạp hàng lại quầy quả bảo ba người.

- Cậu và hai mợ ăn đi xong tôi đưa cậu với hai mợ về làng. Nhanh lên xe đông lắm về làng hàng ngày chỉ có mỗi chuyến này thôi.

Ba người đi theo bà ra quốc lộ đón xe. Bà trên 70 tuổi, mập, thấp nhưng nhanh nhẹn cực kỳ. Xe đến bà đẩy 3 người lên bà lên sau. Xe chật như nêm, đứng co chân không đặt được xuống sàn, xe chạy lắc lư có lúc tưởng đổ vật nằm ra đường. Đủ thứ nước thải của gia súc từ nóc xe chảy xuống hôi thối đến nghẹt thở, hơn 10 km mà thấy xa vời vợi. Xe đến chợ Ưu Điềm dừng trả khách. Chợ này có tên chợ Hôm. Chợ họp buổi chiều, thì ra đây là xe chuyên chở người đi chợ này. Từ chợ theo lời bà Thừa còn đi bộ 3km nữa mới tới làng. Mệt ơi là mệt, mọi người vào chợ xả hơi. Một bà ở chợ nhìn 3 người thốt lên: "Bà kia sao giống mạ con Sáu thế nhỉ?". Bà Toàn quay lại hỏi: "bà bảo ai cơ?"

- Cái bà ôm ốm kia kìa giống mạ con Sáu thợ may lắm.

- Sáu thợ may ở đâu bà?

- Nó vừa đây chạy mô không rõ.

Bà Toàn nhìn ra cổng chợ thấy dòng sông chảy trước mặt liền hỏi:

- Sông này tên gì hả bà?

- Dòng Ô Lâu đó.

Bà Toàn nhớ về mẹ chồng thủa xưa đưa nôi ru cháu thường hát "bên dòng Ô Lâu, ai thương ai cảm, ai sầu ai thảm..."

Ồ dòng sông Ô Lâu và làng Ưu Điềm theo lời mẹ chồng kể khi xưa bà Toàn nhớ đây là quê của mẹ chồng bà. Vậy thì phải gặp bằng được cô gái thợ may tên Sáu cái đã.

- Kìa con Sáu đến kìa. Này Sáu ơi! Mi coi bà ôm ốm này giống mạ mi quá.

Sáu đến bên cạnh cô Tư bá vào vai: "Dì ở đâu về? Sao giống mạ con dữ vậy?".

Sự kỳ lạ đối với ba người. bà Toàn vẫn là người mau mắn bắt chuyện. "Mạ cháu tên chi?"

- Dạ. Mạ cháu tên Bớt. Cái tên chẳng nói lên manh mối gì?

- Mạ con giống mệ ngoại con nhất nhà.

- Mệ ngoại con tên chi?

- Dạ mệ ngoại con tên Quế.

Bà Toàn tọc mạch vì bà về làm dâu ở xóm Việt kiều đa số là người quê Huế. Họ thân thiết nhau bởi cách xưng hô, ai cũng gọi người trên là dì, là mệ, là mụ (riêng từ mụ bà Toàn cứ thấy xấc xược kiểu gì. Những ngày đầu bà tưởng đây toàn họ hàng. Khi hiểu ra chỉ là xóm giềng với nhau thôi. Một lần bà Toàn gọi bà già trong xóm đi qua: "Bà Heo ơi!" Cứ thấy bà ấy vẫn đi không trả lời. Bà Toàn chạy theo tóm lấy tay.

- Sao cháu gọi bà không trả lời?

- Mi gọi tau đâu? Tau tên Yến. Mi gọi tau mụ Yến ơi, tau thưa liền. Tau nhủ mi này ông Heo có hai mụ vợ, tau với mụ Xiu. Mi cứ mụ Xiu, mụ Yến mi gọi chúng tau thưa liền.

Cháu thấy gọi thế láo xược lắm nên gọi bà bằng tên ông như chúng cháu thường gọi.

- Không chúng tau có tên cha sinh mẹ đẻ đặt cho. Cớ gì lấy nhôông (Chồng) lại mất tên. Bà Toàn hiểu thêm một nét riêng của quê hương chồng. Nên lúc này bà hỏi Sáu tên bà ngoại xem có manh mối gì không? Mẹ chồng bà thường kể có 4 chị em gái đặt tên theo vị thuốc. chị cả tên Sâm, hai người em gái bên dưới tên Quế, tên Phụ. Nghe Sáu nói: Mệ ngoại con tên Quế" Bà Toàn tóm lấy tay Sáu, nhà cháu ở đâu?

- Dạ nhà mạ con ở ngay sau chợ ạ.

Bà Toàn nói ngay với chồng cùng cô em. Mình gặp mẹ nó xem có phải họ hàng bên ngoại không nhỉ. Ở đây tên làng, tên sông khi xưa mạ thường hò hát lúc ru cháu. Bà Thừa cũng đồng ý cùng ông bà Hòa Toàn và cô Tư theo cháu Sáu đến nhà mẹ của Sáu. Đến cửa chẳng cần nói nhìn cô Tư với mẹ của Sáu giống nhau như hai giọt nước. Đôi ba câu trao đổi mừng mừng tủi tủi nhận nhau họ hàng bên ngoại. Mẹ con cháu Sáu mời cơm trưa. Bà Thừa dặn:

- Cậu với hai mợ ở đây. Tôi về làng mình trước, mai tôi qua đón.

- Dì cứ về bên ấy. Mai sớm em lấy ghe đưa anh và hai chị qua Hói (một vùng nước mênh mông) cho gần khỏi lội bộ mệt. Từ đó đến tối các em các cháu đến chơi chuyện trò hồ hởi tới khuya quên mệt. Hôm sau ăn sáng xong. Mẹ của Sáu chống ghe trở ba người qua Hói về làng Phò Trạch. Bà Thừa đã đứng đợi ở bến, bà nói nhanh: "Cậu họ Nguyễn phải không? Tôi đưa đến nhà ông trưởng họ Nguyễn ngay xóm này xem có phải họ hàng nhà cậu không?" Bà dẫn vào nhà gặp người đàn ông có lẽ trẻ hơn ông Hòa đoán tuổi chưa đến 60. Bà Thừa mở chuyện: "ba người về tìm quê hương họ hàng. Quê chắc chắn làng này rồi. Bà Toàn thấy các địa danh rất khớp với lời kể của cha mẹ chồng khi xưa. Ông chủ nhà hỏi chồng bà Toàn: "Ông họ tên chi?".

- Tôi tên Nguyễn Hồng Hòa

- Làng ngày không có họ Nguyễn Hồng, xã này cũng không có.

Bà Toàn nhớ bố chồng tên là Nguyễn Đình Hi, bà vội chen ngang.

- Họ Nguyễn Đình ông ạ, bố chồng tôi là Nguyễn Đình Hi.

- Vậy làng này, Nguyễn Đình thì đây rồi.

Bà Toàn mở ba lô lấy chè, thuốc, bánh kẹo để ra bàn: "Thưa ông hiện tại chúng tôi chưa biết xưng hô thế nào cho phải. Xin phép ông xưng hô theo xã giao cho thuận được không ông. Chúng tôi có lễ mọn mang từ Bắc vào xin ông thắp hương khấn xin phép Tổ Tông được mở gia phả xem có gia đình bố chồng tôi không ạ".

Chủ nhà đồng ý ông bảo mua thêm hai chai rượu và nải chuối sứ (chuối tây) ở chợ Mai cách nhà khoảng vài trăm mét. Khi có đầy đủ lễ vật chủ nhà khăn đóng áo the khấn vái một hồi khi hương sắp hết ông mở cái hòm gỗ nhỏ lấy ra sấp vải trắng căng theo đinh đóng sẵn ở tường. Một tấm sơ đồ như hệ thống tổ chức cơ quan. Bà Toàn tiến đến dò từ dưới thấy tên với dòng chú thích người đi Lào từ nhỏ, lấy vợ ở Lào hiện chưa rõ tung tích. Kế bên ghi tên người em gái Nguyễn Thị Vân. Bà Toàn cảm nhận đây đúng gốc tích nhà chồng. Tên người em gái đúng với lý lịch của ông Hòa nhưng tên bố không đúng.

Bà Toàn nói điều này với chủ nhà khi đã cùng chồng và cô em bàn bạc. Ông chủ nhà giải thích:

- Nếu tên ông cụ như thế thì không phải vì ngang đời ông cụ gọi bằng anh đã có người tên như thế, không thể hai người cùng một tên. Làm sao gỡ được nút thắt này mới có lời giải về họ hàng. Ông chủ nhà thong thả gấp lại tấm sơ đồ gia phả chậm rãi nói: "Tôi dẫn ba người đến gặp những người gọi cụ ông đây là cậu ruột." Bà Toàn ơ lên: "Lý lịch chồng tôi ghi. Theo lời ông cụ thì em gái của cụ chết đói từ lâu, sao có chồng con được".

- Bà cụ Vân mới mất mươi năm thôi cụ có ba người con gái và một con trai đều cao tuổi rồi nhưng khỏe mạnh và minh mẫn.

Bà Thừa chia tay, ba người cảm ơn bà rồi sắp xếp gọn đồ đoàn chỉ xách chiếc túi nhanh chóng theo ông chủ nhà đi ngay. Đi khoảng 500m người dẫn đường vào nhà hai ông bà già trên 80 tuổi. Ông giới thiệu sơ về ba người với 2 ông bà già. Ông bà già cởi mở cười nói sang sảng rất vui. Hai bên chuyện trò chủ khách khớp nối sự kiện, tên gọi cúng cơm, nhận ra nhau là họ hàng ruột thịt. Chủ nhà là con gái thứ hai của bà cô. Bà tên Sen. Theo lời bà Sen thì người đưa đến là ông trưởng Nhánh ít tuổi nhưng con bác tên gọi Nguyễn Đình Thứ. Vợ chồng bà Sen mời cơm trưa, gọi ba người khách con của cậu ruột là anh chị. Dòng nước mắt của những người già chảy theo giọng nói nghẹn ngào mừng không thốt lên lời. Bữa cơm trưa, cơm chiều, rồi chơi đến khuya thăm hỏi nhau giãi bày về gia cảnh. Bữa cơm trưa hôm sau, ông bà Hòa nhờ bà Sen cô em làm cơm mời anh em họ hàng gần. Cách xưng hô từ đó gần gũi hơn. Tối bác Thứ nói với ông bà Hòa Toàn và O Tư: "Sớm mai tôi đưa chú thím và O ra thành phố Huế gặp anh Dũng. Anh ấy mới là trưởng Trồi nhưng đang là phó giám đốc bệnh viện trung ương Huế nên mọi việc ở quê giao trách nhiệm cho tôi thay anh. Đến nhà anh Dũng gặp nhau chuyện trò mới rõ sao tên bố anh Dũng và anh Hòa lại trùng nhau thì ra ngày xưa đàn ông phải đóng thuế thân nên khai trùng tên để chỉ nộp một xuất đinh thôi".

Ba anh em chụm nhau than thở Nhánh mình nghèo quá nên bỏ quê lưu lạc xứ người. Nay số tìm về ít quá, muốn làm gì cũng khó. Họ bàn nhau khó cũng phải làm trước hết phải lập nhà thờ Nhánh để có điểm quy tụ. Nhà ông Hòa ba đời độc đinh. Lớp sau chưa trưởng thành lớp trước đã qua đời vì thế mộ phần của ông bà nội và hai cố nội vẫn được họ hàng ở quê vun đắp hàng năm, nay vợ chồng ông Hòa thấy trách nhiệm phải lo.

Chuyến đi tìm Cội Nguồn của gia đình ông bà Hòa Toàn đạt kết quả mỹ mãn.

Ngày ông bà Hòa Toàn về quê không vào dịp lễ hội hay công việc của họ, của làng. Cuối tháng 9 năm ấy mới là ngày Chạp của Nhánh. Ông Hòa đưa hai con trai về quê gặp mặt họ hàng. Mọi người tứ xứ cùng về. Từ ngày tìm được quê, nhận được họ hàng, ông Hòa phấn chấn lắm. Ông chăm lo về quê đóng góp xây dựng nhà thờ, xây đắp 4 ngôi mộ của 2 cố và ông bà nội. Những việc lớn gia đình ông đã làm trọn vẹn. Ngày tổ chức lễ thành hôn cho con gái thứ 3 quê nội của ông đã có người ra dự. Ông Thứ đại diện cho Nhánh đi với ông là con gái út cùng ra. Cháu nội đích tôn của bà cô ruột cũng ra. Ông mừng vui khôn tả, ai cũng bảo ông Hòa trẻ khỏe hẳn ra.

Ông bà Hòa Toàn dựng vợ gả chồng cho 3 con lớn. Con dâu ông sinh cháu gái đầu lòng ông mừng lắm, ngày nào cũng đạp xe ra bế cháu chơi. Ông cảm thấy mình toại nguyện với hạnh phúc của gia đình. Có Cội, có Nguồn, con cháu đang sinh sôi phát triển. Con nào cũng có nhà xây ngoài phố khang trang. Ông đã có 3 cháu nội, ngoại, trai, gái.

Ngày 15 tháng 11 năm 1998 ông ra thăm cháu nội trên đường về bất ngờ gặp tai nạn giao thông ông qua đời.

Nhận tin sét đánh ngang tai hai người anh họ là ông Dũng và ông Thứ và người em trai là ông Đáo con cô ruột trong Huế tất tưởi ra đưa đám hiếu của ông. Bao xót thương hằn lên nét mặt đau khổ của những người đàn ông xứ Huế than rằng: "chưa vui sum họp, đã lời biệt ly!" Mẹ con bà Toàn được anh em quê nội xa xôi đến chia sẻ, an ủi, động viên, đau buồn cũng giảm bớt nỗi tủi sầu.

Từ khi ông Hòa tử biệt, bà Toàn cũng các con cứ nhận được tin ở quê nội có công to việc lớn đều sắp xếp công việc về dự và đóng góp cả phần của ông Hòa. Tình nghĩa quê hương họ hàng ngày càng gắn kết.

Năm 2018 ngày húy kỵ ông Hòa 20 năm từ biệt cõi trần. Lớp trẻ các cháu trong họ ở quê mang thực phẩm đặc chưng của Huế ra mời. Nay nghe báo tin đám cưới cháu nội của ông bà Hòa Toàn lại thông tin ra dự.

Đất nước độc lập, người lưu lạc tìm về quê hương ngày càng nhiều.

Ôi! Quê hương Nguồn Cội thiêng liêng quá chừng. Những người con lưu lạc bươn trải xứ người ấm lòng khi tìm được Quê Hương Nguồn Cội.

Bà Toàn rưng rưng cảm động nghe thằng chắt bé bỏng ngọng ngịu "Chụ ôi, cưới chô chún các ông ở Huế ra hả chụ".

Bà cụ Hòa ôm chặt vào lòng giấu dòng lệ mãn nguyện.

Tạ Thị Toán

DƯƠNG HIỆU THƯ
SƠN TINH THỦY TINH

Ta yêu thích nàng, khi nàng còn là cô bé, khi nàng còn cười đùa bên bờ sông, bờ biển, với niềm tự hào con rồng cháu tiên ăn sâu vào máu.

Mị Nương càng lớn lên càng xinh đẹp, ngày ngày ta ở nơi của mình, nhìn nàng trưởng thành, cười theo từng nụ cười, uống lấy từng ánh mắt. Thủy Tinh thống lĩnh biển xanh, có thể hô mưa gọi gió, nhưng đêm ngày say sóng tương tư con gái của vua Hùng, tất cả mọi loài sinh sống trong lòng nước đều biết, tình cảm của ta, có thời gian và nhiều đôi mắt làm chứng.

Nàng sẽ không thuộc về ta, nàng là cô gái của loài người, nàng nên được hưởng lấy mọi yêu chiều hết mực, tự do hết mực, rồi lấy một người cũng như vậy yêu thương nàng, cùng hắn trải qua sinh lão bệnh tử, cùng nhau đếm nếp nhăn, cùng nhau dìu nhau khi hai đôi chân đều run rẩy, cùng nhau thề hẹn ở kiếp này, kiếp sau, hay hàng kiếp sau nữa... Đó là thứ ta không thể cho nàng, sự bất tử khiến ta lo lắng, khiến ta ngăn mình ở một thế giới khác, ngăn mình không chạm đến nàng, chỉ để cho bản thân dõi theo nàng ở từng chặng cuộc đời với sự quan tâm, với đảm bảo nàng không bất hạnh.

Rồi đến tuổi cập kê, Mị Nương như đóa hoa rực rỡ, vua Hùng muốn chọn 1 người con rể. Tâm cao khí ngạo, ông ta thậm chí không ngại gả con cho thần tiên, với ông, đứa con gái mà ông xem như tâm can bảo bối nếu phối với thần tiên cũng không có gì là không xứng, và ta, ta không thể trách ông vì điều đó, vì ta cũng thấy nàng hoàn toàn là xứng đáng.

Một đêm thần biển mất ngủ, nước biển cũng sẫm màu, bầu trời cũng u ám, gió lạnh mang theo hơi nước đe dọa những cơn mưa... Thần biển lo âu, đứng giữa những lựa chọn, giữa tình yêu đầy vị tha và sự ham muốn rất đỗi bản năng. Ta nên gặp vua Hùng, lay cho đến khi răng của ông đập vào nhau, nói với ông rằng ông điên rồi. Nàng không chỉ xứng với thần tiên, ta không cho rằng trên thế gian có ai xứng với Mị Nương, nhưng kết hôn với một thần tiên, nàng sẽ già đi khi họ vẫn còn trẻ, nàng sẽ cô đơn khi về già khi chỉ có bản thân dần dần yếu đuối, chỉ có bản thân cảm thấy vô dụng bất lực, nàng sẽ lo lắng hoảng sợ khi những đứa con có quyền năng không biết nghe lời, nàng sẽ phải sống với những kẻ không phải con người, với những không gian hoàn toàn khác biệt, ông chắc nàng sẽ hạnh phúc sao? Đó là điều ông muốn cho đứa con gái yêu sao?

Nhưng ta cũng vui mừng... Ta có thể, chỉ cần cha nàng đồng ý, ta có thể dùng đời này để trau chuốt từng ngón tay cho Mị Nương, dẫu không thể cùng già đi, ta nguyện cùng bên cạnh khi nàng già đi, thay nàng dạy con, bảo vệ nàng trong mọi không gian, chỉ cần, chỉ cần... ta có được cơ hội đó mà thôi.

Cuối cùng, Thủy Tinh ta quyết định ích kỉ, nếu để nàng phải sống với một người khác, trông chờ vào may mắn hắn ta là một người tốt, thì sao không để một người chắc chắn yêu thương nàng bảo vệ cuộc sống một đời một kiếp. Và khi đã quyết định, thì cô dâu ấy nhất định thuộc về ta, bởi tình cảm này đoan chắc không ai có thể vượt qua, bởi lời hứa này một khi xác lập, ta nguyện giữ gìn bằng mọi giá.

Vua Thủy Tề không phải ngọn đèn cạn dầu, hô mưa gọi gió, nước biển vơi đầy, mọi thứ quá dễ dàng với ta, mọi mạch sống, mọi sinh hoạt đều dựa vào nước, ta nhất định sẽ là nhân tuyển tuyệt vời đối với đức vua.

Chỉ không nghĩ đến, ngàn vạn không ngờ, người đến cầu thân có cả Sơn Tinh. Hắn, người quản các ngọn núi, sở hữu muôn vàn khoáng sản, quản lí tất cả muôn thú trên bờ. Ta cùng hắn tương kính tương hỗ, trước nay không có bất hòa, cũng không thân thiết.

Chỉ không nghĩ đến, ngàn vạn không ngờ, đức vua đã chọn hắn.

"100 ván cơm nếp, 200 nệp bánh chưng, voi 9 ngà, gà 9 cựa, ngựa 9 hồng mao."

Sính lễ nhà vua yêu cầu, tất cả đều là sản vật đồng bằng và miền núi, như một gáo nước vào mặt ta, như một lời từ chối nhẹ nhàng của ông, rằng ông đã chọn, và ta không phải người đó. Ta nhìn vào bên trong bức rèm sau lưng nhà vua, Mị Nương ở bên trong tò mò nhìn ra, nàng có phải chăng cũng như cha, đã quyết định chọn Sơn Tinh? Có chút nào là ý của nàng trong điều này không?

Mang trái tim rách nát trở về, để có được can đảm đi cầu thân, là chuyện không dễ dàng, đối diện với thất bại, lại là một khó khăn khác. Nhưng… bước chân ta khựng lại. Đức vua không biết ta, sao người không cho ta cơ hội? Tình cảm ta ấp ôm bao lâu, lẽ nào cuối cùng quyết định chỉ qua một mắt nhìn thiên vị?

Không, ta không thể, tâm tư này không phải phát sinh trong 1 khắc 1 giây, lời thề này không phải giữ trong 1 ngày 1 tháng. Ta không thể mất nàng, vốn dĩ là không thể có nàng, nay trở thành có thể, thì ta được phép bỏ cuộc như thế này. Đức vua không biết ta, nhưng ta biết mình, ta biết sẽ không ai yêu thương nàng hơn ta.

Biển cả đêm đó không có sóng, bầu trời tích tụ mây rồi không mưa, các dòng nước đêm đó không lên không xuống…. Ta bỏ đi mọi trách nhiệm của bản thân, mọi tự trọng bấy lâu gìn giữ, vượt đèo lội suối, đi đến xứ người, tìm kiếm sản vật, những thứ mà bản thân nó đã là hiếm có.

Mặt trời ló dạng, ánh sáng bắt đầu nhảy múa trên những tán cây, rọi bóng xuống mặt biển, ta đứng trên bờ, nhìn những sính lễ mình tìm được với sự tự hào. Các vết thương xây xát trên cơ thể, sự vất vả trong đêm, việc hạ mình cầu xin viện trợ để có chúng, tất cả, tất cả đều đáng giá, vì nàng….

Mang sính lễ hăm hở đi đến gặp đức vua, trong lòng đầy những dự tính. Ta sẽ giải bày cùng ông, ta sẽ quì xuống đất để cầu thân, ta sẽ kể cho ông nghe việc mình ngưỡng mộ Mi Nương thế nào, mình sẽ yêu thương cô ấy ra sao. Sơn Tinh Thủy Tinh, ta không cho rằng mình có chỗ nào không bằng hắn, và ta biết rằng tình cảm của mình dành cho nàng, hẳn nhiên sẽ vượt hơn hắn. Ông ấy có thể ban đầu không thích ta, nhưng ông ấy nhất định sẽ muốn gả con cho người yêu thương nó.

Nhưng…. Mị Nương đã theo Sơn Tinh về núi… đã theo Sơn Tinh về núi…. theo Sơn Tinh về núi….

Tại sao? Tại sao? Tại sao?

Có 2 người đến cầu thân, đức vua không chờ đủ mặt cả hai đã cho ra quyết định?

Trời còn chưa kịp sáng, ông đã cho nàng về nhà chồng?

Gả một công chúa, không cần lễ lớn vinh quang, phải ra đi trong khi trời hửng sáng?

Tại sao? Tại sao? Tại sao?

Vì căm ghét ta? Vì ghê tởm ta? Vì không muốn cho ta cơ hội? Vì sợ ta ngăn cản?

Ta đã làm gì sai?

Ta đứng giữa sảnh điện, giông tố sấm giật chớp đùng đùng trên bầu trời thể hiện cho cơn giận không thể kìm hãm được. Đức vua, ông khinh thường ta? Đức vua, ông từ khi bắt đầu đã không công bằng, ông dựa vào cái gì? Đức vua, ông thậm chí chưa nghe ta giải bày, ông thậm chí không dành cho ta sự tôn trọng để có thể cam tâm nhận thua, chấp nhận nhìn nàng đi về phía Sơn Tinh, ông dựa vào cái gì?

Ta thật sự không thể bỏ qua, tình yêu của ta, thể diện của ta, tự trọng của ta… bị hủy hoại theo một cách tàn tạ rẻ tiền. Cơ thể ta đau nhức vì cả đêm băng rừng vượt suối, trái tim ta bị xé toạc vì mất mát khi nàng rời đi, mặt mũi ta bị bỏng rát bởi sự sỉ nhục này… ta không thể bỏ qua… Nhưng ta không thể làm gì ông ấy, ông ấy là cha của nàng, ta cũng không chấp nhận mất nàng….

Chạy theo với tốc độ của một cơn bão, ta mang tất cả sức mạnh theo để giành lại nàng. Gió giật, nước dâng, sóng biển đánh vào, sự tổn thương đó không hề có giới hạn, ta gần như điên cuồng trong cơn giận và nỗi đau, ta không suy nghĩ nhiều, đánh cho đến khi kiệt sức mệt mỏi, đến khi sức tàn lực liệt, ngất xỉu rút lui.

Đến khi tỉnh lại, nghe được cảnh vật hoang tàn, nghe được người dân bị thương, bị giết, nghe được lúc đó, Sơn Tinh lấp bể dời núi ngăn cản ta. Thật sự, thật lòng, ta biết ơn khi hắn làm điều đó, hắn có năng lực để làm điều đó, càng đắng lòng hơn, Mị Nương, hẳn nàng nghĩ rằng cha nàng đã đúng, chọn hắn không chọn ta, là đã đúng.

Ta bỏ một thời gian bù đắp cho người dân bằng mưa thuận gió hòa, rồi khi mọi người ổn định, nỗi buồn lại gặm nhấm ta, gặm nhấm đến loang lổ, thời gian gần ngày nàng lấy chồng mỗi năm, ta lại mất kiểm soát trong cơn đau kéo dài và thống khổ, ta ác độc nghĩ đến tận diệt mọi thứ bằng hạn hán kéo dài. Mọi sinh vật sống dựa vào nước, ta không tin hạn hán kéo dài không khiến cho nước mất nhà tan, sinh linh tận diệt, nhưng rồi đến phúc cuối, lại không thể nỡ lòng. Con người, trong đó có nàng, ta không thể tận diệt, cho dù nàng không còn có thể là của ta nữa, cho dù không chắc Sơn Tinh có đem được cho nàng hạnh phúc hay không, nhưng tình yêu của ta chắc chắn là sự bất hạnh của nàng, sự bất lực đó khiến ta không thể thoát ra, khiến ta bế tắc, rồi trong cơn giận dữ dội khi say, ta lại mang nước đi giành lại nàng, Mị Nương… giành một cách ngu ngốc đến khi kiệt sức quay về….

Trăm năm trôi qua, rồi ngàn năm trôi qua, người đã không còn, nhưng tình yêu và nỗi đau như một chiếc đồng hồ nhắc nhở. Thời gian là liều thuốc trị lành mọi vết thương, nhưng thời gian như bất lực trước trái tim thủy thần. Ta vẫn ở đó, gây ra hạn hán mỗi năm, gây ra bão lũ sóng thần mỗi năm, rồi ra sức bù đắp, rồi hối lỗi, rồi phạm sai, như để trừng phạt bản thân, như để nhắc nhở đừng quên đi nàng… Mị Nương…

Dương Hiệu Thư

TRẦN THỊ KIM DUNG
LỜI NGUYỆN CẦU CHÂN THẬT

Đài báo hôm nay được bình yên
Lòng ta như trút gánh ưu phiền
Hy vọng đánh lùi con Cô vít
Cho khắp địa cầu bớt đảo điên

Tội tình ai tạo, ai gây nghiệp?
Mà cả thế gian phải gánh gồng!
Chúa hằng cứu thế sao đành bỏ?
Phật từ Tây trúc có nghe không?

Mấy chục vạn người trên thế giới
Chịu cảnh tang thương khóc biệt ly
Ai người quỉ dữ, ai tim lạnh?
Thiêu đốt xương tro chẳng tiếc gì?

Thôi hãy gục đầu mà khấn nguyện
Thành khẩn ăn năn những lỗi lầm
Xin chúa xót thương đừng chấp tội
Đổ tràn ơn phúc xuống muôn dân

Phật vốn từ bi xin tha thứ
Chúng sinh thảm khổ rất nhiều nơi
Phật hãy gia ơn mà cứu độ
Đem ánh hào quang rọi khắp trời.

VN PHAN VĂN HI
NHỮNG MONG MUỐN
NẺO HỒNG TRẦN TỎA SEN

Sen ngập bản kiên bền trỗi dậy
đứng thẳng lưng. bọ chấy dang xa
sắc hương khiêm tốn hài hòa
ngó, củ, lá, hạt cả hoa dâng đời

Sen cho hạt truyền đời thuần giống
hạt đến đâu nhân giống miệt mài
Sen này cỗi Sen khác thay
dòng Sen muôn thuở dạn dày thăng hoa

Đời lẫn lộn dạ-xoa thiện-đức
họa nhiễm ô xâm thực bào mòn
Làm người đâu chỉ sống còn
rũ sạch tăm tối. lòng son dâng đời

Nửa thế kỷ dài hơi hai nửa
cõi sóng đời giữ lửa cho nhau
sinh ly dâu bể ba đào
vượt lên thử thách tự hào ngẩng cao

Giờ già cỗi hằn bao vết cứa
da nhăn thân mỏi nhựa sống còn
bên nhau ngồi ngắm trăng tròn
Sao Hôm đâu nhỉ? Có còn đó không?

Sương khuya nhẹ vờn đong lên tóc
đậu lên vai bò dọc châu thân
nghe chừng đâu đó thật gần
mênh mang màu nhớ đường trần đã qua

Cùng nhịp đập chan hòa hai nửa
còn thở còn mở cửa gieo nhân
gieo hoài cho đến chung thân
những mong muôn nẻo hồng trần tỏa Sen.

Đêm Hóc Môn, 01/09/2020
(14/07 âl/2020)

TRẦN XUÂN MỸ

ĐỘC THOẠI

Người ấy đâu rồi xe vẫn đây
Ngoài kia giông gió phủ đông tây
Ta mang tâm sự về nơi ấy
Chôn xuống huyệt sầu sống lất lây

Người ấy đâu rồi ai có hay
Phủi tay buông bỏ hết đắng cay
Rượu tràn ly rót say vẫn uống
Mình đối bóng mình... bóng lắt lay.

TRẦN THUẬN
TÌNH XA THÁNG BẢY

Quá khứ nào trú ngụ ở trong tôi
Những ước mơ lứa đôi thời hoa mộng
Tuổi học trò qua rồi còn vương đọng
Giờ tan trường rảo bước ngóng đợi nhau...

Nghịch cớ gì tình nỡ vội quên mau
Bao ước hẹn đầy ngọt ngào thuở ấy
Ngày vu quy xác pháo bay nhớ mãi
Tim nhói đau dài năm tháng tủi buồn...

Rồi đêm về từng giọt mưa rơi tuôn
Lòng nặng trĩu kỷ niệm đầu sâu lắng
Sao quên được chiếc khăn nàng thêu tặng
Nhớ nhung nhiều trong khoảng vắng mong manh...

Đắng bờ môi chua xót mộng không thành
Xưa trắng tay phận cơ hàn khốn khó
Lòng tần ngần đôi lần đà muốn tỏ
Phận số nghèo là có tội đúng không?

Chúc ai kia hạnh phúc đẹp bên chồng
Duyên lỗi hẹn Sáo sổ lồng vụt mất
Tiếng yêu xưa một nửa đành giấu cất
Mối tình đầu đầy chân thật còn đâu!

Tháng Bảy về trời vần vũ mưa ngâu
Gió heo may gợi mây sầu giăng lối
Gặp nhau chi phút ngập ngừng bối rối
Mắt cay cay chân bước vội... em về...!

VÕ THỊ LOAN

LỜI KHUYÊN

Anh bảo em "sao quá mê Facebook
Có phải chăng em thiếu tấm chân tình
Bạn, người thân hay chính của gia đình
Lang thang mãi anh rất thường hay gặp"

Thật ngại quá luôn bị anh bắt gặp
"Dạ! Thân tình em chẳng thiếu đâu anh
Tình cảm kia em luôn được sẵn dành
Mê Facebook chỉ vì ham học hỏi

Dẫu biết rằng lụy phiền không tránh khỏi
Nhưng điều hay em học được rất nhiều
Thêm bạn bè vui vẻ biết bao nhiêu
Lại còn nữa biết bao điều răn dạy

Nhẫn nhục, bao dung, quên điều phiền toái
Đã giúp em học thêm cách làm người
Bình minh hồng cho cuộc sống thêm tươi
Em phấn khởi nhận thêm nhiều lời chúc

Và cứ thế em càng mê Facebook
Và thấy đời tươi đẹp lắm anh ơi!"
Anh nhìn em một lúc lại mỉm cười
"Thương em quá sao em hời hợt thế?

Điều em nói tất cả đều có thể
Nhưng "fây trường" không chỉ thế đâu em
Lời yêu thương ngon ngọt để dỗ dành
Mật ngọt bỗng phút chốc thành mật đắng

Mới ngày nào thấy mình luôn may mắn
Sao được người thương mình lắm thế kia
Tình thương yêu mãi mãi chẳng chia lìa
Chẳng lâu lắm tìm đâu không thấy nữa

Rồi nhớ lại những lời người đã hứa
Chợt biết rằng lời chót lưỡi đầu môi
Tình thương kia mãi mãi đã xa rồi
Thế mới biết đó chỉ là tình ảo

Chưa kể đến còn bao điều sầu não
Kẻ nhẫn tâm giết chết chẳng nương tình
Danh dự, gia đình phút chốc tiêu tan
Và tất cả chỉ còn là nước mắt

Hãy cẩn thận biết đâu là chân thật
Còn đâu là hố thẳm với vực sâu
Nên cân phân từ những phút giây đầu
Khi đã lỡ dù hối không còn kịp"

Em nhìn anh chưa hiểu đâu hơn thiệt
Đêm về nằm suy ngẫm những lời khuyên!

PHƯƠNG THU NGUYỄN THIỆN
CHUYỆN LỨA ĐÔI

Là người mà mỗi khi vừa thức giấc
Mở mắt ra liền chợt nhớ đến tên
Thật trìu mến dù lặng lẽ êm đềm
Rồi cười mỉm nghe tim mình rớt nhẹ

Là người mà bao giờ trông cũng trẻ
Khi cận kề những lúc ở gần bên
Vờ hờn dỗi vu vơ để được đền
Một cái Kiss...eo ui nghe ngọt lịm

Là người mà muốn thưởng cho mười điểm
Bởi phục trang lịch sự rất chỉn chu
Khi diễn đạt phong cách dụng tu từ
Nên thu hút cuốn lôi trong trò chuyện

Là người mà chẳng cần mình nổi tiếng
Lúc dang tay giúp đỡ kẻ khó khăn
Hòng qua cơn khốn đốn chẳng ngại ngần
Bằng tất cả tấm chân tình trong sáng

Đó là người gặp hoài không biết chán
Luôn ước ao sẽ được sống bên nhau
Nắm chặt tay chia sẻ những ngọt bùi
Cùng dấn bước mà không hề biết nản

Đó là người hơn bao nhiêu bè bạn
Gọi là gì đây ngôn ngữ thường dùng
Có phải chăng người ấy chính bạn tình
Hằng ấp ủ ước mơ thành đôi lứa...!

BẢO TRINH

CHỈ LÀ MỘT CHIẾC LÁ

Chỉ là một chiếc lá
Sao duyên dáng thế kia
Nhìn màu nền chiếc lá
Sao lại khó chia lìa?

Chỉ là một chiếc lá
Mọng đỏ, đẹp quá ôi!
Viền môi cong gợi mở...
Làm đốt cháy tim rồi!

Chỉ là một chiếc lá
Chắc hẳn đã trung niên
Ánh vẻ đẹp đằm thắm!
Xen lẫn chút ưu phiền!

Chỉ là một chiếc lá!
Dễ vỡ vụn vì yêu!
Có lẽ là chiếc lá...
Rơi rụng tuổi xế chiều!

Chỉ là một chiếc lá!
Bao người ngắm ngẩn ngơ!
Tại sao lại là lá?
Khiến bao kẻ đợi chờ?

Trung niên rồi lâu quá...
Mình chưa lần chạm môi?
Em giận? Anh xí xoá!
Thôi thì... mãi lá thôi!

Cũng bởi vì chiếc lá!
Làm anh khát niềm yêu
Ngẫu nhiên từ tạo hoá?
Tim rộn xao xuyến nhiều!

Ước gì em là lá?
Cho anh được tìm yêu!
Em cũng ước là lá?
Để em được phiêu diêu!

Thì ra nhờ chiếc lá...
Mình khuấy động niềm yêu?
Trách lâu giờ không lá?
Nỡ yên ngủ tình yêu?

SG 21/4/20

BẾN VÀ THUYỀN

Có một bận, thuyền kia rời xa bến
Một buổi chiều, mưa phùn
đến hoàng hôn!
Bữa xa nhau, lòng bến những bồn chồn
Thuyền xa bến, nụ hôn kia chợt tắt!

Đi ngang dọc, thuyền khoan thai góp nhặt
Chẳng nặng lòng, bến ngất mặt chờ trông
Thuyền đóng neo những bến mới đêm đông
Bến trông đợi, với lòng đau quặn thắt!

U buồn mãi với nhớ thương gắn chặt...
sầu đợi mong, nghe vắng lặng không gian!
Nào biết đâu, trong sự thật bẽ bàng...
Thuyền vui vẻ, những lỡ làng .... bến mới!

Rồi đến ngày thuyền về nơi bến đợi...
Bến rộn lòng, chẳng nghĩ ngợi điều chi...
Thuyền về rồi, bến đâu nữa phân ly
Thuyền giải thích, bến chẳng gì nghe nữa...

Rạo rực lòng, bao lâu bến lần lữa...
Bỏ ngoài tai, chuyện thuyền giữa đêm đông
Bến đợi mong, về đây chút mặn nồng...
Bến chẳng muốn phải nghe, điều không thể...

Bởi bến biết, điều ấy... quên đâu dễ...
Thà rằng không! Khỏi phải trễ bên nhau...
Thà rằng không! Khỏi vương vấn niềm đau..
Bến cùng thuyền, ta lại màu... hạnh phúc!

Bảo Trinh

VIỆT TRINH.

NIỀM VUI THÁNG CHÍN.

Vui ngày độc lập tháng Chín về
Cờ sao đỏ thắm cả miền quê
Nhớ ngày kỷ niệm vui đất nước
Cùng hát ca vang thật say mê.

Tháng Chín đàn chim én rộn ràng
Mưa ngâu chào đón tiết thu sang
Phù sa theo lũ về thêm tốt
Dừa xanh say trái lúa bạt ngàn.

Tháng Chín niềm vui má thắm hồng
Ngập tràn hạnh phúc khắp non sông
Gia đình no ấm luôn yên ổn
Thuận lợi bình an thỏa ước mong

Tháng Chín thu sang em vẫn xinh
Như hoa hồng tím mãi chung tình
Cho nhau nét đẹp hồn thơ mộng
Nụ cười rạng rỡ sống an bình.

(Tam Bình).

NGỌC TRONG ĐÁ

VỌNG HỒN QUÊ

Nắng Trúc Giang... tôi về không đủ ấm.
Buổi chiều đông... gió lạnh cửa Hàm Luông.
Ngày xa xứ... Mẹ tôi buồn lệ đẫm.
Chốn quê nghèo... thêm một đứa ly hương!

Đêm nhàn nhạt ánh đèn nơi phố thị.
Giữa Sài đô... tôi lầm lũi cô đơn.
Nơi đất khách tha hương đời vô vị.
Bán mồ hôi để đổi lấy chén cơm!

Buổi biệt nhau... tình nhuốm màu cô quạnh.
Mặt xa rồi... lòng lại cách muôn phương.
Thương kẻ ở... ngày tháng buồn đơn lạnh
Tội người đi... gai gốc vạn nẻo đường!

Đếm thời gian từng ngày nơi đất khách.
Nắng Sài thành... đốt cháy buổi xuân xanh.
Hình bóng cũ... quê nhà nghiêng trong mắt.
Thôi hết rồi... một kiếp quá mong manh!

Nhớ quay quắt... gió mùa đêm sông Cổ,
Mớ phù sa lặng lẽ chảy theo dòng.
Nhớ Thạnh phú... máu bầm thân kháng chiến.
Nhớ gốc dừa... Mẹ đứng mỏi mòn trông!

Nhớ hàng phượng... trưa hè xơ xác lá.
Lệ đỏ ngầu khóc buổi tiễn nhau đi.
Cuối bờ sông... bông lục bình anh hái.
Tặng cho nhau màu tím... lúc biệt ly!

Từng kỷ niệm... đêm đêm về réo gọi.
Ngóng xa vời... nơi cắt rốn chôn nhau.
Nhớ song thân... nấm mộ đã rêu màu.
Tiếc chén rượu giao bôi... còn chưa cạn!

Mùa gió chướng... chắc chiều nay lạnh lắm!
Bóng dừa che... có đủ ấm Bến Tre ơi?
Gót bâng khuâng... xứ người tôi ướt đẫm.
Gởi quê hương... dòng lệ máu vừa rơi!

BÊ NGUYỄN
BỖNG DƯNG

Bỗng dưng lòng những bồi hồi,
Nghe như trong dạ rối bời hoang mang...
Bỗng dưng chợt thấy bàng hoàng,
Từ trong tiềm thức dâng tràn chuyện xưa...

Bỗng dưng chợt nhớ cơn mưa,
Của đêm năm đó tiễn đưa người về...
Bỗng dưng nửa tỉnh nửa mê,
Nhớ rưng rức nhớ, buồn tê tái buồn...

Bỗng dưng nước mắt trào tuôn,
Nhớ miền ký ức từ muôn thuở nào...
Bỗng dưng lòng thấy nao nao,
Mơ hồ những giấc chiêm bao chập chờn...

Bỗng dưng trong nỗi cô đơn,
Có gì như thể oán hờn khôn nguôi...
Bỗng dưng lòng thấy ngùi ngùi,
Niềm đau biết phải chôn vùi nơi đâu?!...

Bỗng dưng nhìn giọt mưa ngâu,
Nghe hoang vắng từ thẳm sâu vọng về...
Bỗng dưng trong cõi u mê,
Ta cay đắng hỏi... ai kề cận ta ?!...

TÌNH LỠ

(Lục bát song tứ)

Một lời thôi cũng muộn màng,
Người xưa giờ đã sang ngang mất rồi!
Muôn đời dang dở...
Đã lỡ đành thôi...
Hương xưa nhớ đến bồi hồi,
Dáng xưa hoài niệm ngậm ngùi trăm năm...
Âm thầm lá rủ...
Lối cũ rêu phong...
Thơ tình viết mãi chưa xong,
Lòng rưng rức nhớ... tình đong đưa tình...
Chênh vênh khắc khoải...
Nhớ mãi khôn nguôi...

....
(Đảo ngữ đảo ngôn)

Đành thôi đã lỡ...
Dang dở muôn đời...
Muộn màng thôi chỉ một lời,
Người xưa giờ đã... mất rồi... sang sông...
Rêu phong lối cũ...
Lá rủ âm thầm...
Bồi hồi nhớ đến xa xăm,
Hoài niệm dáng cũ... trăm năm ngậm ngùi...
Khôn nguôi nhớ mãi...
Khắc khoải chênh vênh...
Chưa xong viết mãi thơ tình,
Rưng rức lòng nhớ... nhớ tình đong đưa....

....

Bê Nguyễn

NGUYỄN THANH PHONG
ĐÒ NGANG

(Kính tặng các thầy cô giáo.)

Nhánh sông
một nhánh sông gầy,
một trời thơ mộng
đong đầy thuyền nan.

Đò ngang
bến đợi đò ngang
phương trời viễn mộng
xốn xang lòng thuyền!

Tháng ngày
con nước triền miên
lắng trong dòng chảy
niềm riêng cồn cào!

Đi qua sóng gió
ngày nào,
trải lòng dâu bể
chiêm bao vô thường

Giờ, trong khát vọng
đời thường
an nhiên
làm kẻ đưa đường
qua sông.

Dãi dầu
gạn đục khơi trong
cũng là duyên nghiệp
gửi lòng gió bay…

Nhánh sông
một nhánh sông gầy
mà tâm vô lượng
ru hoài dòng trôi.

LÊ NGỌC HƯNG
KHUNG TRỜI ĐẠI HỌC CỦA TÔI

Rớt đại học tôi vào bộ đội
Lính năm đồng từ đó xa quê
Nơi tôi đến Trường Sơn khói lửa
Đồng đội ngã xuống không về.

Tôi rất muốn một lần trở lại
Thăm chiến trường xưa "lá rụng" xanh rừng
Cô y tá năm nào bên giường bệnh
Hát, thương binh nghe mà nước mắt rưng rưng.

Anh lính trẻ vô tư kể chuyện
"Nếu còn sống... mày về lấy cô ấy cho tao!"
Tình đồng đội sao lại nhường cả vợ?
Trường đời dạy...
Tôi hiểu thế nào!

Khi có vợ biết là thương lắm
"Lành gáo" trở về có mấy ai
Anh lính trẻ hỏi mùi đời sao vậy?
Tiếng cười vang một góc chiến hào.

Tôi lớn tuổi nhưng từng là lính
Chí kiên gan chẳng chút ngại ngần
Sống và chết đã bao lần qua kiếp nạn
Có hề chi năm tháng nữa ở trên đời!

TÌNH ĐIÊN

Bao giờ trở lại rừng thông
Hét to một tiếng cho lòng nguôi ngoai
Để người ấy ở xa xôi
Hắt hơi, máy mắt biết tôi nhắc rồi

Con đường quen phía chân đồi
Dốc lên dốc xuống nói cười trên xe
Bao nhiêu kỷ niệm gọi về
Này đây thương nhớ vụng về này đây

Cuốn phim "thời sự" đang quay
Ngày xưa thân ái mà nay ngàn trùng
Tôi như một gã điên khùng
Hét vang lên ở bên rừng... tên Em!

GỞI VỀ EM

Ví dù sai địa chỉ
Vẫn gởi về phương ấy
Hoa mùa xuân rực rỡ
Dưới mặt trời ban mai

Và cơn mưa mùa hạ
Dịu mát trưa oi bức
Thêm mùa thu nhạt nắng
Trải vàng lối em đi

Gởi mùa đông chăn ấm
Nồng nàn giấc mơ đêm
Gởi niềm vui sáng dậy
Vươn vai cười lên em.

Lê Ngọc Hưng

LÂM KHƯƠNG TIẾN
NGƯỜI THẦY

Ngắm nhìn mái tóc hoa sương
Bạc theo mưa nắng vấn vương dãi dầu
Thầy mang bụi phấn về đâu
Dẫn bao thế hệ khởi đầu đắn đo

Nghiệp duyên gắn với chiếc đò
Đưa trò qua bến... buồn, lo, vui mừng
Trồng người quên tuổi thanh xuân
Trọn đời cống hiến... chưa từng thở than

Công ơn Thầy đã mở mang
Cho em kiến thức hành trang vào đời...

BÙI THU PHONG

SAU CƠN MƯA TRỜI LẠI SÁNG

Mừng nàng Covid nhanh qua
Để cho thế giới nở hoa thơm đời
Năm châu du lịch dạo chơi
Nhà trai đặt tiệc thiệp mời đón dâu

Hết còn lo suốt đêm thâu
Sợ còn lây nhiễm chẳng đâu an toàn
Mọi người trở lại hân hoan
Đi làm, hội họp, bé ngoan đến trường

Phục hồi kinh tế giao thương
Mở ra tươi sáng con đường nắng mai
Mơ về cuộc sống ngày mai
Bình yên, khỏe mạnh tương lai tươi hồng

Mưa rồi trời sẽ hừng đông
Bệnh qua dịch hết an lòng gặp nhau
Mong rằng mãi đến ngày sau
Cô hồn, Covid bên Tàu chớ sang.

NGUYỄN THIÊN NGA
CHO EM TÔI GIẤC MƠ ĐẸP
TỰA NHƯ ÁNG MÂY TRỜI

"Nằm vắt tay lên trán, ta nghĩ đến chuyện cuộc đời. Ngồi bấm đốt ngón tay, ta nghĩ đến chuyện ngày qua..." (*)

Bỗng nhiên nghêu ngao câu hát cũ khi lòng đang buồn rười rượi. Ngày qua, là những bước chân trần trên cát trắng đón mây chiều ngủ muộn. Là những con đường ta qua có lá vàng rơi đầy chiều phố núi. Là những câu kinh quen thuộc cùng mùi hương trầm thoang thoảng chiều giáo đường bên chân Chúa. Là những vần thơ dệt vội bằng gió nắng lao xao rừng chiều, lá thông gầy đâm buốt nhói tim yêu...

Ngày qua, là những ngày đầu tuổi hai mươi chân đạp đỉnh Dốc trời, tay với vội chùm mây trắng ngang đầu, quấn chặt hành trang vào đời, nước mắt buồn rơi nhưng phải cười. Là gót chân hồng rướm máu khi qua rừng le, rừng nứa; bước chùng gối mỏi rã rời cùng mồ hôi chan chứa, cố dằn lòng để chặn tiếng kêu rên...

Ngày qua, là những ngày ta sống không vội vã, cố tặng cho cuộc đời những em bé vùng sâu vài con chữ, để em biết viết tên ba mẹ mình nghe là lạ: KRajan Ha Son, Pangting Muss... Là những ngày ta hồn nhiên ca hát bên đống lửa hồng, xoay tròn theo nhịp điệu cồng chiêng. Là những ngày ta yêu lắm những đôi vai học sinh khiêng ta vượt suối lũ đến nhờ bàn tay vị y sĩ già cứu thoát cô giáo khỏi tay tử thần bởi cơn sốt rét rừng ác tính...

Ngày qua, ngày qua...Bao nhiêu những ngày buồn đã đi qua đời ta, không nhớ hay ta không muốn nhớ.

Đó là những ngày trần gian nắng tắt, anh chị bỏ ta đi, mẹ bỏ ta đi.

Đó là những ngày trần gian nắng khát, ta bỏ chính ta ở giữa cuộc đời...

"Nằm vắt tay lên trán, ta nghĩ đến chuyện bây giờ. Ngồi bấm đốt ngón tay, ta nghĩ đến chuyện ngày mai..." (*)

Vầng trán vẫn nóng bừng như chưa qua cơn sốt. Vắt tay lên, ta nghe dòng chảy thời gian vừa đau đớn trôi qua và xót xa mơ về một miền thánh thiện (?!)

Và ngày mai. Trời có thôi mưa? Gió có thôi se sắt bên song thưa? Nắng có về hong đôi mắt ướt? Chỉ mong lá kia thôi gầy, gió kia thôi lồng lộng hồn ta mỏng mảnh. Ta mong tắm mình trong ban mai ấm, ta mong chiều thắp nắng, đêm lấp lánh sao trời. Ta sẽ hái vài ánh sao rơi để đính lên áo thơ vừa đan dịu dàng quá đỗi. Cùng sáo trời chơi vơi, ta sẽ lắng hồn lại với cung đàn nồng nàn nỗi nhớ.

Ngày mai.

Ta đợi ngày mai

Nắng rồi sẽ tới...

Môi chợt thầm thì câu hát mà một người bạn lớn vừa nhắc nhớ: ***"Đừng tuyệt vọng! Tôi ơi, đừng tuyệt vọng..."***

Nguyễn Thiên Nga
(Đức Trọng)

(*) Lời trong nhạc phẩm "Nằm Vắt Tay Lên Trán" - NS Nguyễn Quyết Thắng

HỒ NGHĨA PHƯƠNG

CUỘC HÀNH TRÌNH CỦA NHÀ THƠ NGUYỄN AN BÌNH ĐI QUA CÁC VÙNG MIỀN ĐẤT NƯỚC

Thú thực là tôi chưa đọc kỹ tập thơ "Hành trình Đất và Nước" của nhà thơ Nguyễn An Bình vừa mới gửi tặng nhưng tôi choáng ngợp với hơn 10 tập thơ riêng của anh đã xuất bản, chưa kể những tác phẩm in chung với tác giả khác.

Tôi quen nhà thơ Nguyễn An Bình cũng thật tình cờ, lúc đầu chỉ là bạn trên facebook, sau đến là bạn văn và tôi có dịp hội ngộ với anh trên chính quê hương của anh là thành phố Cần Thơ. Nhân tôi có chuyến công tác ở thành phố bên bờ sông Hậu thơ mộng này, tranh thủ ngày nghỉ anh vừa tài xế xe ôm vừa là hướng dẫn viên không chuyên cho riêng tôi. Chiếc xe máy do anh điều khiển cứ bon bon trên đường và tôi là người hưởng lợi nhất, vừa được anh chở vừa được anh hướng dẫn những địa điểm mà tôi sắp đến tham quan. Tôi cùng anh lướt một vòng quanh thành phố Cần Thơ, những địa điểm tôi chỉ mới nghe qua nhưng chưa có dịp đến như: nhà cổ Bình Thủy, đình Bình Thủy, chùa Ông, lăng thờ Bùi Hữu Nghĩa… và điểm cuối cùng là chạy xe lên giữa cầu Cần Thơ ngắm cảnh sông nước, vườn tược bao la hai bên bờ sông của tỉnh Cần Thơ và Vĩnh Long.

Nhà thơ Nguyễn An Bình tên thật là Lương Mành, có lẽ bút danh của anh gắn liền với nơi anh sinh ra và lớn lên là phường An Bình, quận Ninh Kiều, thành phố Cần Thơ; hiện nay anh định cư ở quận 7 thành phố Hồ Chí Minh. Tuy anh và gia đình đã chuyển đến nơi ở mới nhưng những hoạt động có liên quan văn học, nghệ thuật ở quê hương anh không hề bỏ sót và tham gia tích cực với tư cách hội viên Hội Nhà văn thành phố Cần Thơ. Đọc tiểu sử văn học của nhà thơ Nguyễn An Bình được biết anh đã có những tác phẩm thơ được chọn đăng trên các tạp chí Văn, Văn học, Tuổi Ngọc… trước năm 1975. Bề dày và độ chín trong văn đàn của anh đã lan rộng trên tạp chí văn học người Việt hoặc được xuất bản ở hải ngoại, Ngoài ra những năm gần đây, anh có hơn 300 bài thơ được các nhạc sĩ trong và ngoài nước chọn phổ nhạc. Và như tên bút danh, nhà thơ Nguyễn An Bình vẫn trầm tĩnh an nhiên mặc dòng thời gian trôi qua và thế sự chính trị xã hội nổi chìm. Anh vẫn âm thầm viết, lặng lẽ sáng tác những tác phẩm dung dị không chạy theo xu thế, xu hướng này nọ hoặc gây xung đột với ai!?

Chúng ta cùng theo anh qua các nẻo đường thơ: cây trái sông Tiền, mưa Huế, qua cầu Thị Nại, vọng cổ Bạc Liêu, sen Tháp Mười, chiều U Minh Thương, đêm Vĩnh Thuận, biếc xanh sông Vàm Cỏ, chiều Mỹ Sơn, đông Hà Nội, qua Phá Tam Giang, sương Mai Châu, lên Tây Bắc, mưa Măng Đen, cửa Phan Rí, vòng qua Đà Lạt, Buôn Mê, Côn Đảo…. Tôi điểm danh sơ bộ là vậy, để chúng ta thấy rằng anh đi nhiều, viết được nhiều và cũng cho ta thấy rằng có nhiều người đã đi nhưng chẳng viết được gì.

Đọc tác phẩm Hành trình Đất và Nước, chúng ta có thể theo chân anh qua các vùng miền, các địa danh mà anh có dịp đặt chân đến, những cảm xúc ấy chân thực qua nét vẻ của những câu thơ. Bất chợt chúng ta gặp những câu thơ địa danh: "Tình về Cửa Đại Hàm Luông/ Qua cầu Rạch Miễu mưa tuôn ngắn dài", chúng ta cùng đến: "Thuyền qua cầu Cái Răng/ Xuồng xuôi từ Vàm Xáng/ Ghe Thương hồ nổi trôi tứ xứ/ Tụ về đây treo tình bẹo trên cây…". Chỉ là hoa sứ nở bên thềm Đại Nội: "Mùa này hoa sứ nở chưa em/ Đại Nội em về dấu chân quen/ Thăm vạt nắng hồng môi thiếu nữ/ Nét Huế trầm tư ngã bên thềm…". Nhà thơ Xuân Diệu có Cha ở Đàng Ngoài, Mẹ ở Đàng trong, mà Vạn Gò Bồi chính là nơi sinh ra: "Nước mắm gò Bồi thơm lừng hương cá nục/ Thuyền ngược xuôi cửa Giã lúc hoàng hôn…". Nhà thơ Nguyễn

An Bình đưa ta về: "Mình về thăm Bạc Liêu nghe em/ Sóng vỗ bờ và tiếng hát biển đêm/ Em ơi! Xứ Bạc người không bạc/ Vùng đất phương Nam nặng nghĩa tình". Với nhà văn Sơn Nam, chỉ vài nét chấm phá chúng ta đã nhận ra ông: "Bên bờ kinh Bảo Định/ Ông già Nam Bộ/ Dừng bước giang hồ/ Nghiêng mình nhìn dòng nước trầm tư". Nếu có dịp ta về thăm rừng Trà Sư có hương tràm vương vấn: "Người ta nói đất lành chim đậu/ Rừng Trà Sư xanh ngan ngát cõi biên thùy/ Em đến một lần tình anh để lại/ Cho hương tràm vương vấn bước người đi". Chúng ta bước tiếp thăm lăng Mạc Cửu: "Mười mấy năm dấu đã mòn/ Đâu cành mai trắng biết còn trên lăng".

Tập thơ này, tôi nghĩ anh đã góp nhặt qua chuyến đi thực tế sáng tác, qua góc nhìn người làm thơ. Dù anh viết trên đường đi hay khi anh trở về nhà, cảm xúc vẫn lắng đọng viết thành câu thơ về địa danh nhưng không hề khô khan mà luôn giàu cảm xúc, đầy ý nghĩa nhân văn: "Anh về Cái Nước Viên An/ Rưng rưng cột mốc biên cương cuối trời" rồi: "Cùng em về Cổ Mã/ Nghe sóng chờ trăng lên/ Nhìn hải đăng lấp lánh/ Thắp sang trời biển đêm" và "Vạn Giã có gì vui sao em không kể/ Để anh loanh quanh cố mãi đi tìm". Những câu thơ tả cảnh thật tài tình "Ở Yang Bay, Yang Bay/ Em như ánh mặt trời?/ Trên cánh đồng Hoa Tiên vừa nở". Theo bước chân anh: "Anh về lại về bên dòng sông Vàm Cỏ/ Hoàng hôn buông nắng cuối chân trời/ Dạt dào tiếng sóng/ Bìm bịp kêu/ Neo thời gian dừng lại". Còn đâu bóng Chàm xưa: "Em là người giữ mãi linh hồn Chăm/ Bầu ngực nở chân thon tình Chiêm nữ/ Điều bí ẩn muôn đời thành bất tử/ Nung nấu ngàn đời vũ điệu Apsara". Đâu đó ta biết: "Người lại sắp đi xa/ Đem theo mùa thu Hà Nội một chút heo may… Tàu qua sông Hồng… Hà Nội nào của chỉ riêng ai". Và anh bắt gặp: "Ánh mắt em một đời mê mỏi/ Chiều không mây thả tím dòng Hương". Anh nâng cốc rượu tưởng nhớ nhà thơ Hoàng Cầm: "Ai uống rượu ngồi bên bờ sông Đuống/ Canh cùng ta cho vơi bớt nỗi buồn". Bước chân lãng tử của anh: "Còn ta một kẻ chân lang bạt/ Qua Sông Mao nhớ tiếng còi tàu/ Sân ga đâu phải là ly biệt/ Chưa khuất đường ray bỗng nhớ nhau". Chỉ vài nét phát họa: "Pleiku thuở ấy… tôi về/ Tím trong góc núi/ Câu thề đánh rơi". Và cũng chỉ là: "Ơi Krông Pa, Krông Pa/ Cho tình anh ở lại/ Một lần qua đó". Một chút gì để nhớ: "Hồn nghiêng nắng sớm B'lao/ Thôi se mặt nước đã nhàu vết thương". Viết về phố núi cao nguyên chập chùng: "Mai xa lắc đồi thông reo xanh mướt/ Cà phê thơm môi ngọt tiếng em cười/ Gởi lại em tình ta cùng phố núi/ Sắc hoa đào đỏ thắm một làn môi". Trên chuyến xe đi qua: "Xe qua D'ran, qua D'ran/ Vực sâu thẳm thẳm suốt Trạm Hành/ Xanh biếc nước hồ – xanh mắt ngọc/ Cùng tiếng thông reo gió bạt ngàn". Ta thổn thức cùng anh qua khổ thơ: "Nhánh sông nào đưa tôi về phương Nam/ Tìm cánh cò trong ca dao ngày cũ/ Cánh cò ăn đêm – cánh cò cửa phủ/ Nghe cay nồng – màu tóc trắng mẹ tôi". Cho anh một lời hẹn: "Điểm hẹn đi về nhấp nhô sóng lá/ Tiếng vỗ mạn thuyền bát ngát ngọn sông". Những vườn cây trái đặt sệt ở Nam Bộ: "Những màu trái chín qua lâu lắm/ Cam xoàn ngọt thế quít tiều xanh/ Bưởi Thanh Kiều mùa hoa trắng nở/ Ong bướm kéo về nắng long lanh". Cũng chỉ là dòng sông quê hương bao đời bao yêu thương: "Đừng giận nữa sông ơi đừng giận nữa/ Người yêu sông muôn thuở vẫn thủy chung"…

Vậy là tôi đã đọc lướt hơn 80 bài thơ trong tập thơ Hành trình Đất và Nước với những cảm xúc lắng đọng miên man, tôi theo bước chân nhà thơ Nguyễn An Bình về với các vùng miền, các địa danh của "Đất – Nước". Mỗi nơi, mỗi chỗ là cảm xúc riêng không giống nhau, nhà thơ đã đưa ta về với chiều kích của tầng văn hóa – lịch sử, với vùng đất và con người nơi đó hàm chứa sâu qua lăng kính người làm thơ. Thơ anh viết về địa danh nhưng không gân guốc cứng khô mà mềm mỏng uyển chuyển như đặc tính của người thầy giáo dạy Văn. Những bài thơ, câu thơ anh thể hiện đa dạng và không lập lại chính mình trong những bài thơ sáng tác trước đó.

Cuộc hành trình đi qua các vùng miền của "Đất Nước" cũng đã khép lại, bạn đọc có thể cảm nhận khác nhau nhưng thơ Nguyễn An Bình không thể trộn lẫn dù đôi lúc anh cũng có đôi bài thơ anh đã góp nhặt ý tứ của các nhạc sĩ, nhà thơ nổi tiếng khác để viết riêng cho giọng điệu của mình. Với độ tuổi không còn trẻ nữa nhưng tôi tin nếu có cơ hội nhà thơ Nguyễn An Bình sẽ đi, sẽ đến, sẽ sáng tác những bài thơ những bài viết về những vùng miền, những địa danh mà anh dừng chân và tất nhiên nhà thơ Nguyễn An Bình sẽ để lại những tác phẩm hay.

Phố Quảng ngày Đông, 24.11.2018
Hồ Nghĩa Phương

TRIỆU XUÂN

PHÁT HIỆN SAI LẦM CỦA CỐ NHÀ VĂN NGUYỄN VỸ KHI TRÍCH DẪN VĂN LIỆU

Thứ sáu, 18:17 Ngày 29/06/2012

Tôi vừa nhận được email của Dịch giả Vũ Anh Tuấn, phát hiện sai sót của cố nhà văn Nguyễn Vỹ trong tác phẩm Văn Thi sĩ tiền chiến.

Thư viết: "Là một người yêu sách, dịch sách, chơi sách và vô cùng thích đọc sách, mới đây tôi đọc tác phẩm "Văn Thi Sĩ Tiền Chiến" mà tác giả là nhà văn quá cố Nguyễn Vỹ, do nhà xuất bản Hội Nhà Văn xuất bản năm 1994. Tôi phát hiện mấy câu viết sai. Tại trang 117, ông Nguyễn Vỹ cho rằng câu thơ "Đi là chết trong lòng một ít" (Partir c'est mourir un peu) là của nhà văn Pháp Roland Dorgelès. Ông viết: "Đi là chết trong lòng một ít là lấy nguyên văn câu của nhà văn Pháp Roland Dorgelès đề trên trang đầu quyển phóng sự hồi ký "Sur la route mandarine" (Trên đường cái quan) ".

Sự thực không phải như vậy. Câu "Partir c'est mourir un peu" không phải là của nhà văn Pháp Roland Dorgelès mà là của nhà thơ Pháp Edmond Haraucourt (1857-1941). Câu thơ này rút trong một bài thơ tựa đề là "Rondel de l'Adieu" (Cổ thi về sự giã từ - Rondel là một thể cổ thi Pháp rất thịnh hành ở thời trung cổ). Xin xem tài liệu: Haraucourt, Edmond [P, R] (1857-1941): 1 vers connu "Partir c'est mourir un peu" (dans le Rondel de l'Adieu).

Tác giả Roland Dorgelès đã mượn câu thơ của Edmond Haraucourt để đề lên đầu cuốn phóng sự hồi ký của ông ta là cuốn "Trên Đường Cái Quan".

Câu "Partir c'est mourir un peu" trong bài thơ Rondel de l'Adieu, có 12 câu, nguyên văn:

RONDEL DE L'ADIEU

> *Partir, c'est mourir un peu,*
> *C'est mourir à ce qu'on aime:*
> *On laisse un peu de soi-même*
> *En toute heure et dans tout lieu.*
>
> *C'est toujours le deuil d'un vœu,*
> *Le dernier vers d'un poème ;*
> *Partir, c'est mourir un peu.*
> *Et l'on part, et c'est un jeu,*
> *Et jusqu'à l'adieu suprême*
> *C'est son âme que l'on sème,*
> *Que l'on sème à chaque adieu...*
> *Partir, c'est mourir un peu.*

Đây là sai lầm của cố nhà văn Nguyễn Vỹ khi trích dẫn tư liệu văn học; rất mong được đính chính!" (hết thư của VAT).

Năm 2007, Nhà xuất bản Văn học tái bản tác phẩm Văn Thi sĩ tiền chiến của Nguyễn Vỹ, theo bản in năm 1970, tại Sài Gòn. Nếu phát hiện của Dịch giả Vũ Anh Tuấn là chính xác thì đây là quả là một động thái rất có giá trị đối với người đọc và nhà xuất bản. Nhà văn khi sáng tạo, nếu không thật kỹ tính thì sự nhầm lẫn trong việc sử dụng tư liệu là chuyện bình thường. Hậu thế đã và đang phát hiện ra không ít sai lầm trong tác phẩm của tiền nhân. Người đọc phát hiện ra sai sót của tác giả và thiện chí nêu ra công luận, là việc đáng trân trọng.

Chúng tôi rất hoan nghênh thiện chí của Dịch giả Vũ Anh Tuấn, và trong lần tái bản kế tiếp, NXB chắc chắn phải cập nhật đưa thông tin trên vô phần chú thích dưới câu văn dẫn sai tên tác giả.

Thông qua website www.trieuxuan.info, tôi thông tin phát hiện này để những ai quan tâm đến tác phẩm nói trên có thêm tài liệu tham khảo.

Một lần nữa, chân thành cảm ơn Dịch giả Vũ Anh Tuấn!

Triệu Xuân

Quý bạn đồng nghiệp và bạn đọc có thể kiểm chứng về phát hiện nói trên qua ba đường link sau:
- http://www.devoir-de-philosophie.com/dissertation-partir-mourir-peu-edmond-haraucourt-commentez-139961.html
- http://fr.wikipedia.org/wiki/Edmond_Haraucourt
- thohoangnguyenchuong.weebly.com/14/post/2012/1/th-edmond-haraucourt.html

MỖI KỲ
GIỚI THIỆU
MỘT TÁC GIẢ:

Nhà văn, nhà thơ
NGUYÊN CẨN

Nhà văn, nhà thơ **NGUYÊN CẨN**
Tên thật: PHẠM VĂN NGA
Sinh 1956 tại Sài Gòn
Tốt nghiệp Đại học sư phạm TPHCM
Tiến sĩ Quản trị kinh doanh (Doctor of Business Administration, DBA, USA).
Đang là Giảng viên Đại Học Kinh tế TPHCM, Đại học Văn Lang.

Đã viết:

1. Tiếng Anh trong hoạt động kinh doanh (viết chung với Phạm Đình Phương, Lê văn Thài) - TB Kinh tế Sài Gòn. NXB TPHCM - 1998.
2. Cẩm nang người làm công tác xuất nhập khẩu, NXB Hồng Đức - 2014
3. Consumers in Vietnam: Service Quality, Satisfaction and Loyalty to Convenient Stores, Apollos University (Florida) 2011.

Đã dịch (cùng Phạm Hồng Đức) Bộ sách của tác giả Tim Hindle- NXB Mac Graw Hill gồm:

4. Quản lý con người - NXB Tổng hợp TPHCM, 2004 - 2008
5. Quản lý nhóm
6. Kỹ năng phỏng vấn
7. Viết CV hiệu quả
8. Kỹ năng thuyết trình
9. Lãnh đạo khi dầu sôi lửa bỏng - Danny Cox và John Hoover
10. Cẩm nang dành cho người bán hàng thành công - Helmut W. Horchler
11. Cẩm nang dành cho nhà quản lý theo phong cách mới _ Linda Richardson
12. Phong cách Jack Welch –Jeffrey A Krames
13. Bài học thành công của Singapore –Henri Ghesquiere (2008)
14. Hãy giúp tôi – Helmut W. Horchler (2008)
15. Ứng xử với người khó chịu –Jennifer Retondo(2008)
16. Bài học Lombardi – Jeffrey Krames (2008)

Đã viết:

1. GỬI LẠI ĐÔI DÒNG - Nxb Văn Nghệ, 2002
2. BỤI PHẤN MỘT ĐỜI Viết chung với Nghiêm Dũng - Nxb Đà Nẵng, 2003
3. CUỐI ĐƯỜNG MÂY TRẮNG - Nxb Thanh Niên, 2004
4. GÁNH TÌNH QUA SÔNG - Nxb Thanh Niên, 2005

5. NHÌN SÂU TRONG MẮT - Nxb Thanh Niên, 2006

6. VIẾT TỪ BUỒNG PHỔI TRẮNG - Nxb Thanh Niên, 2007

7. NGỒI ĐỢI GIÓ SANG CANH - Nxb Văn Nghệ, 2009

8. SẦU RỤNG THÀNH HOA - NXB Thanh Niên, 2010

9. CAFÉ KHÔNG ĐƯỜNG (T.1) - Nxb Thanh Niên, 2012

10. BÓNG CHỮ TRƯỚC ĐÈN - Nxb Thanh Niên, 2013

11. CAFÉ KHÔNG ĐƯỜNG (T.2) - Nxb Thanh Niên, 2014

12. ĐỐI THOẠI VỚI HƯ KHÔNG - Nxb Thanh Niên, 2014

13. SÂN KHÔNG DẤY BỤI - NXB Hội Nhà Văn, 2015

14. KHUNG TRỜI HỘI CŨ - Nxb Hội Nhà Văn, 2015

15. CAFÉ KHÔNG ĐƯỜNG (T.3) - NXB Hội Nhà Văn, 2018

16. THƠ NGUYÊN CẨN - NXB Hội Nhà văn, 2018

17. CHUYỆN MỘT THỜI - NXB Hội Nhà Văn, 2018

18. ĐI TÌM TIẾNG VỌNG - NXB Hội Nhà Văn 2018

* * *

Gặp anh Nguyên Cẩn lần đầu cảm thấy quí mến anh ngay với tính cách dung dị, gần gũi, khiêm tốn và nhất là anh nhìn đời và ứng xử theo tâm Phật.

Đọc thơ và truyện của anh là cách thoát ra khỏi bản ngã để nhập vai vào một nhân vật nào đó để nhìn sự việc từ mọi góc độ qua lăng kính cuộc đời và diễn biến để tìm một kết cục tương ứng với cách nó xảy ra và nêu bật tính nhân quả nhãn tiền. Có thể nói tư tưởng của anh ảnh hưởng nhiều theo triết lý Sắc - Không của kinh Bát Nhã. Cuộc đời Không và Có như một nhân duyên đến và đi không cần cầu cạnh, tham, sân, si... mà được, cứ thuận theo tự nhiên thì ta an nhiên...

Trong số này, từ sự đồng thuận của các anh chị lão thành trong giới văn chương, ban chủ trương Ra Khơi chọn giới thiệu anh và để tỏ lòng trân trọng những đóng góp quí giá của anh cho nền văn học nước nhà.

Để hiểu rõ hơn về nhà văn, nhà thơ Nguyên Cẩn - Mời quí độc giả xem phần nhận định, phê bình tác phẩm và những nhận xét của các cây viết đã thành danh trong làng văn chương...

Trân trọng!

TM.BCT RA KHƠI

Nguyễn Thành

MINH THƯ

ĐỌC XÃ LUẬN CỦA NGUYÊN CẨN:
"QUA NÚI CÒN THẤY NÚI"

Tôi rất thích những bài xã luận của Nguyên Cẩn trên hai tờ báo Văn hóa Phật giáo và Giác ngộ. Đọc xã luận của anh, có cảm giác như được khám phá một vùng thắng cảnh chập chùng núi non; đập vào tầm mắt mình là một ngọn núi đẹp, nhưng càng đi lại càng thấy những ngọn núi khác đẹp hơn, thú vị hơn. Luôn luôn hấp dẫn và bất ngờ, xã luận của Nguyên Cẩn quả là có cái tuyệt bút của "qua núi còn thấy núi".

Xã luận là một bài báo quan trọng trong một số báo, thể hiện lập trường, quan điểm của một tờ báo về một vấn đề quan trọng, mang tính thời sự của xã hội. Đây là một thể loại khá khô khan trong báo chí. Tuy nhiên, Nguyên Cẩn lại thường biến bài viết của mình trở nên mềm mại hơn bằng cách đặt nhan đề và tiêu đề giàu tính gợi dẫn: "Ánh xạ của văn hóa", "Đẩy thuyền và lật thuyền", "Giải pháp cho vấn nạn bạo lực: Gieo hạt từ tâm", "Đuốc xưa vẫn sáng", "Kẻ thù của chân lý", "Hãy biết hổ thẹn", "Kinh doanh theo chính đạo", "Liệu pháp muôn đời"…

Ở phần nội dung, Nguyên Cẩn luôn dẫn dắt vấn đề một cách lớp lang, diễn giải từ tốn, đi từ việc nhỏ đến việc lớn, từ đời đến đạo và quay trở lại từ đạo về đời khiến người đọc dễ nắm bắt vấn đề. Anh thường lập luận chặt chẽ, xác định luận điểm rõ ràng, xây dựng luận cứ chắn chắc và đưa ra nhiều luận chứng xác đáng. Từ đó, đi vào bình luận một cách có lý có tình với những kiến giải sắc sảo đầy thuyết phục. Và cuối cùng, những giải pháp đưa ra từ bài xã luận của anh rất thiết thực, có tính khả thi cao. Đặc biệt, điều làm nên nét đặc sắc của cây bút xã luận Nguyên Cẩn chính là những tầng văn hóa mà bài viết của anh mang đến cho người đọc. Tầng văn hóa đó được sắp xếp nên bởi các lớp tri thức về văn hóa, chính trị, pháp luật, kinh tế, triết học, nghệ thuật… mà người viết có được. Những bài học thực tế đông tây kim cổ, ý kiến của các danh nhân, đạo đức của các tôn giáo được trích dẫn và lồng ghép một cách phù hợp với liều lượng vừa phải. Vì thế, đọc bài của Nguyên Cẩn, ta tiếp nhận được rất nhiều kiến thức bổ ích.

Xin đơn cử một ví dụ gần nhất là bài xã luận "Hãy biết lắng nghe" đăng trên Văn hóa Phật giáo ngày 15/06/2018. Đầu tiên, tác giả đề cập đến "Nhu cầu được lắng nghe" qua hai mẩu chuyện nhỏ, một ở Việt Nam và một ở Nhật Bản. Cả hai câu chuyện đều nói đến nhu cầu cần được người khác lắng nghe ý kiến, tâm tư của mình của lứa tuổi vị thành niên. Việc không được chia sẻ, lắng nghe đã dẫn đến sự tổn thương về tâm lý khiến nhiều em phải chết. Trong hai mẩu chuyện đó, một thuộc về cá nhân: cô giáo kể trường hợp cứu một em học sinh cấp hai khỏi tự tử vì cảm thấy cô độc sau khi bị bạn trai từ bỏ mà không tâm sự được với ai; một thuộc về cộng đồng: sự tích về con mèo Hello Kitty của Nhật Bản gắn với câu chuyện buồn về cái chết của một nữ sinh bị bạn bè cô lập, bắt nạt. Từ hai trường hợp trên, tác giả đúc kết: "Người trẻ đang rất cần được lắng nghe". Tiếp đến, tác giả mở rộng vấn đề sang toàn xã hội: "Nhu cầu lắng nghe không chỉ là nhu cầu của tuổi mới lớn mà suy rộng ra trong xã hội người lớn cũng cần biết lắng nghe nhau" qua những dẫn chứng từ lời của Krishnamurti trong cuốn sách nổi tiếng "Sống thiền 365 ngày". Và cuối cùng, Nguyên Cẩn đẩy sang vấn đề mang tính thời sự: "Lãnh đạo phải biết lắng nghe" với một loạt sự kiện tranh luận đang diễn ra ở kỳ họp Quốc Hội tháng 06/2018. Tuy nhiên, "Nói và Nghe những gì và như thế nào?" mới là điều quan trọng. Tác giả kể "Chuyện con cá" trong kinh Tiểu Bộ với bình luận của GS Cao Huy Thuần; nhắc câu "Lắng nghe để hiểu, im lặng để thương" là châm ngôn mà thiền sư Nhất Hạnh từng lấy làm tôn chỉ khi giảng dạy môn đồ; trình bày tuệ giác sâu thẳm của nhà Phật với phương pháp lắng nghe bằng cách từ bỏ Vọng niệm do Hòa thượng Tịnh Không giảng giải. Mỗi khung kiến thức đều được dẫn giải nhẹ nhàng mà thấu đáo giúp khơi mở cho người đọc nhiều điều thú vị, bổ ích như được cái thú qua núi còn thấy núi.

Tương tự, đọc bài "Kinh doanh theo chính đạo", ta sẽ được biết thêm về những ưu và nhược trong nền kinh tế Nhật Bản qua trích dẫn từ cuốn sách "Con đường đi đến thành công bằng sự tử tế - Vương đạo cuộc đời" của Inamori Kazuo, nguyên Chủ tịch Japan Airlines; lý luận về đạo đức học trong "Từ điển giáo dục" của Mc Graw-Hill Book Company; đạo luật "Tuyên bố về Quyền của người tiêu dùng" (Consummers' Bill of Rights) do Tổng thống Mỹ ban hành năm 1962; triết lý về đạo đức kinh doanh của nhà Phật trong "What The Buddha Taught" của Hòa thượng Walpola Rahula, kinh Bại Vong, kinh Trường Bộ và các cuốn kinh khác với câu "tự lợi tự tha", quy luật "nhân quả", "Tứ nhiếp pháp"… ; lời giảng về "tam đức của doanh nhân" của Thích Nhất Hạnh; chữ đức trong "Gia huấn ca" của Nguyễn Trãi… Tất cả những trích dẫn ấy nhằm tập trung cho chủ đề bàn luận là "đạo đức kinh doanh của một doanh nhân hay doanh nghiệp là không kiếm lời bằng sự lừa dối khách hàng, bằng sự hủy hoại môi trường, hay bằng sự bóc lột lao động" và làm sao để xây dựng đạo đức kinh doanh.

Đặc biệt, trong xã luận của Nguyên Cẩn, triết lý Phật giáo trở thành chìa khóa cho các giải pháp về văn hóa xã hội. Mọi vấn đề, vấn nạn đều được Nguyên Cẩn nhìn qua lăng kính Phật giáo và lý giải thuyết phục chứ không rơi vào áp đặt, khiên cưỡng. Văn hóa thủ đoạn, văn hóa hổ thẹn, chữ hiếu, vấn nạn bạo lực, phẩm hạnh cộng đồng, sức mạnh đẩy thuyền lật thuyền của dân chúng, xây dựng đạo đức kinh doanh, kinh doanh theo chính đạo, sứ mệnh của kẻ sĩ… đều được lý giải nguyên nhân từ triết lý Phật giáo. Từ đó, giải pháp nhà Phật mà bài báo đưa ra sẽ rất cần thiết, hữu ích và có vai trò quyết định trong việc khắc phục thực trạng hoặc giải quyết vấn nạn.

Xã luận luôn định hướng cho công chúng thông qua quan điểm tác giả trong bài viết, đồng thời, đó cũng là quan điểm của tờ báo. Vì thế xã luận trên Văn hóa Phật giáo và Giác ngộ của Nguyên Cẩn vừa sát hợp với tôn chỉ của một tờ báo tôn giáo, vừa gắn kết tính ưu việt của Phật giáo khi tiếp cận với đời sống trong nhiều tình huống cụ thể, vừa thể hiện tính đa tầng của văn Nguyên Cẩn: tầng văn hóa, tầng tôn giáo, tầng tri thức, tầng thực tiễn. Đó là điểm mấu chốt khiến văn xã luận của Nguyên Cẩn rất dài nhưng không gây chán, mà ngược lại, rất hấp dẫn nhờ vén mở cho người đọc nhiều thức nhận mới mẻ. Đó chẳng phải là "qua núi còn thấy núi" sao?

Minh Thư

MANG VIÊN LONG
SẦU RỤNG THÀNH HOA, TẬP THƠ NGUYÊN CẨN

Sầu Rụng Thành Hoa là tập thơ thứ 7 của Nguyên Cẩn vừa được Nhà xuất Bản Thanh Niên ấn hành vào tháng 1 năm 2010. Từ **"Ngồi Đợi Gió Sang Canh"** (2006) đến **"Sầu Rụng Thành Hoa"** (2010) là một quảng thời gian dài tương đối đủ để hơn 130 bài thơ của Nguyên Cẩn trong SRTH kết tụ, hình thành nên một dòng thơ có sắc thái rất riêng của Tác giả mà trong các tác phẩm trước chưa định hình rõ ràng.

Cùng dựa trên nền tảng triết lý Phật đà, cùng bắt nguồn từ thực chứng trong đời sống - nhưng thơ Nguyên Cẩn đã không lập lại nguyên si giáo lý mà đã được chuyển hóa qua tâm thức của một người con Phật thuần thành uyên thâm Phật pháp của bao tháng năm miệt mài sống với Đạo mầu - để rồi một ngày nào hốt nhiên trào dâng nên những dòng thơ dào dạt xúc cảm - vừa thiết tha vừa gần gũi, như những lời tâm tình đầy ắp thương yêu, nhiệt tình hiến dâng xây dựng… Chính vì sự trong sáng hồn nhiên của thơ-Nhà thơ đã chuyển tải một cách rất tinh tế những yếu chỉ, triết lý sống cốt tủy của Đạo đến người đọc bằng xúc cảm đau đáu một đời, bằng tấm chân tình rộng mở, và bằng trái tim thuần khiết yêu người-thương đời, mà không có chút ép gượng, hay đỏm dáng như một số người làm thơ mà chúng ta vẫn thường bắt gặp đây đó. Tôi muốn nói-Nguyên Cẩn đã đưa người đọc vào Đạo bằng Trái Tim, chứ không bằng cái đầu luận lý khoa trương, thô thiển nặng nề!

Những câu thơ đã được nung nấu bằng xúc cảm, bằng chứng nghiệm, trong mọi nỗi đời gian truân hay hoan lạc-đã khiến người đọc đồng cảm cùng nhà thơ một cách nhanh chóng và sâu sắc những thông điệp mà nhà thơ muốn nhắn gởi, sẻ chia qua **"Sầu Rụng Thành Hoa"**!

Bức thông điệp chung nhất mà nhà thơ muốn truyền đạt đã ở ngay trong tựa đề của Tác phẩm **"Sầu Rụng Thành Hoa"**: "Mọi nỗi khổ đau, thăng trầm, phiền muộn của kiếp nhân sinh rồi sẽ rụng rơi theo lẽ vô thường của vạn hữu, nhưng chúng sẽ kết thành những đóa hoa thắm tươi dâng hiến cho Người – cho Đời, chứ không phải là sự khô héo, tàn tạ, vô nghĩa của những tâm hồn bi lụy vì đắm chìm trong vô minh để mãi mãi nổi trôi trong khổ đau, tuyệt vọng!".

Nguyên Cẩn đã sử dụng nhiều thể loại thơ - nhưng mỗi loại, đã được tác giả chủ động sử dụng rất linh hoạt phụ thuộc vào cảm nhận (đề tài) muốn giãi bày-nên mỗi bài thơ đều có "thiêng trách" riêng trong việc truyền đạt. Nếu những bài thơ mới, tự do, biến thể - chuyển tải những tư tưởng ghi đậm mầu sắc triết lý thì những bài lục bát, thất ngôn hay ngũ ngôn, hài cú (vvv)- lại bắt nguồn từ những xúc cảm bất chợt tự nhiên, hồn nhiên…

Theo cảm nhận của riêng tôi - Nguyên Cẩn đã rất thành công với thể thơ ngũ ngôn tứ tuyệt - bằng những nét khắt chạm tinh vi, uyển chuyển-mà đầy ắp xúc cảm. Trong hơn 130 bài thơ của SRTH, bài nào cũng "dài hơi" – mà dòng cảm nhận vẫn miên man chảy - rất từ tốn, chững chạc, logic - đã thuyết phục được người đọc mải mê dấn bước vào thơ như bị cuốn hút tình cờ! Điều này, cho chúng ta nhận biết rằng, sức sáng tạo - nguồn cảm hứng của nhà thơ thật mãnh liệt, và phong phú.

SẦU RỤNG THÀNH HOA là một tập thơ Đạo hiếm hoi đã dung hòa được sự thông đạt của trí tuệ, và sự thực chứng dược chiêm nghiệm của đời sống - đã đem lại cho người đọc những giờ phút an tịnh, phơi phới và hy vọng. Cùng với những nhà thơ đã làm nên một nền "thi ca Phật giáo" như Nhất Hạnh, Trụ Vũ, Tống Anh Nghị, Trần Quê Hương, Huyền Không, Trần Bỉ Ngạn, Triều Tâm Ảnh, T.Thiện Đạo, Nguyễn Đông Nhật, Nguyễn Bắc Sơn, Hạnh Phương, Đinh Hồi Tưởng, Y Sa, Tôn Nữ Hỷ Khương, Lam Khê, Ninh Giang Thu Cúc, Trần Ngọc Tuấn, Kiều Trung Phương, Dạ Lữa Kiều, Tiến Thảo, Nguyễn Man Kim, Tâm Nhiên, Ngàn Thương, Nguyễn Miên Thương, Vĩnh Hữu, Huyền Nữ Dương Chi, Thanh Yên, Hoàng Hương Trang,

Liên Thao, (…)-nhà thơ Nguyên Cẩn đã đóng góp đáng kể vào ngôi nhà văn học Phật giáo đang trong thời kỳ phát triển, thật đáng trân trọng!

Lập Tâm tịnh thất, tháng 6/2010
Mang Viên Long

ĐÂU CỨ LÀ VU LAN

Đâu có phải Vu Lan con mới về báo hiếu
Mất mẹ rồi, mới hiểu mẹ bao la
Hiểu mẹ thiêng liêng hơn một mái nhà
Góp mọi thứ tình gom vào vẫn thiếu

Đâu phải cứ Vu Lan con mới về thăm mẹ
Khi mẹ đong đưa như chuối chín trong vườn
Khi mẹ mong manh chiếc lá giữa vô thường
Đêm con ngủ hay giật mình-gió nhẹ

Đâu cứ phải Vu Lan con mới ngồi để nhớ
Một đoạn đời ấp ủ dưới thương yêu
Tóc mẹ hong đọng lại chút nắng chiều
Màu sương muối hương thời gian nắng gió

Đâu phải Vu Lan con mới cầm tay mẹ
Kể chuyện bây giờ mặc kệ ngày mai
Đóa hồng nào năm tháng chẳng phôi phai
Trừ đóa hồng nở trong tâm tưởng mẹ

Mẹ nào biết Vu Lan hay thu vừa chớm
Đêm mẹ ngồi se lạnh biết mưa ngâu
Và vắng nghe theo tiếng gió kinh cầu
Mẹ an lạc trong sương ngàn buổi sớm

Đâu cứ phải Vu Lan, chỉ một mùa báo hiếu
Nợ ân này mang nặng buổi con sinh

Trải lòng ra chưa kín một chữ tình
Thì chín chữ con một đời sao hiểu

Nên cứ về Vu Lan hay dẫu trễ
Mẹ chẳng bao giờ chê trách các con yêu
Cứ cầm tay thôi chớ nói chi nhiều
Chừng ấy đủ quên ngàn dâu bể

Và cứ thế là Vu Lan cứ thế…

TÂM SỰ CÙNG CON SUỐI

Nói chuyện cùng con suối
Vốc ánh trăng vào lòng
Thấy trăm năm đi vòng
Quanh vầng trăng chết đuối

Nói chuyện cùng mây trắng
Theo gió bay một đời
Khi về không một lời
Chia tay cùng giọt nắng

Nói chuyện cùng bóng nui
Thắp lên trời hoàng hôn
Cành hoa cúi gọi hồn
Bướm say tình mê muội

Nói chuyện cùng đêm tối
Trong mơ vẫn khóc cười
May thay được làm người
Chẳng có gì phải hối

Nói chuyện cùng sóng vỗ
Nghìn năm đá câm lời
Cõi vô ngôn rạng ngời
Tịch mặc-chiều thác đổ

Bướm dừng chân-hốt ngộ
Người loay hoay mãi tìm
Khi nghoảnh mặt vào tim
Thấy mây và suối nhỏ

Soi bóng mình trên đó
Ta hiểu mình sẽ tan
Khi biết rằng Niết Bàn
Chẳng không và chẳng có

H À I C Ú

1.
Trăng ngủ trong gương
gương tan trăng vỡ
trăng tàn gương trong

2.
hoa vô ưu
không phiền không muộn
lấy gì sinh hoa

3.
cội bồ đề
người ngồi liễu ngộ
cây còn u mê

4.
nhà không cửa
sao thấy lối vào
để xin tí lửa

(trong "Sầu Rụng Thành Hoa")
NGUYÊN CẨN

TẦN HOÀI DẠ VŨ
THƠ, NHƯ MỘT LỐI VỀ

Hình như ở mỗi con người bình thường với bao nhiêu bận rộn, lo toan của đời người vẫn luôn ẩn chứa một cõi riêng kỳ diệu. Cái thế giới sâu kín ấy sẽ hiện ra dưới ánh sáng bất chợt của cảm xúc, để giúp con người khám phá ra chính mình.

Đối với một người làm thơ, phương tiện để có được sự khám phá chính là ngôn ngữ thơ. Bài thơ thường vượt quá con người thật của thi nhân, nhưng rốt cuộc vẫn biểu lộ được chính người làm thơ. Hơn mọi công việc khác trong cuộc đời, khi viết ra được một bài thơ chính là thi nhân đã tạo ra được một thế giới khác; hay nói đúng hơn là đã tự bộc lộ được một thế giới khác trong chính con người mình, đã thấy mình đổi khác, đã tạo ra được khả năng nối vào thế giới bên trong bằng những mối dây lạ lùng là cái ngôn ngữ sáng tạo kia. Rồi tới lượt nó, bài thơ lại trở thành những sợi dây nối liền thi nhân với cái thế giới rộng lớn bên ngoài. Tới lúc đó, ở một bình diện khác, những người đọc thơ lại nhờ có bài thơ như một cây cầu để bước vào khám phá chính tâm hồn họ, và sau đó bước trở ra thế giới còn xa lạ của cuộc đời để thêm một lần nữa khám phá ra thế giới chung quanh. Như vậy, bài thơ vừa là phương tiện khám phá chính mình của thi nhân, lại vừa là phương tiện khám phá thế giới tâm linh và cuộc đời thực của người đọc thơ. Vẻ đa hình, sự đa năng của thơ chính là ở đó, và cũng chính đó là sức mạnh vô hình của thơ.

Trong cuộc đời mình, tôi đã nhiều lần có được những cuộc phiêu lưu vào thế giới nội tâm, tự xác định sự hiện diện của mình nhờ những bài thơ viết ra trong những đêm dài mất ngủ hay trong những lúc chiều tàn ngồi cô đơn trong một quán nhỏ bên đường, nhưng phần lớn là nhờ những câu thơ bất chợt đọc được của bao nhà thơ khác. Rất tình cờ, Nguyên Cẩn - Phạm Văn Nga đã cho tôi cơ hội dấn mình vào một cuộc phiêu lưu tinh thần như thế.

Thơ Nguyên Cẩn - Phạm Văn Nga là thế giới tinh thần của riêng anh, nhưng đồng thời một phần nào đó cũng là thế giới tinh thần của tôi, mà trong một chiều mưa tầm tã của Sài Gòn tôi đã tình cờ bắt gặp.

Đọc hết tập thơ "GỬI LẠI ĐÔI DÒNG" của Nguyên Cẩn - Phạm Văn Nga, ta dễ cảm nhận được những băn khoăn, day dứt của tác giả. Hay nói khác đi, đó chính là những câu hỏi trước cuộc đời. Những câu hỏi đượm buồn. Tưởng như tác giả không ngừng đi tìm cho chính mình những câu trả lời, vì những giải đáp đó sẽ chính là những giải thoát. Và như thế cũng có nghĩa là tác giả, đồng thời, cũng đặt những câu hỏi đó cho chính người đọc thơ. Rồi người đọc thơ, trong mối đồng cảm, cũng phải tự đi tìm cho mình câu trả lời.

Chính từ sự cảm nhận đó mà tôi nghĩ rằng, thơ Nguyên Cẩn - Phạm Văn Nga nghiêng về một thứ triết lý nhân sinh mang màu sắc của Thiền học phương Đông:

Sóng xô chuyện của một thời
Nước trôi chuyện của một đời phù vân
Cái thân trang trãi nợ nần
Chiêm bao kết tụ trắng ngần tơ sương

(Nguồn tôi xa mãi)

Chuyện đời vẫn luôn biến dịch như dòng sông chẳng bao giờ ngừng trôi, và cả cuộc đời con người cũng là một áng mây nổi; hay chính cả tấm thân con người cũng chỉ là một mảnh phù vân? Những băn khoăn siêu hình ấy vẫn là nỗi ám ảnh nhân loại từ bao đời nay. Cuộc đời là mây, tấm thân là mây, nhưng cuộc đời cũng là giấc mơ và cái thân cũng chỉ là một cơn trường mộng. Chẳng phải từ hơn cả ngàn năm trước, bậc thi hào họ Lý ở đất Thục đã từng bảo: "Xử thế nhược đại mộng" đó sao? Và cũng chính nhà thơ say trăng này đã phải đặt câu hỏi về kiếp nhân sinh:

Kim nhân bất kiến cổ thì nguyệt
Kim nguyệt tằng kinh chiếu cổ nhân
Cổ nhân, kim nhân nhược lưu thủy
Cộng khan minh nguyệt giai như thử

(Lý Bạch - Bá tửu vấn nguyệt)

(Người nay chẳng thấy trăng thời trước
Người trước, trăng nay soi đã từng
Người trước, người nay như nước chảy
Cùng xem trăng sáng đều thế đấy)

(Tương Như dịch)

Càng ngày tôi càng nhận ra rằng, tư tưởng nhân loại thực ra chẳng có gì mới, chuyện người nay nói, người xưa đã từng nói cả rồi, nếu có khác chăng chỉ là mỗi thời đại có cách nói khác, một ngôn ngữ khác mà thôi.

Chính vì thế mà về mặt tư tưởng, tôi không lạ với cách suy nghĩ này của Nguyên Cẩn:

Tử sinh chỉ một con đường
Uy nghi lá rụng vô thường mộng rơi
Mai về nếu chẳng còn tôi
Cầm như cánh nhạn bóng phơi sông dài

(Nguồn tôi xa mãi)

Tôi chỉ lạ cách nói của Nguyên Cẩn. Ngôn ngữ ấy tưởng như không mới, mà nghe ra rất mới. Phải chăng cái mới ấy có được từ sự liên kết hình ảnh? Trong nhiều bài lục bát khác cũng thế, ta như bắt gặp một nét mới, có khi chỉ như một sự điểm xuyết, ví như trên cái khuôn mặt đẹp cổ điển của thơ lục bát đã trở thành quen thuộc, nhờ có đường chân mày được tô đậm hơn một chút mà khuôn mặt đẹp kia bỗng trở nên mới lạ hơn, quyến rũ hơn. Nguyên Cẩn - Phạm Văn Nga thành công với thể lục bát theo cái cách ấy.

Dọc thơ Nguyên Cẩn, ta dễ nhận ra rằng, anh viết chính là để tự xót mình, tự thể hiện trước chính lương tri mình và trước cuộc đời. Sống, là một cuộc phiêu lưu, và làm thơ chính là một sự phiêu lưu trong cuộc sống:

Non sông đang ngủ, người đang mộng...
... Hãy cứ đi dù chẳng đến đâu...

(Lang thang hành)

Cõi người chẳng dẫn về đâu, có chăng là về cõi chết. Nhưng nào ai dám bảo chết là không còn? Cõi người cũng là cõi phiêu du, và trong cuộc phiêu du ngắn ngủi ấy, có còn lại chăng một cái tên người?

Tặng em vô ảnh vô hình
Vẽ ra mà gọi thình lình tên nhau
Tặng em tình chẳng dài lâu
Mưa ngâu chẳng đổ mà đầu bạc phơ

(Bài thơ viết dở dang)

Thơ Nguyên Cẩn - Phạm Văn Nga, như thế, thường mang một nỗi buồn suy tưởng. Ngay trong thơ tình của anh cũng vậy. Hay nói khác đi, tình yêu đối với Nguyên Cẩn cũng là một nỗi buồn:

Em giấu hôm qua những mảnh vỡ trong hồn
Tôi gói sau lưng bao muộn phiền rất thật

(Em và Tôi)

Chính vì thế mà ngay trong ngày vui cũng vẫn ẩn chứa một thoáng buồn:

Và nhớ hôm nay đã là trăng mật
Trăng xoay vòng hóa mật nẻo trùng lai

Tôi đã phải tự hỏi, có thật là có một mùa trăng mật cho một buổi trùng lai hay không?

Như thế, những câu thơ buồn, những dòng thơ chất chứa nỗi sầu đời, theo tôi, là thứ ngôn ngữ gần gụi nhất với triết lý. So với mọi khuynh hướng khác của tâm hồn, thì nỗi buồn thường khiến ta hiểu biết sâu xa hơn tính tình và số phận con người.

Đối với Phạm Văn Nga, tôi có cảm tưởng anh coi Thơ - cũng giống như Tình yêu - là chốn nương náu, là sự bất khuất; anh muốn thơ hiện diện ở nhiều nơi, ở những góc tối tăm, khuất nẻo nhất của cuộc đời: anh không chịu vắng mặt và không chịu giữ thái độ tiêu cực. Anh muốn Thơ bộc lộ thân phận và nói hộ cho những thân phận. Phải chăng vì thế mà thơ Phạm Văn Nga bao giờ cũng như mang một vẻ buồn, một nỗi đau? vẻ buồn đó, nỗi đau đó không mong đợi một chút lợi lộc gì ở thời đại, nhưng lại không thoát ra ngoài thời đại. Ràng buộc vào số phận riêng, nhưng thoát ly khỏi mọi ham muốn, e sợ những danh phận và những lý thuyết, thơ anh như chỉ muốn trình bày một cách nhìn; chính vì thế mà trong đôi mắt ấy bao giờ cũng như ẩn chứa một niềm cảm thông, một sự chia sẻ. Nhưng liệu cuộc đời này có cần đến sự thông cảm và sẻ chia đó không? Cũng không thể biết được, vì hôm nay có thể chẳng cần, hôm nay có thể chưa có, nhưng biết đâu ngày mai? Vâng, biết đâu ngày mai lại sẽ có một người nào đó, ở một góc phố khuất nẻo nào đó, nhận ra chính mình trong những câu thơ kia?

Tôi nói như thế, vì thơ không ở trong cuộc đời, cũng chẳng ở trong sự vật, nhưng thơ chính là cách sử dụng sự vật và cuộc đời để phát hiện ra một cuộc đời khác, hướng về một cuộc đời khác.

Và cuộc đời ấy, trong thơ Nguyên Cẩn - Phạm Văn Nga, chính là một cõi Quê Nhà. Có lẽ, trước hết, đó đúng là quê nhà theo cái nghĩa dung dị nhất, là nơi chúng ta đã sinh ra, đã lớn lên trong những tháng năm thơ dại. Cái quê nhà có không gian định vị ấy, đối với hầu hết những người phải sống xa quê, như Nguyên Cẩn, như tôi và bao người khác nữa, quả là đáng nhớ, là chốn quay về của bao hoài niệm, nhớ mong. Và có một lúc nào đó trong đời, không quay về được, thì lòng bức rức không yên:

Dẫu lòng nặng trĩu tình quê
Cánh chim đã lỗi hẹn thề cố hương

(Dọc đường gió bụi - Hải Dương)

Dù có thể khi đã quay về rồi, ta lại bàng hoàng vì thấy xa lạ, lại nhớ tiếc khi đang ở trên chính mảnh đất quê:

Nhìn trăng khuyết một vành khuê
Gần quê lại thấy xa quê muôn trùng...

(Dọc đường gió bụi - Hà Nội)

Có khi Phạm Văn Nga còn mở rộng cái khái niệm quê nhà ra hơn cả cái nghĩa bình thường, đó có thể là những miền đất, những phố phường anh đi qua, những quê hương trên dọc đường gió bụi. Đó là những quê hương hữu hình. Nhưng, trong thơ Nguyên Cẩn, tôi còn tìm thấy một cõi Quê Nhà khác, mang một ý nghĩa khác:

Tình vô tận trong tháng năm côi cút
Lòng hẹn lòng hoài vọng một quê chung...

(Rồi có lúc)

Con người đã bắt đầu ý thức được rằng, phải vượt qua cõi đời vô định này, để hướng về một Quê Nhà, một chốn thanh bình, thì mới mong thấu hiểu được ý nghĩa của đời người. Nếu tôi nhớ không lầm, thì trong di sản văn học thời Lý - Trần, cũng đã từng nhắc đến chốn

Quê hương đó. Câu thơ của vị vua đầu nhà Trần: "Vĩnh vi lãng đãng phong trần khách. Nhật hướng gia hương vạn lý trình", chính là muốn nói đến cái Quê hương tâm linh, cái Quê chung của nhân loại, mà nếu con người còn mải mê trên những nẻo đường phù hoa thì lối về sẽ lại càng thêm xa vạn dặm.

Với cái Quê Nhà đó, chúng ta hướng đến hay quay về? Có lẽ cả hai đều đúng! Chúng ta phải quay về cái thế giới hồn nhiên của tâm linh mà chúng ta đã đánh mất; đồng thời, chúng ta phải hướng đến, vì nêu không, chúng ta sẽ chỉ là những kẻ vong thân:

Tôi ngồi tựa pháp tìm quê
Đã lâu lầm lạc lối mê man tình

(Tôi ngồi)

Và khi đã ý thức được điều đó, con người phải lên đường. Nguyên Cẩn đã chợt "ngộ":

Từ giờ thâm tạ tình quê
Nguyện đi tìm một lối về trong ta

(Trăm năm lòng hẹn với lòng)

Như một cuộc hôn phối trái ngang, Thơ là biểu hiện của con đường ra đi gặp gỡ lối trở về. Tâm thức con người nhiều khi cũng vậy. Giữa mong manh và vĩnh cửu, nhìn theo một góc độ nào đó, không hề là sự đối lập, mà đó chính là sự song lập. Tôi cảm nhận được điều đó khi đọc thơ Nguyên Cẩn - Phạm Văn Nga. Trong suốt tập thơ GỬI LẠI ĐÔI DÒNG, tôi như nhìn thấy được cuộc hành trình của một con người đi tìm bản thể. Đi, và đi, dù có thể là không tới. Nhưng có hề chi, vì điều quan trọng chính là đã lên đường. Đời người la những buổi lên đường. Đời người cũng là những lối trở về. Con đường ấy có thể chìm trong những bình minh sương mù hay những buổi hoàng hôn mưa bụi, nhưng không vì thế mà con người không thể suy ngẫm về những lối đi của Định mệnh, bởi đó chính là ý nghĩa của sự hiện diện của chúng ta trong cõi đời này, trong thế giới này, dẫu rằng đó là một thế giới bất toàn.

Và khi hiểu ra được điều đó, thì ta có thể yên tâm mà vui sống.

Tiết Đại thử, năm Nhâm Ngọ, 2002
Tần Hoài Dạ Vũ

TÂM NHIÊN

NGUYÊN CẨN TRÊN NGÀN DẶM PHONG TRẦN

Giữa phong trần cuộc lữ, Nguyên Cẩn vừa đi vừa ngắm nhìn, lắng nghe và dĩ nhiên là viết, viết và viết liên tục không ngừng. Bút lực dồi dào vững chắc, bền bỉ sâu sắc, lặng đi vào giữa lòng đời, khơi dậy niềm yêu thương, đánh thức lương tri nhân loại một cách tự nhiên, truyền cảm lạ thường. Tư tưởng nhân văn ấy, thể hiện qua tám tập thơ đã xuất bản: Gởi Lại Đôi Dòng, Bụi Phấn Một Đời, Cuối Đường Mây Trắng, Gánh Tình Qua Sông, Nhìn Sâu Trong Mắt, Ngồi Đợi Gió Sang Canh, Sầu Rụng Thành Hoa, Đối Thoại Với Hư Không, hai tập tản văn Cà Phê Không Đường, Bóng Chữ Trước Đèn và hàng trăm bài viết còn nằm rải rác trong các bản thảo.

Chào đời năm 1956 tại Sài Gòn giữa thủ đô miền Nam Việt Nam, cảm thụ, tiếp thu nền văn hóa, văn minh tân tiến, hiện đại. Thuở còn sinh viên, ngưỡng mộ Nguyễn Du, Bùi Giáng, Phạm Công Thiện, Tuệ Sỹ... Lớn lên thích đọc triết lý Đông Tây kim cổ, say mê Lão Tử, Trang Tử, Lâm Tế, Bồ Đề Đạt Ma, Huệ Năng, Kim Dung, Tuệ Trung Thượng Sĩ, Rimbaud, Nietzsche, Krishnamurti, Nikos Kazantzakis... Suy tư nghiền ngẫm, thấm dần vào trong tâm trí thông minh vốn đầy mẫn tuệ. Thế rồi, tốt nghiệp Đại học Sư phạm năm 1978, đi dạy học ở Nha Trang một thời gian. Sau đó, hoàn thành Tiến sĩ Kinh tế học, giảng dạy các trường Đại học Tài Chánh Kế Toán, Đại học Ngân Hàng, đồng thời làm quản lý doanh nghiệp hóa chất Nam Giang.

Đặc biệt, điểm nổi bật nhất là Nguyên Cẩn cũng nghiên cứu Phật giáo Thiền tông đến độ thâm sâu, thấu thị và biết đem ứng dụng một cách hài hòa, sinh động vào cuộc sống thường nhật hằng ngày.

Tạo ra niềm hỷ lạc, hân hoan cho bản thân và đương nhiên là cho mọi người lân cận, thân thiết quanh mình. Thích làm việc từ thiện, cứu giúp, tài trợ cụ thể cho những hoàn cảnh ngặt nghèo, khó khăn, thảm hại ở những vùng xa xôi hẻo lánh. Ngoài việc làm thơ, thi sĩ còn viết nhiều thể loại tản văn, bút ký, lý luận văn học, thời sự. Vô cùng say đắm nàng thơ nhưng cũng đam mê sáng tạo và sáng tạo miên man, chỉ để hiến dâng cho mười phương mây trắng, kính tặng mặt đất thân yêu trên dặm dài lang thang lữ thứ.

Từ bao giờ đến bây giờ, dòng nhân sinh trường mộng vẫn âm thầm chảy trôi giữa đôi bờ sống chết, có không, mộng thực... Dẫu vẫn biết vô thường đang diễn bày ngay trên từng bước đi của ngày tháng với những bất an rình rập, những vu oan giá họa, những oan khiên nghiệt ngã, những khủng bố dã man… không ngừng bức bách, bởi từng trận gió hư vô khô khốc, bởi sự độc tài một cách vô nhân đạo đang diễn ra khắp nơi trên toàn thế giới, nhưng tất cả mọi cuồng phong, bão tố, mọi tai ương thảm họa khủng khiếp kia, cũng không thể nào dập tắt được ngọn lửa thiêng trong trái tim người, không thể nào hủy diệt được ý chí sáng tạo của con người, nhất là của những đạo sĩ, thiền sư, nghệ sĩ, thi nhân mà trái lại, chính ở ngay trong những cơn lốc bể dâu nọ, đã khích động họ lên đường, vượt qua và vượt qua những đoạn trường, những chướng ngại đầy gian nan thử thách của tồn sinh.

Trong số những nghệ sĩ, thi nhân đích thực đó, có Nguyên Cẩn, một nhà thơ thuần nhiên chơn chất, dấn bước một mình trong cô đơn lặng lẽ, như cưu mang một nỗi niềm chi ẩn mật mà đi khắp nẻo ta bà, rong ruổi mộng chơi vơi:

Cuối sông cuối bãi cuối trời
Cuối cùng của những bời bời rối răm
Tình người bọt nước mù tăm
Rừng U Minh vẫn trăm năm u hoài
Biển xa sóng vỗ dọc dài
Tuổi thơ mặn chát trong ngoài ước mơ

Thở bầu khí hậu đầu nguồn, cuộc lữ rong rêu theo gót mộng phiêu lưu tận cuối đất cùng trời, giáp mặt với cõi người ta, từ phồn hoa phố thị đến những làng thôn hoang dã tiêu điều. Phiêu bồng hết mọi vùng biển rộng sông dài, rồi ngao du lên tận cao nguyên, những xứ miền núi cao, bạt ngàn rừng sâu rú thẳm, mây trắng và sương mù trùng trùng điệp điệp, vừa đi vừa lắng nghe bao nỗi đời rơi xuống buồn bã xót xa:

Ngả lưng trên đồi nghe chim hót
Chén buồn nghiêng ánh giọt chiều rơi
Tìm quên trong cõi đời vô vọng
Vò rượu tình cay đã cạn rồi

Ngả lưng trên cao nhìn xuống thấp
Người người tất bật địu ngày đi
Gian nan nặng gánh vai gầy trĩu
Cõng suốt trăm năm để lại gì?

Thi sĩ ngậm ngùi ôm nỗi sầu thế sự lên núi như Cao Bá Quát, Tản Đà ngày xưa uống rượu tiêu sầu. Rượu tình, rượu nghĩa, rượu ngọt bùi lẫn cay đắng đều dốc cạn một lần cho tiêu tan hết những niềm đau thân phận kiếp người. Ôi một kiếp phù du, huyễn hóa chớ có gì quan trọng lắm đâu? "Trăm năm còn có gì đâu? Chẳng qua một nấm cỏ khâu xanh rì." Phải không Nguyễn Gia Thiều? Chiều hoang vu đứng trên đồi cao khói sương bảng lảng, nhìn xuống cõi đời bé nhỏ, lô nhô, lúc nhúc những sinh linh đang quần quại đấu tranh, giành giật mảnh danh vọng, chìm đắm trong đám bùn lầy vật chất dưới kia mà thi nhân trầm tư, chạnh lòng trắc ẩn, thốt lên từng lời thơ ngụ ý như nhắc nhở chân thành:

Người ơi! Hãy giữ lòng trinh bạch
Cho cõi thơ thanh quý một đời
Tình vẫn ngời thơm manh áo rách
Máu còn thắm sạch trái tim côi

Người ơi! Hãy giữ lòng ngây dại
Cho ý thơ bay vút tận trời
Cho nụ cười vui luôn ở lại
Dẫu ngàn cay đắng đọng sau môi

Người ơi! Hãy giữ lời như ngọc
Tạc đá hồn thơ dẫu đoạn trường
Cho kẻ tìm thơ không phải khóc
Lệ buồn "vô mệnh thị văn chương"

Thi nhân trải lòng ra mà tâm sự như thế, thể hiện một phong thái bao dung rộng lượng, muốn cùng chia sẻ với mọi người mọi kẻ, khắp chốn nơi nơi, nhất là với những nhà thơ, văn nghệ sĩ, những tâm hồn bẩm sinh nhạy cảm. Hãy biết tự trọng, giữ gìn sự thanh bạch, cao quý, "đói cho sạch, rách cho thơm." Dù có bị áp bức đọa đày, điêu linh, khổ lụy đi chăng nữa, thì cũng không bao giờ run sợ, hèn hạ làm kẻ nô lệ, bẻ cong ngòi bút, uốn lưỡi đi tuyên truyền, ca ngợi những thế lực vô minh. Hãy cứ để tự nhiên cho trái tim ngây thơ rung động, nhẹ mỉm cười theo hồn thơ bay vút lên tận thiên thanh vĩnh thúy, trên con đường thênh thang sáng tạo, hướng về Chân Thiện Mỹ ngay trong trái tim mình. Chính từ nhãn quan phóng khoáng bao la đó, thi nhân dấn thân vào cuộc sống, bằng thái độ chân tình cởi mở, thở cùng không khí thi ca thuần chất, rất mực chan hòa:

Người từ ánh sáng đi ra
Tôi từ trong mẹ và cha đi vào
Trần gian kính cẩn xin chào
Trang nghiêm cười khóc lao xao mọc mời
Sóng xô chuyện của một thời
Nước trôi chuyện của một đời phù vân
Cái thân trang trải nợ nần
Chiêm bao kết tụ trắng ngần thành sương
Tử sinh chỉ một con đường
Uy nghi lá rụng vô thường mộng rơi

Chơi giữa vô thường là một cuộc chơi hòa điệu với sinh tử bi hùng cùng chiêm bao ảo mộng, hư huyễn phù vân. Thế thì còn chi ly kỳ, gay cấn hơn nữa, phải không? Bồng tênh trên thể điệu tùy nghi, thi sĩ bước đi phiêu nhiên giữa vạn pháp chập chùng. Rồi một hôm thư thả, bình yên ngồi lại một mình thiền định, tịch nhiên quán chiếu vạn pháp suốt từ nghìn xưa cho tới nghìn sau:

Tôi ngồi tựa pháp nghe mưa
Giọt sau chen giữa giọt xưa chan hòa
Tôi ngồi tựa pháp xem hoa
Cánh là diệu hữu nhụy là hư không
Tôi ngồi tựa pháp qua sông
Đò nghiêng sóng động mà lòng thản nhiên
Tôi ngồi ngắm bóng mây thiền

Bến xưa trời cũ muộn phiền nước trôi
Tôi ngồi một cõi rong chơi
Ghế không chiều lạnh quán đời rỗng tênh

Rỗng lặng, rỗng rang khi quán tưởng thấy suốt ba đời, sáu cõi, mười phương trùng trùng pháp giới Hoa Nghiêm đều nằm gọn trong một tâm niệm vi diệu, vi tế của mình đây thôi, nên triệt để dốc hết lòng dạ ra sống mãnh liệt và mãnh liệt hơn nữa. Sống một lần Tự Do Đầu Tiên Và Cuối Cùng như đạo sư Krishnamurti hay sống Tâm Tình Hiến Dâng như thi hào Tagore hoặc sống thơ mộng, hồng hào như đóa hoa sen giữa bùn lầy uế trược bụi phù sinh:

Đóa sen soi lại bóng mình
Giữ lòng trong giữa nhục vinh cõi trần
Bùn danh lợi níu bao lần
Biển tâm sóng dậy xoay vần gió sương
Chân đi không lấm bụi đường
Hồn thơ giũ sạch đoạn trường bước qua

Thật là độc đáo, khi hồn thơ giũ sạch hết cặn bã lợi danh, thành hay bại, vinh với nhục cũng rơi lả tả dưới dặm dài gót lữ phong trần. "Chân đi không lấm bụi đường" là bước đi không dính mắc, chẳng vướng kẹt vào được và mất, khen và chê, sướng và khổ, tài với sắc, danh thơm và tiếng xấu giữa trần gian cát bụi mịt mù. Giũ sạch mọi đa đoan, đoạn trường nhân thế, bước qua vô thường, dâu bể một cách thanh thản an nhiên, tương nhượng hòa hài:

Nước từ vô tận trùng lai
Hóa thân ghềnh thác vẫn mài miệt tuôn
Tôi từ giọt máu cỗi nguồn
Nỗi đau phát sáng ánh buồn thành thơ

Chính từ trong bao khổ lụy, bi thương, từng uống cạn bao dòng máu lệ tồn sinh đó mà tấm lòng thi nhân đồng cảm tiêu hóa, tiêu dung giọt lệ và nụ cười, khổ đau và hạnh phúc... để rồi rung ngân lên thành tiếng thơ tha thiết, nồng nàn. Đối với chàng, thơ là phím đàn ngoạn mục, là cung bậc xuất thần nhập diệu yêu thương, là nhiệm mầu sâu kín và nhẹ vời tương ưng trong từng hơi thở:

Bao giờ cho đến bao giờ
Thơ rung lại nhé phím tơ hồn người

Để thơ chẳng phải về trời
Để người sống lại với đời yêu nhau

Hãy yêu thương nhau đi, vì chỉ có tình thương mới đem lại hòa bình cho nhân loại. Hãy phát động một cuộc cách mạng tâm thức, một cuộc chuyển hóa tâm linh, bằng hết sức sự tinh thành, mạnh mẽ nhất. Lên đường khám phá chính mình, không phải là chạy khắp đông tây, khắp nam bắc để tìm kiếm mà ngay dưới gót chân, ngay giữa lòng sâu thẳm của chính mình đây thôi. Từ đó, phát hiện ra một phương trời bát ngát của tự tâm, tự tánh phong quang, huy hoàng tráng lệ:

Bốn phương sông núi yên bề
Một phương ta mở lối về Chân như
Rỗng rang là cõi thái hư
Là trong trắng mộng vô dư Niết bàn

Niết bàn hay Chân như là những khái niệm chỉ cái bản tâm thanh tịnh, sáng suốt của mỗi người trong tất cả chúng ta, vốn sẵn có từ vô thủy đến vô chung. Chỉ cần mình tỉnh thức, trực thấy, nhận ra bây giờ ở ngay trước mắt, sống thực sự với bản tâm đó thì thong dong, thõng tay vào phố chợ ta bà, tha hồ dạo chơi tự do tự tại, qua lại ra vào vô sự giữa muôn chiều diệu dụng Như Như. Giữa ngày tháng đi hoang, chàng thi sĩ Nguyên Cẩn bất ngờ cùng đồng thanh tương ứng với thi hào Vương Duy, trên nhịp bước trở về cửa Phật, cửa Không lồng lộng thâm trầm: "Ở đời bao chuyện thương tâm. Không về cửa Phật biết làm sao khuây?"

Thật vậy, đã từng thấy nghe, chứng kiến biết bao nhiêu chuyện đời thống khổ thương tâm. Trầm tư khắc khoải, quay quắt đủ thứ quần quại ưu phiền, nhiêu khê, tế toái, rồi hốt nhiên, chàng liền chuyển hóa, tạo một bước nhảy trọng đại quay về. Trở về quê xứ nội tâm, phấn chấn rộn rã quy hồi cố quận, trên tinh thần trân trọng từng giây phút tân kỳ mới lạ. Thưởng thức được hương vị tâm thiền uyên mặc, phảng phất tận đáy lòng sâu xa và hòa chan vào với thực tại đang là:

Đã đi mòn một khoảng trời
Đường mây cánh mỏi mà đời chửa yên
Đêm đêm lắng đọng ưu phiền
Chắt chiu một giọt hương thiền tĩnh tâm
Nhân gian quay quắt bụi lầm

Bão từ mê vọng mạch ngầm sóng xô
Mai này trùng ngộ hư vô?
Thì xin trân trọng phút giờ hiện sinh

Hiện sinh, hiện tại, hiện hữu là sống trọn vẹn với thực tại hiện tiền. Tuyệt nhiên không hối tiếc những gì đã qua trong dĩ vãng, quá khứ, chẳng mơ màng, mong ước, vọng cầu chi ở tương lai, mai mốt xa xôi. Giống như thi sĩ Thụy Điển Tomas Transtromer vừa được giải Nobel văn chương năm 2011 tâm sự: "Gần đây, những suy niệm về tôn giáo nảy sinh trong tôi lúc này lúc khác, khiến tôi nhận ra ý nghĩa có mặt trong phút giây hiện tại, trong việc nương vào thực tại, cảm nghiệm nó và sáng tạo nên một điều gì đấy về nó", nhà thơ Nguyên Cẩn cũng vậy, cũng thể điệu chịu chơi nhập cuộc rốt ráo vào hiện sinh, vào cái bây giờ và ở đây, ngay trong từng một niệm tưởng sát na:

Niệm tôi một niệm thở ra
Buồn xưa như khói thoảng qua mặt hồ
Niệm tôi bắt tận nam mô
Phật từ tâm hiện mây mờ vụt tan
Nụ cười sau những tân toan
Trời giông bão tạnh sóng tràn ý thơ
Niệm tôi thuyền tách bến mờ
Nghiệp duyên giũ sạch sang bờ ngoái trông
Niệm tôi vô xứ vô tông
Quê là huyễn hữu không không là nhà
Niệm tôi một niệm vào ra
Quán trăm năm một sát na ra vào

Một khi khám phá ra quê nhà chính là Tâm Không, Tánh Không, biết mình "không từ đâu đến cũng chẳng đi về đâu" thì an trú vào thực tại hiện tiền, cái đang là như thị. Thế là thi nhân đã thấy ra giữa ngút ngàn sương khói, lãng đãng phù vân, chính tâm mình là Phật, chính lòng mình là đạo, nên không còn thắc mắc, tự hỏi đạo là gì như thuở nọ, ngày xưa nữa. Một khi những trăn trở, trằn trọc buông xuống nhẹ nhàng, vắng lặng mọi hướng ngoại tầm cầu thì tự nhiên hiển lộ cố xứ Như Lai, ngay trong lòng tự tánh thanh tịnh của chính mình, thi nhân liền vội quỳ xuống dưới chân Đức Phật giữa đêm giao thừa linh diệu siêu nhiên:

Con khấu đầu xin thôi ước nguyện
Khi hiểu mai về một cõi Không
Bừng lên một sát na vô niệm
Con thấy Như Lai hiện giữa lòng

Ơi chao! Gặp Thế Tôn trong tâm hồn mình rồi, thấy Đức Phật đưa cành hoa lên và thi nhân mỉm cười, niêm hoa vi tiếu, chợt "bừng lên một sát na vô niệm" phi thường như thế, quả thật là một niềm vui cực kỳ hy hữu, tưởng chừng như nhập vào cảnh giới Hoan hỷ địa, bất khả tư nghì. Vô niệm là một pháp môn độc đáo của Lục Tổ Huệ Năng, như Lục Tổ từng phát biểu: "Nếu thấy hết thảy pháp mà tâm không ô nhiễm cũng không vướng mắc, ấy gọi là Vô niệm. Hoạt dụng hết thảy chỗ mà chẳng mắc vướng chỗ nào, chỉ cần thanh tịnh bản tâm để cho sáu thức ra vào sáu căn, đối với sáu trần không nhiễm, không dính, đến đi tự do, ứng dụng vô ngại, tức là Bát Nhã tam muội, tự tại giải thoát, gọi là hạnh Vô niệm."

Như vậy, vô niệm cũng là vô tâm, vô sự, vô vi. Thi nhân dù chỉ mới bừng thấy một thoáng thôi cũng đủ sức mạnh tinh thần vô úy, không hề sợ bị vướng nhiễm, chìm đắm trong vô minh, ngũ dục, nên vẫn tiếp tục thung dung giữa phù hoa phố bụi. Cúi lạy dâu biển vô thường, tri ân đất trời cùng với sinh tử trầm thăng, bằng cách trì tụng thần chú Đại Bi trong âm thầm miên mật:

Tình thâm nghĩa trọng ân cần
Biển dâu lạy tạ một lần ra đi
Mai về tụng khúc Đại Bi
Nửa đêm hoa rụng tức thì khai tâm

Khai tâm là một trạng thái mở bừng mắt tuệ giác rực ngời tỏ sáng. Thấy tất cả mọi hiện tượng của toàn thể vũ trụ, nhân sinh đều từ tự tánh Không biểu hiện mà ra cả, chứ chẳng có thực chất riêng biệt gì. Đi vào mọi cảnh giới trần gian muôn màu muôn vẻ mà vẫn vô quái ngại, không dính mắc, chẳng bị ràng buộc vào đâu hết, không bị trói cột vào bất cứ sự việc gì gì giữa chốn trần ai.

Phải chăng, trên muôn chiều phiêu lãng giữa nghìn trùng bạt mạng, lênh đênh trong đêm dài sinh tử, qua những trầm tư, kiếm tìm đến tuyệt lộ, hụt hẫng, chới với... rồi bất thần bùng vỡ, vất bỏ, buông xuống, trút hết mọi vọng tưởng mê lầm, quét sạch cuồng si, ám chướng quỷ ma và ngồi lại tịch nhiên lặng lẽ. Lắng nghe từng điệu thở nhẹ nhõm vô tư, tự nhiên quên hết nỗi sầu vạn đại, quên luôn cái ngã chấp âm thầm, quên ta quên người, quên đời quên đạo, quên ngộ quên mê... thì kỳ diệu thay, bất ngờ chợt thấy rộ bừng ra một đóa hoa sen, một nụ hoa lòng Mạn đà la ngào ngạt, ngát hương đời long lanh lấp lánh tuyệt vời:

Tôi ngồi bờ bãi lênh đênh
Hồn thơ nặng nghiệp nghe kinh lại về
Tôi ngồi tựa pháp tìm quê
Đã lâu lầm lạc lối mê man tình
Tôi ngồi quên bóng quên hình
Quên kinh quên kệ quên mình quên ta
Tôi ngồi sầu rụng thành Hoa
Tịnh liên chớm nở Mạn đà la rơi

Thế là trên cuộc lữ phong trần, nhà thơ Nguyên Cẩn, bằng sự chí thành chân thiết đã chuyển hóa những khối sầu vạn cổ, những ngậm ngùi thế sự, bèo bọt mong manh thành một đóa sen lòng thanh thoát ngát hương. Hương vị thi ca lồng lộng giữa ngày tháng tang bồng, giống như thiền sư Nhất Hạnh cũng thường hay nói hoài như một điệp khúc, khắp đó cùng đây: "Hãy ví khổ đau như là rác rưởi và hạnh phúc như những đóa hoa tươi. Khi chúng ta biết chuyển hóa đau khổ thành phúc hạnh là chúng ta biết cách biến rác rưởi trở thành hoa rồi vậy."

Thấy như thế và thực hiện được như vậy giữa cuộc đời là một việc làm hy hữu, hiếm hoi, thi nhân hân hoan đi về thế giới nội tâm thâm hậu, thấu suốt xưa sau, nhẹ nhàng hát nghêu ngao những tình khúc vô ngôn, rộn rã ngâm nga thơ Bùi Giáng và đọc hào sảng một bài thơ của thằng bạn lang thang sĩ Tâm Nhiên ở tận cuối góc bể chân trời, mới vừa gởi về mến tặng chiều nay:

Cuộc lữ đó kể từ đâu chẳng biết
Viễn phương ca ta hát khúc độc hành
Rộn ràng nhịp đập uyên tư mãi
Cùng phù du cát bụi quá mong manh

Đi cho hết những đêm dài tận cuối
Ngời trăng sao trên tư tưởng sương nhòa

Thả bay ý thức rơi ngôn ngữ
Bỏ và buông xuống nhẹ cả cái ta

Xả chấp thật nọ này còn vướng mắc
Chẳng vương chi khi kiến thức giải trừ
Sầu rụng thành hoa hòa hài bước
Khắp trăm miền theo thể điệu như như

Chiều phiêu lãng dừng chân bên quán
Rượu tình thơ dăm ba cốc ven đường
Đời ta đã muôn trùng vạn ngã
Mà chốn nào cũng về nẻo yêu thương

Tâm Nhiên

Thơ Nguyên Cẩn (chữ nghiêng) trích trong các thi phẩm:
Ngồi Đợi Gió Sang Canh - Thanh Niên xuất bản 2006
Sầu Rụng Thành Hoa - Thanh Niên xuất bản 2010

VỀ TÁC GIẢ TÂM NHIÊN

Lớn lên bên dòng sông Cẩm Lệ, quê nhà Đà Nẵng. Trước 1975 học Phật khoa Đại học Vạn Hạnh, Sài Gòn. Hồn thơ lãng đãng phiêu diêu suốt muôn chiều vi vu vi vút... Sau 1975 cuộc lữ khởi sự băng qua những sa mạc đời hư vô khô khốc, những địa ngục sục sôi, cháy đầy lửa bỏng, những hố thẳm âm u, mịt mù tăm tối... Rồi cuộc lữ mở ra một con đường phong quang sáng tạo, ngút ngàn mây trắng với những phương trời bát ngát bao la... Để cho lang thang sĩ chợt thấy mình không là chi cả: Không tên tuổi, không gia đình, không sự nghiệp, không địa vị, không bổn phận, không trách nhiệm, không mục đích, không chỗ trú cư trong thời gian và không gian. Không chỗ trụ vào bất cứ đâu, nên thênh thang vô sự theo cách điệu tiêu dao du ngay cái đang là, luôn luôn mới lạ và mới lạ giữa như thị như nhiên, phiêu bồng không chấp. Chẳng hữu tâm chẳng vô tâm. Nhập cùng tất cả bước trầm nhiên qua.

ĐÌNH QUÂN
ĐẾN VỚI BÀI THƠ HAY
LÀ NƯỚC CHẲNG LÀ SÔNG

THẮP MỘT DÒNG SÔNG

Thắp đèn cho sáng phố
Thắp đêm cho sáng lòng
Mùa thu ngoài cửa sổ
Đời toan về, chửa xong

Thắp chiều cho ấm núi
Thắp tình cho ấm môi
Bao nhiêu năm lụi đụi
Bên nhau, mình vẫn ngồi

Thắp đèo cho suối chảy
Thắp đê cho sông tuôn
Ngày vui còn lại mấy
Thu qua, em có buồn

Thắp hồng vuông cỏ nắng
Thắp xanh lá vườn tôi
Sợ mai vườn sẽ vắng
Tiếng lá rụng sau đồi

Thắp vàng mai buổi sớm
Thắp tím pensée chiều
Nghe gió đông vừa chớm
Tóc xưa đã bạc nhiều

Thắp gì cho hạnh phúc
Thắp gì cho mai sau
Thân rồi như củi mục
Trăng biết còn nguyên màu

Thắp gì em, đêm cạn
Thắp gì tôi, tàn đông
Bốn mùa trôi vô tận
Lai sinh lòng hẹn lòng

Thắp lửa cho dòng sông
Thắp bình minh cho nước
Để thấy mình sau trước
Là nước chẳng là sông.

(Thơ Nguyên Cẩn)

Sông là chảy. Chảy miên man trùng trùng bát ngát. Nước từ trên cao đổ xuống, xẻ lạch, rạch dòng, mở luồng, tuôn chảy chẳng kể ngày đêm… Chảy một sự khởi đầu. Chảy – chữ hàng thứ tư, theo triết gia Phạm Công Thiện tất cả tư tưởng triết lý Việt Nam nằm trong 5 chữ; chay, chày, cháy, chảy, chạy.

Còn câu danh ngôn của Heraclitus, không ai tắm hai lần trên một dòng sông là ông muốn gợi lên cái ý niệm thường hằng: sự vật vận động, thay đổi và biến chuyển không ngừng nghỉ. Có nghĩa là khi ta lội xuống và khi không lội xuống dòng sông đều biết lúc ta có mặt và không có mặt, thời khắc ấy tính thể của từng sát na đã đổi khác rồi. Nhà thơ Nguyên Cẩn trong khổ cuối của bài thơ *Thắp một dòng sông* đã thể nghiệm: *Thắp lửa cho dòng sông/ Thắp bình minh cho nước/ Để thấy mình sau trước/ Là nước chẳng là sông.* Tại sao đứng trước dòng sông Nguyên Cẩn chỉ thấy là nước chứ chẳng là sông? Tức Nguyên Cẩn đang làm cuộc trở về của bản lai diện mục với cái tâm chân thật nhất! Tôi nhớ trong thi văn Thiền tông có truyền tụng: *Mù tỏa Lô Sơn sóng Triết giang/ Khi chưa đến đó hận muôn vàn/ Đến rồi về lại không gì lạ/ Mù tỏa Lô Sơn sóng Triết giang* (bài thơ tương truyền của Tô Đông Pha). Đi mãi rồi trở về vẫn là *Lô sơn yên tỏa Triết giang triều.* Và thêm đối chiếu đoạn tri nghiệm của thiền sư Wei-hsin lại thấy "cuộc đi - về" vừa nêu trên và dẫn sau đây, không khác: "Ba mươi năm trước, khi chưa học thiền thấy: núi là núi, sông là sông. Sau đó tiếp nhận sự dạy dỗ của thầy lại hiểu rằng: núi không phải núi, sông không phải sông. Rồi sau ba mươi năm tu hành nhận chân ra; núi quả thật là núi, sông quả thật là sông". Khi mắc kẹt trong cái nhìn nhị nguyện, đối đãi thì có sự phân biệt. Nhưng khi thấm đẫm trong cái nhìn nhất nguyên, một là tất cả thì cái không hai không hiện tiền. Điều khẩn thiết là tự mình thắp sáng ngọn đèn, thắp đêm cho sáng, thắp tình cho ấm, thắp hồng vuông cỏ, thắp xanh lá vườn… để thấy mình ở đâu và đang về đâu trong cõi mộng trường này. Cứ mỗi lần thắp là mỗi hồi quang "phản tỉnh" và những lần thắp ấy là cuộc trở về hoàn nguyên trong trẻo tự ngàn xưa… Nguyên Cẩn bao nhiêu năm rồi mãi lụi đụi thắp, đến một ngày kia lại dồn dập hỏi: thắp gì cho hạnh phúc, thắp gì cho mai sau, thắp gì em, đêm cạn, thắp gì tôi, tàn đông… Chẳng thấy đâu là câu trả lời.

Nước đứng thứ hai trong tứ đại (đất nước gió lửa), có lẽ một đời Nguyên Cẩn chẳng mong cầu chi thấy nước rạch dòng, xẻ dòng, mà chỉ: *Dòng sông đi cho nước nói ngàn ngày/ Rằng biển rộng không bến bờ em ạ* (Bùi Giáng). Sự tương tục nối tiếp nhau không dứt; sự biến chuyển liên tục của thiên nhiên luôn là một thách thức cho những ai muốn đạt cái thực tính trong các pháp: không sinh, không diệt, không cấu, không tịnh. Trong Luận đại trí đạo: *Chẳng sinh, chẳng diệt/ Chẳng đoạn, chẳng thường/ Chẳng một, chẳng khác/ Chẳng đi, chẳng lại…*(Bất sinh diệc bất diệt/ Bất thường diệc bất đoạn/ Bất nhất diệc bất dị/ Bất lai diệc bất xuất… Bản việt dịch của hòa thượng Thích Trung Quán). Các pháp hữu vi bởi tính không thường trụ nên có sinh ắt có diệt. Con người đi trong vô minh nên luôn lạc lầm và đau khổ. Nguyên Cẩn thắp lửa, thắp bình minh vì đời buốt giá và tối tăm. Đây được xem như "phút quán tưởng" của Nguyên Cẩn nguyện cốt sao cho cuộc đời này bớt hư hao, buồn tẻ.

Ngoài kia *Bốn mùa trôi vô tận/ Lai sinh lòng hẹn lòng.* Nguyên Cẩn chỉ mong ngày trở lại để về được thắp lên dòng sông tâm trên nhánh sông đời lắm buồn thương!

Đình Quân

TRƯƠNG VĂN DÂN
NGUYÊN CẨN, NHÌN QUA LĂNG KÍNH.

Viết về Nguyên Cẩn là một việc làm không dễ. Vì anh là một nhà văn viết nhiều thể loại, đọc thể loại nào cũng có thể viết về anh, nhưng muốn viết cho đủ rất dễ sa đà vào câu chữ lan man. Bài viết này vì thế chỉ là một vài phác thảo chân dung anh qua một số trang viết, nhưng không có tham vọng nhận định đầy đủ về một tác giả viết nhiều, từ Thơ, Văn, Tiểu luận, Tản văn, Dịch thuật, Truyện ngắn, Bút ký đến Nghiên cứu Phật giáo, Bình luận văn học...

Một nhà văn viết nhiều như thế chắc chắn phải là người có kiến thức uyên bác, chịu quan sát, học hỏi và đọc kỹ rất nhiều lãnh vực. Từ sách báo trong nước đến các tư liệu bằng tiếng nước ngoài.

Nhìn chung... có thể nói viết nhanh, viết hay, viết nhiều là nét độc đáo cuả Nguyên Cẩn. Dường như khi nào cầm đến bút là anh đã có sẵn ý tưởng và bố cục nên sau đó chỉ cần đọc lại, chỉnh sửa một chút là đã có bài viết hoàn chỉnh. Tốc độ viết của anh luôn làm tôi ngưỡng mộ.

Nguyên Cẩn viết nhanh nhưng không hời hợt. Thơ có sự thi vị của thơ, tiểu luận thấu đáo phân tích, truyện ngắn tình tiết chặt chẽ, có lý có tình và hình như tất cả trang viết của anh dày đặc tư tưởng Phật giáo. Những vấn đề anh đặt ra trong các bài báo luôn thể hiện sự quan tâm đến tinh thần phản biện xã hội, giải bày sự trăn trở của người trí thức trước cuộc đời.

Khó thể đọc hết những điều Nguyên Cẩn đã viết, nhưng chúng ta hãy nhìn những tán sắc xuyên qua lăng kính để thử phác họa một chân dung văn học.

1- Nhà giáo:

Ngay từ thời còn rất trẻ, trong khi đưa giáo sinh đi thực tập ở một vùng quê nghèo anh đã đọc bài tổng kết đợt thực tập sư phạm bằng thơ:

Cho tôi gọi tên em mau vào lớp học
Nhưng giờ truy bài tôi chẳng gọi tên em
Vì tôi hiểu chiều qua em còn cắt lúa
Ánh đèn dầu không đủ sáng qua đêm

(Cho tôi gọi tên em)

… thì đủ biết Nguyên Cẩn là một nhà giáo nhạy cảm và thấu hiểu đời sống nhọc nhằn của các học sinh lam lũ. Tuy lớp trẻ đó có khác anh đôi chút, tuổi thơ của anh tuy không sung túc nhưng không đến nỗi vất vả như lũ trẻ kia: *thưa thầy con chẳng thuộc bài /vì con còn mãi dông dài phố trưa…* Nhưng anh hiểu và bao dung cho những em bé, không phải vì lười nhát mà bận lo miếng cơm manh áo nên thời gian dành cho việc học không còn bao nhiêu.

Bài thơ này cũng cho ta biết là NC đã đến với văn chương ngay từ những năm cuối trung học, khi chiến tranh đang bừng bừng lửa cháy, cảnh chết chóc dã man đã từng nghe và chứng kiến mỗi ngày, nhưng trong anh cái nhìn về cuộc đời từ bấy đến nay luôn bằng đôi mắt trong veo của lòng nhân ái.

Trong truyện ngắn ***Chuyến tàu cuối năm*** Nguyên Cẩn có kể lại, mà chắc đó là một tự truyện: Sau khi tốt nghiệp, một anh giáo được phân công về dạy ở một miền quê nghèo. Khổ cực. Cô đơn. Và nhân dịp Tết được về thăm nhà anh quyết định bỏ việc, trốn về Sài Gòn. Thế rồi trong lúc chen lấn ở nhà ga anh bị mất một chiếc dép. Chạy đi tìm thì không thể, mà chẳng lẽ lại đi chân trần… Trong lúc còn phân vân thì một cậu học trò mang chiếc dép đến cho anh. Cậu ấy ra ga tiễn thầy, tình cờ thấy và nhặt được: *"Anh nhìn lại phía sau, cái vùng quê nghèo ấy sao réo lên trong lòng anh những tiếng sôi của sóng. Anh cả thấy vị mặn của những hạt muối nơi ấy đã thấm trong hồn anh tự bao giờ."* Nguyên Cẩn không viết gì thêm. Chỉ cho biết là đoàn tàu lao vút trong đêm… nhưng người đọc tin chắc là sau Tết anh sẽ quay trở lại.

Câu chuyện đơn giản mà cái tình người đã làm người đọc xúc động.

Nhưng nghề giáo thời đó quá cơ cực. Giữ nghề thì không đủ sống: *"Đã có lúc tôi toan bỏ dạy, về lại Sài Gòn để buôn lậu thuốc tây và chạy áp phe. Nhưng nghe lời cha: "Trong hoàn cảnh nào cũng phải làm người trước đã. Con sẽ hư vì những đồng tiền phi nghĩa ấy. Hãy trở lại trường tiếp tục công việc dạy học.* Anh đã nghe lời cha và trở lại công việc giảng dạy và tìm thấy những niềm vui.

Hiện nay Nguyên Cẩn vẫn còn tiếp tục giảng dạy khoa quan hệ quốc tế ở Đại Học Văn Lang và tiếng Anh về Kinh tế ở trường KHXH& NV tại Sài Gòn.

2- Doanh Nhân.

Nhưng chuyện đời ít khi chiều theo ý người vì sau 10 năm đứng trên bục giảng người thầy giáo ấy phải bỏ lớp vì bị nám phổi (mà anh đã giải bày qua tập thơ **Viết từ buồng phổi trắng).** Sau đó anh cộng tác với các công ty đa quốc gia hơn 10 năm trước khi cùng bạn bè ra làm doanh nghiệp, Giám đốc Công ty Nam Giang từ năm 2000 và rút lui năm 2015 cũng vì sức khỏe.

Nhưng trước khi bỏ dạy vì bệnh nghề nghiệp, cũng đã có những giây phút làm anh xao lòng: *"... Có những lúc gia đình rơi vào hoàn cảnh u ám: cha hấp hối, không tiền chạy chữa, tôi làm việc mà lương không đủ ăn, từ xa hối hả chạy về, bị xe đụng, tai nạn, gượng ra ga sắp hàng mua vé, mất bóp, hết cả tiền lương và tiền tạm ứng cho tháng tới..."* **(Phật tại lòng ta)** nên có thể nói là từ cái đáy vực này anh đã phải vươn lên.

Tuy chuyển hướng mà tính chuẩn mực trong anh vẫn không thay đổi:

"Làm doanh nhân tất nhiên là phải tính đến lợi nhuận. Đó vừa là một nghĩa vụ với những người bỏ vốn đầu tư, vừa là một bổn phận với nhân viên, những người góp vốn và có cả trách nhiệm xã hội qua việc nộp thuế. Thế nhưng lợi nhuận đối với anh *"không phải là tất cả vì chúng ta phải cân nhắc nhiều yếu tố khác sao cho cân bằng giữa các trách nhiệm kinh tế, pháp lý, đạo đức..."* "Làm kinh doanh thì chữ TÍN phải được đề cao. Thiếu lòng tin thì không thể kinh doanh lâu dài được... Có khi phải hy sinh một phần lớn lợi nhuận hay thậm chí chịu lỗ để giữ chữ tín với khách hàng một khi mình đã hứa hay cam kết dù* *không bằng văn bản." Vì "Điều này suy cho cùng cũng sẽ làm lợi cho công ty về lâu dài và chính là giá trị tạo nên hình ảnh hay thương hiệu của một công ty."*

Trong một nền kinh tế mà biết người cần quan hệ (know-who) quan trọng hơn bí quyết công nghệ (know-how) thì theo anh cần phải xây dựng lại tính minh bạch và tinh thần "thượng tôn pháp luật", xây dựng trên niềm tin và văn hóa kinh doanh phải đồng hành với việc giữ gìn và phát huy những giá trị truyền thống.

Tất nhiên trong kinh doanh, tiếp xúc đủ các loại hắc bạch giang hồ, nhìn rõ bản chất cuộc đời, con người trí thức và nhạy cảm ấy không khỏi cảm thấy mình đơn độc nên đã tìm đến tôn giáo để nương tựa, sống theo lương tri cùng những ý tưởng vừa thiết thực vừa siêu thoát. *"Nhận ra bản chất cuộc đời, chúng ta sẽ giữ được tâm bình yên, giúp ta kềm chế hơn và biết thông cảm với tha nhân".* Nhìn đời như thế nên anh không thất vọng: *"Nhưng nhìn chung, tôi cho rằng vẫn còn rất nhiều người tốt với lương tâm trong sáng. Chỉ cần những giá trị văn hóa nền tảng như sự tự trọng, lòng danh dự, tính liêm chính... được tôn vinh thì người ta sẽ phải dựa vào lương tâm như một kẻ phán xử sau cùng."*

Triết lý Phật giáo lúc nào cũng cứ như bàng bạc và giúp anh lạc quan ngay cả khi mọi chuyện bế tắc.

3-Nhà thơ

Khác với những nhà thơ thương mây khóc gió, cách tân ngôn ngữ hay phóng bút về những điều trừu tượng xa vời thì những đề tài NC chạm phải đều liên quan đến đời sống, về quan hệ giữa con người và xã hội, về tình yêu, cái chết. Tiếng thơ của anh có thể cảm như lời tình tự thiết tha, là tiếng thở gần gụi với đời sống, phả ra hơi ấm tình người.

Trong giờ phút giao mùa, hãy nghe anh tâm sự:

Mùa xuân này nghe vắng tiếng rao đêm
Những gánh hàng rong đã xa rời phố chợ
Bác xích lô già ngồi nghe từng tiếng thở
Sợ ngày mai ai biết sẽ về đâu?
...
Mãi bơ vơ cơm áo nặng linh hồn

Chuông chùa vang từng tiếng vọng sinh tồn
Chắp tay nguyện giờ giao thừa vô vọng ... **(Tâm sự mùa xuân)**

Người đọc thơ anh bắt gặp ngay một tâm hồn vị tha và không thể không ngẫm nghĩ về những điều anh nhìn thấy rồi tự vấn xem mình trách nhiệm nào không.

Trong đời riêng, trong **Khúc hát chiều ru cha và mẹ** ta nghe thấy anh suy ngẫm về những người gần gũi:

- Cha như đất mẹ như hoa trên đất
Cha che tay rừng chắn gió muôn phương

...

Xín cúi lạy thâm tình xưa bất tận
Gọi tên người bốn phía chỉ mây vương..

Sau đó tất nhiên là nhắc về "người yêu dấu", tức người bạn đời tuyệt vời "giữ cả ba vai" người yêu, người tình, người vợ, đã cùng sẻ chia định mệnh và số phận với mình:

"Em như ngọn lửa hồng
Thắp tình anh đêm tối..

...

Em như là bóng mây
Che chiều anh khô cháy

...

Em như là cánh tay cho buồn anh ngã bóng
Chất chập chùng mê say
Thả theo em vào mộng... **(Nghĩ về em**)

Thật lãng mạn và ngọt ngào! Khi đọc bài thơ trữ tình này người vợ ấy chắc cảm thấy lòng mình lâng lâng, hạnh phúc và sung sướng

Rồi trên quãng đường thiên lý, chàng thi sĩ ấy vừa sống, vừa viết, trăn trở về những bất toàn và xót xa trong cuộc sống:

đã đi mòn một khoảng trời
đường mây cánh mỏi mà lòng chưa yên.
đêm đêm lắng đọng ưu phiền,
chắt chiu một giọt hương thiền tĩnh tâm.

Ngôn ngữ thơ của NC đậm đà chất thiền, anh viết như để mang

chút *hương thiền tĩnh tâm* dâng tặng mọi người. Vì dù đời có gập ghềnh trắc trở đến đâu thì cũng cứ bình tâm mà sống vui trong hiện tiền: *"Thôi hãy sống như chưa từng được sống, thôi cứ mộng như chưa từng được mộng..."* và bình tâm chứ không việc gì phải tham lam giành giật, vì cuối cùng ai cũng đều phải buông xuôi: *"áo công hầu khanh tướng bỏ ngàn sau.."* (**Miên man cõi tịnh**).

Với nhân sinh quan đó, anh xem Danh và Lợi chỉ là bèo bọt, phù vân:

Vay chi anh một chút danh?
Khoác lên áo đỏ lọng xanh rởm đời. (**Vay chi anh**)

Thái độ ấy chỉ có ở những người hiểu được lẽ đời, nhìn thấy sự phù du hư ảo, nhưng vẫn yêu tha thiết "cõi trần gian điên dại":

Tôi hít vào đầy phổi
Nhấm nháp chút nắng mai (**Chùm thơ những ngày bệnh hoạn**)

Yêu trần gian nhưng cũng có lúc xem sống và chết như một trò bỡn cợt. Trong **Sau cơn bạo bệnh** anh viết:

Sáng nay ồ, vẫn sống đường hoàng
Thế mà ngỡ cờ tang trước ngõ ( )

Vì sống và chết chỉ đi và về:

-… Một đóa mai vừa nở
Thơm ngát giữa vườn không
Một hôm nào ngưng thở
Hồn hóa đóa sen hồng... (**đối thoại với hư không**)

Xem cái chết như không. Nhưng khi hóa thành tro bụi thì anh vẫn ước muốn hồn mình về cõi an lành, an trú trong tịnh độ.

Nhìn chung, trong cõi thơ NC ngổn ngang tâm sự, buồn vui, suy ngẫm và trăn trở bao điều về xã hội, về thân phận làm người, và cuối cùng là ước mơ tìm đến cõi bình yên.

4- Nhà Văn - nhà phê bình.

Phần lớn các truyện ngắn của NC đều mang tinh thần Phật giáo, liên quan đến tính nhân quả. Truyện anh viết thường nói về những mảnh đời lầm lạc, về cách con người hồn nhiên làm khổ mình, vô tình hay hữu ý làm khổ đến những người xung quanh… Nhưng anh không cường điệu hay lên án họ mà để cho… Nhân Quả giải quyết. Đó có lẽ là cách lý giải để người đọc ngầm hiểu rằng trong cuộc sống, những gì ta gieo thì trước sau gì cũng sẽ gặt.

Hồi mã thương là một truyện ngắn như vậy. Truyện kể về một kẻ thủ đoạn, "vô độc bất trượng phu", xem cuộc đời là một gánh xiếc, chỉ muốn làm đạo diễn để biến kẻ khác làm trò hề. Anh hề hả. Sau khi lừa người vợ cũ, được cả tiền và tình, anh cưới cô vợ trẻ hơn. Nhưng chỉ tích tắc sau đó là anh bị cô vợ trẻ này cao tay cướp sạch, rồi vượt biên với người tình.

Trong truyện ngắn **Thầy Sáu** anh mở đầu như một hành trình đi tìm bản ngã: *"Cậu biết không? Mình phải trở thành cái người ta muốn chứ không phải cái mình thực sự là."* Nhưng sau đó anh vẽ cuộc sống muôn màu và đầy bí mật: Những người gặp hằng ngày nhưng sự hiểu biết của chúng ta về họ quá đơn sơ, phiến diện và luôn làm ta lạ lẫm: Một ông thầy trí tuệ, thông minh. Nhưng phía sau sự thông thái là sự hiểm độc và gian trá. Ông nói chuyện đạo lý, triết học thì rất hay nhưng hành động thì mưu mô, hiểm ác. Sau khi cưỡng hiếp con gái mang thai ông đã lừa để gả con cho bạn thân hay thay vì giảng hòa ông đã dùng mưu trí khích bác và gieo rắc hận thù giữa hai phe nhóm để xem chém giết. Một đoạn kết qua cách viết của NC rất bất ngờ và thú vị.

Tính Nhân Quả trong **Sân không dấy bụi** không tức thời mà sàng lọc qua thời gian: Một tên cướp ở miền Bắc, sau vào Nam thay danh đổi tánh, hóa thân thành một nhà thầu đáng kính. Nhiều năm sau, do một tình cờ, gã bỏ tiền an táng cho mẹ của một người bạn thân, đang trong hoàn cảnh khó khăn về kinh tế.

Thế rồi, thật bất ngờ, gã nhà thầu khám phá ra là bà cụ mà anh vừa an táng chính là một nạn nhân, bị anh cướp bóc và đánh đập 20 năm trước!

Mảnh sân không dấy bụi mà mắt gã bỗng cay. Gã thú tội và bỏ tiền giúp gia đình người bạn, trang trải mọi chi phí học hành cho các cháu, như một cách chuộc lại lỗi xưa.

Nhưng câu chuyện không đơn giản dừng lại!

Khi miền Nam thay đổi, gã nhà thầu vượt biên, gia sản mất sạch. Hai đứa con gái của gã bị cướp bắt. Gã may mắn sống sót mà đời như đã chết. Đến lúc này gã đã ngộ lẽ đời:: *"Khi người ta không biết mình sống để làm gì thì thì xem như đó là kẻ sống đang chờ ngày chôn mà thôi"* và hiểu là mọi chuyện đều vô thường, biến đổi: *"Cháu chưa cần uống trà, cứ nghe tiếng nước reo là vui rồi vì cuối cùng mọi thứ đều bốc hơi..."*

Truyện lôi cuốn, kể bằng nhiều giọng điệu và chuyển biến đột ngột, hai lần nhân quả báo ứng. Đây là một kỹ thuật viết, tựa như một vận động viên đứng trên bục phóng, tung mình lên cao, nhào lộn 2 lần trên không trung trước khi chìm đầu vào mặt nước và để lại những bọt nước lăn tăn ngấm vào lòng độc giả.

Một truyện ngắn khác, **chuyện tình bên dòng kênh**, kể theo một bút pháp khác:

Một sinh viên y khoa tên Quang, thời khó khăn tìm cách quyến rũ và lấy bà chủ nhà trọ tên Hoa lớn tuổi hơn mình để được tận hưởng cảnh cơm no bò cỡi. Sau khi tốt nghiệp anh hùn hạp và mở phòng mạch riêng với cô y tá tên Thu trẻ đẹp. Thấy mọi thu nhập từ phòng mạch chỉ có 2 người ấy biết, Hoa lờ mờ hiểu tình ý của hai người, nhưng mặc cảm vì mình bị vô sinh. Được thế, Quang càng lấn lướt, chê bai Hoa ù lỳ, ít động não và vô tích sự.

Một hôm Quang đánh thức Hoa dậy, yêu vợ nồng nàn rồi nói rằng anh sắp phải đi theo diện bảo lãnh của bà chị, vì hồ sơ làm 15 năm trước nên chỉ đi được một mình anh. Vậy là phải ly dị. Quang hứa là sau khi đến Mỹ sẽ làm ngay đơn bảo lãnh cho Hoa. "Mình chỉ tạm xa nhau có 3, 4 năm thôi".

Chồng đi, Thu cũng biến mất. *"Chắc họ đã lấy nhau rồi cũng nên"*. Nhưng mấy năm sau bỗng thấy Thu đến thăm, ngậm ngùi: "Ảnh đi với cô vợ trẻ hơn mình 15 tuổi chứ không có bà chị nào bảo lãnh hết. Quang mang theo hết tiền mà tụi em hùn hạp làm phòng mạch. Mà thôi! Tại mình ngu! Có lúc em cũng sai với chị". "Hôm nay em đến để cho chị biết 2 tin mới nhất: Anh Quang bị vướng tiền liệt tuyến, bị cô vợ ấy moi hết tiền và ly dị rồi. Ảnh đang bơ vơ, thất nghiệp ở xứ người." Nghe chuyện, Hoa ngậm ngùi "phải chị có con chắc anh không bỏ đi" thì Thu sẵng giọng:"Anh Quang bị vô sinh chứ không phải tại chị! Ảnh giấu, nhưng em có nói chuyện với bác sĩ xét nghiệm"

Truyện ngắn, tiết tấu nhanh nhưng có đủ mọi cung bậc cảm xúc và đầy đủ bố cục để hoàn thành một kế hoạch "phản bội liên hoàn" của anh chàng bác sĩ. Quang theo Thu, phản Hoa. Quang lừa tình và tiền với Thu để đi theo vợ mới. Và hệ quả báo ứng đến ngay lúc anh tưởng là an toàn nhất!

Nguyên Cẩn viết những truyện ngắn qua kinh nghiệm sống, nhìn thấy bao mảnh đời, "kể cho vui" mà thật ra gói ghém bao nhiêu tâm sự, cùng tấm lòng tha thiết với đời: Cảnh tỉnh, để ta có thể sống cao đẹp hơn. Vì chẳng lẽ cuộc sống chỉ có thế thôi sao? Lừa lọc để có thêm vật chất, và suốt đời chúng ta phải hao tâm sức lực và tâm trí cho mục đích này? Truyện anh viết thường buồn, nhưng anh là người lạc quan, vì nếu không tha thiết với lòng yêu cuộc sống thì làm sao anh có thể để mắt vào chuyện này, việc kia và bỏ thời gian ngồi với *bóng chữ trước đèn* để cầm lấy bút?

5- Nhà báo.

Nguyên Cẩn viết đều và viết thường xuyên trên các tạp chí Phật Giáo: Văn Hóa Phật Giáo, Giác Ngộ, Từ Quang, và **gần đây trên tập san văn học Quán Văn**.

Trong các bài báo, tiểu luận… nếu "nhìn quả biết cây, nhìn cây thấy rừng" thì chỉ lướt qua các tựa đề là chúng ta có thể hiểu được nội dung và những đề tài làm chúng ta phải suy nghĩ, và nghiền ngẫm: *Mùa xuân và ước mơ của tuổi trẻ- Cạm bẫy của ngôn từ- Sức mạnh của sự tử tế- Câu chuyện đầu năm học- Triết lý nhân quả và cải cách giáo dục- Bạo lực từ đâu- Nhận ra bản chất cuộc đời, tâm sẽ bình yên- Tản mạn về chữ Tâm và chữ Tầm- Hãy cho tôi một điểm tựa!?- Giải mã GNH* (Gross National Happiness) *- Thức dậy văn hóa để xây dựng hạnh phúc…*

Đó là những vấn đề nóng bỏng và bức thiết của xã hội mà người nào còn tâm huyết với quê hương và thời đại cũng đều trăn trở và NC đã can đảm cầm lấy bút nói lên những trăn trở ấy.

Có thể nói, ngay từ khi còn rất trẻ thơ văn của anh đã gắn với thế sự, xã hội, và đứng về phía lẽ phải, với nỗi khổ đau của con người.

Như đã nói, NC viết nhiều thể loại, nhưng chính là viết văn và làm báo. Và khi viết về NC tôi thường nhớ đến câu nói của Hemingway: "Nghề thích hợp nhất với nghề viết văn là nghề làm báo. Và với điều kiện là ta… rời bỏ nó đúng lúc". Tất nhiên là mỗi nghề mỗi cách viết đều có một lối tư duy riêng, không thể viết báo như viết văn, hay viết văn như viết báo. Một nội dung và ý tưởng - quan niệm nghệ thuật bao giờ cũng dẫn đến một phong cách nghệ thuật viết của riêng nó. Bút pháp văn chương rõ ràng không chỉ là vấn đề câu chữ. Hình như NC đã biết cách phân thân và làm được một cách riêng lẻ từng thể loại mà anh cần chuyển tải: Viết cái nào ra cái đó. Thơ ra thơ, Văn ra văn, Triết luận rạch ròi như triết luận.Và nếu nhìn theo góc độ tâm lý thì có thể nói là anh đã lựa chọn và nhập vai rất đạt trong các vai giáo-báo-thơ-văn-và-phê bình đó.

Trong các tiểu luận, NC luôn có những nhận định sâu sắc đến đến nhiều vấn đề trong đời sống và đưa ra những góc nhìn trực diện của người trí thức, có lúc anh bi quan, hay phẫn nộ, nhưng câu chữ của anh chừng mực phân tích và nhận định ôn hòa, bút lực vừa phải, không quá khích cực đoan.

Nếu hai yếu tố làm nên giá trị văn chương là hiện thực và lòng nhân đạo thì trong Nguyên Cẩn tư tưởng Phật giáo nắm phần chủ đạo. Trong phần lớn các bài viết của anh đều gói ghém một ước mơ là khơi dậy sự tử tế và lòng nhân hậu để con người vượt lên cái tầm thường, tránh bị ăn mòn bởi thói quen, dung tục, để sống một cuộc sống xứng đáng và nhân ái hơn.

Sài Gòn 4-2018
Trương Văn Dân

HẠNH PHƯƠNG
MỘT VÀI NHẬN ĐỊNH VỀ THƠ NGUYÊN CẨN

Mạch thơ của nhà thơ Nguyên Cẩn luôn tiềm tàng một sức mạnh vỡ bờ, bút lực của anh thật dài hơi, đa dạng, phong phú. Trữ lượng tư tưởng thơ anh sung mãn, dàn trải nhiều chiều kích không thời gian khác nhau.

Không chỉ làm thơ, anh còn viết nhiều thể tài văn học khác như tiểu luận, tản văn, bút kí, tạp bút, bình luận văn học. Thể tài nào ngọn bút tài hoa của anh cũng đủ sức vẫy vùng, tung tẩy. Trò chuyện với bạn hữu, thường thì anh kiệm lời, chất trực, dung dị nhưng trước trang giấy anh thảnh thơi dạt dào tung tăng dàn trải…

Phải chăng do bẩm thụ thể chất khang kiện, nên sức sống nội tâm anh dồi dào sinh lực? Tự nhận thức mỗi phận người là cô đơn cuộc lữ, hành trình tìm kiếm hạnh phúc luôn phải tự dấn bước độc hành. Nhưng không vì thế mà bi quan mệt mỏi. Anh cứ như một tượng vương giữa non cao, hăm hở dấn thân bước tới, vận dụng hết nội lực tự thân lao về phía trước:

Thôi hãy sống như chưa từng được sống
Thôi cứ mộng như chưa từng được mộng
Áo công hầu khanh tướng bỏ ngàn sau
Từ bơ vơ ngơ ngác với xuân đầu
Đến xuân cuối, ta đi hoài chưa mỏi
Dù có lúc tử thần lên tiếng gọi
Vẫn an nhiên thanh thản ngắm chiều vàng
Vẫn thênh thang năm tháng giữa huy hoàng

Như hoa đẹp gởi hương vào trong gió.

(Miên man cõi tịnh)

Thoáng gặp chút men cay nơi quán bên đường ; ý định trút bỏ nỗi buồn vừa tiễn bạn ra đi thế là anh trút bầu tâm sự dàn trải thành thi phẩm LAI RAI HÀNH mô tả mọi chiều kích cuộc sống, biểu thị đủ mọi trạng huống tình cảm yêu thương, chán nản, khinh bạc, hào hoa sảng khoái, phiêu du mộng mị, anh thừa sức bày biện thết đãi chúng ta một bữa tiệc rượu đủ đầy món ngon thức lạ:

Muộn phiền xào tỏi để nhâm nhi,
U uất lòng già phơi nướng vĩ...
Chắt suy tư chiết vào một xị
Ủ thành men nốc cạn tà huy.

Và cách ăn, kiểu nói của anh đúng phong vị tử nhập ngôn xuất của một kẻ sĩ giang hồ phiêu bạt:

Đường thiên lý vai mòn khoác bị
Hồ trường dốc cạn tình còn chi?
Thuyền không một bến về ngơi nghỉ?
Cầm tay con sóng bạc đầu đi

Nhân gian tình sử nhiều kinh dị
Chưa đọc xong sầu trĩu nặng mi
Kẻ sĩ không chơi trò trá ngụy
Nuốt dao vào bụng mặc gian nguy.
(Lai rai hành)

Dẫn Lai Rai hành để thấy sức viết của anh.

Thế nhưng, khi trở về cuộc sống đời thường, làm nghĩa vụ công dân… gia đình mẫu mực, chúng ta thấy phong thái của anh hình như khác hẳn với kiểu cách ngang tàng nam nhi chi chí.

Tưởng nhớ tới người anh vừa trở bước ra đi, tới cõi vĩnh hằng, anh ngậm ngùi:

Thôi kệ nhé anh, mọi việc rồi qua!
Những phiền muộn bây giờ tan trong khói,
Dẫu tâm sự còn bao điều chưa nói,
Bên bờ kia thuyền đã thấy quê xa.

Nghe hiu hiu gió lạnh trước hiên nhà
Thôi giã biệt bóng chiều nơi phù thế.
Yết dế yết đế ba la tăng yết đế
Anh đã về, đã tới tự hôm qua.

(Thôi kệ)

Nghĩ về người yêu, người vợ, người tình, hai trong một, một trong hai, vượt ngoài biên kiến nhị biên, hội thoại nhất như thể tánh, bỗng dưng ta thấy anh trở nên mềm yếu, nhẹ nhàng, dung dị, lòng trai thanh xuân như cánh hoa hồng, như hương hoa huệ:

Em như ngọn lửa hồng
Thắp tình anh đêm tối
Em như một nhánh sông
Qua lòng anh tắm gội.

... ...

Em như là bóng mây
Che chiều anh khô cháy
Em như con nước đầy
Xô bờ anh thức dậy.

Em như là cánh tay
Cho buồn anh ngã bóng
Chất chập chùng mê say
Thả theo em vào mộng.

Em như là hôm nay
Gần bên nhau một bận
Đâu chỉ là một ngày
Quên đi nghìn lận đận.

(Nghĩ về em)

Phong cách, âm hưởng ngôn ngữ bài thơ trữ tình nầy khe khẽ nhàn ngâm sẽ nghe thấy giữa tim mình vọng vang âm hưởng chất liệu âm nhạc Trịnh Công Sơn: luyến láy giữa đi và về, giữa có rồi không, giữa bất chợt với miên man… Nỡ nào đặt câu hỏi chất vấn nhà thơ bài thơ nầy anh viết cho ai như thông tục lắm người cặn vặn. Ngọ của Phạm Thiên Thư thực hay ảo, nàng ấy là ai, giờ ở chốn nào? Than ôi! Thiên hà ngôn tai!

Thương tưởng song thân, anh viết Khúc hát chiều ru cha và mẹ , khiến chúng ta nghe thấy tiếng thơ anh như chùng hẳn xuống , tiếng đàn lòng như không căng nổi dây tơ, những âm trầm như đang vọng lên từ trầm hương sương khói:

Cha như đất, mẹ như hoa trên đất
Cha che tay rừng chắn gió muôn phương
Mẹ tuôn ra hồn tràn dâng suối cuộn
Mát lòng con chan chứa bể yêu thương.

... ...
Con còn đó hôm nay trong bão tố
Thấy mong manh cánh lá giữa vô thường
Xin cúi lạy thâm tình xưa bất tận
Gọi tên người bốn phía chỉ mây vương.

(Khúc hát chiều ru cha và mẹ)

Rõ ràng sức viết của nhà thơ Nguyên Cẩn bao giờ và thể loại nào cũng cuồn cuộn dạt dào sức sống, nóng hổi hơi thở, hơi thơ. Chí khí hào sảng trong thơ anh ngấm ngầm nội lực dời non bạt núi. Ngay cả lúc vừa mới thoát khỏi cơn bạo bịnh thập tử nhất sinh, chúng ta đã nghe thấy anh hân hoan hào sảng tuyên bố:

Sáng nay ồ, vẫn sống đường hoàng!
Thế mà ngỡ cờ tang trước ngõ
Bước hai chân vẫn thẳng hai hàng
Đi cứ nghênh ngang đầu nghiêng ngó.

Sáng nay ồ vẫn sống thênh thang
Đêm qua chợt nhận bao điều lạ
Từng giây tồn tai quý hơn vàng.
Ta chỉ hay khi mình sắp ngã.

Sáng nay ồ, nhìn gió thu sang
Năm tháng lạnh dần trong xương rạn
Lòng cứ như thuyền không, mênh mang
Lặng lẽ dòng sông ngày nguyên đán

Và sẽ như trời xuân miên man
Chim hót ca trong trời vô tận.

(Sau cơn bạo bịnh)

Âm hưởng những từ ngữ luyến láy nghênh ngang, thênh thang, mênh mang, miên man... khiến chúng ta nhìn thấy khát vọng sống dạt dào, dài lâu như vô tận trong anh., toan vượt thoát phận người tìm về miên viễn.

Chính vì sức sống vỡ bờ, sức thơ dài hơi, dàn trải đa dạng, phong phú, nhiều chiều, khiến chúng ta mênh mang, lúng túng khó tìm đường tắt đi vào, lối ngõ trực diện hội nhập cốt tủy tư tưởng thơ anh.

Có lần suy nghĩ về cõi thơ Nguyên Cẩn, bất giác những câu thơ trong bài thơ Nguyện Cầu của Vũ Hoàng Chương ập đến giữa tâm thức; Tôi cảm thấy hình như thấp thoáng lý giải được phần nào tư tưởng, cảm xúc thơ anh:

Thơ ta chẳng viết cho đời,
Không vang nhịp khóc, dây cười nào đâu!.
Tâm hương đốt nén linh sầu,
Nhớ quê dằng đặc ta cầu đó thôi.
Đêm nào ta trở về ngôi,
Hồn thơ sẽ hết luân hồi thế gian.

(Vũ Hoàng Chương - Nguyện Cầu)

Chốn quê hương mà tiền bối họ Vũ thiết tha thương nhớ ấy chính là hình ảnh niết bàn, tịnh độ thảnh thơi, an lạc ai ai cũng muốn được trở về an trú.

Phải chăng dòng chảy tư tưởng khát vọng trở về chốn Quê Nhà ấy cũng chính là tư tưởng xuyên suốt trong thơ Nguyên Cẩn, dù tần suất tư tưởng ấy không xuất hiện đậm đặc khiến người đọc thơ anh băn khoăn tìm hiểu?

Trên trang thơ anh, ngổn ngang bao điều trăn trở, thao thức về nỗi đau thân phận làm người, khi sinh ra đã lỡ lạc mất bến quê, nên hành trình cuộc lữ mỗi người, cố vượt gian nan trắc trở giữa cõi nhân hoàn là cố quyết tìm đường trở về chốn quê nhà xưa ấy.

Vĩnh ly lãng đãng phong trần khách

Nhật hướng gia hương vạn lý trình.

Chính đức vua Thái tổ nhà Trần cũng từng khát vọng dủ sạch bụi hồng, ngày mỗi ngày một hướng chăm chăm trở lại gia hương.

Xin hỏi nhà thơ Nguyên Cẩn, anh dụng ý gì khi vận dụng châu ngọc chữ nghĩa thơ anh để tôn vinh, ngưỡng mộ quy y một nhân cách vĩ đại, đức vua Trần Nhân Tông khi viết Trăm năm lòng hẹn với lòng?!

Xin hỏi bạn hiền kiệm ngôn, anh dụng ý gì khi tự tra vấn, tự sách tấn chính mình:

Về đâu, ta chí cao hề?
Non xanh nước biếc hẹn thề Chân Như
Tu là thế, thế là tu
Ngai vàng: ấy chốn ngục tù u mê
Ta giờ thâm tạ tình quê
Nguyện đi tìm một lối về trong ta
Gươm đàn gởi lại mù sa
Non sông cúi lạy ngàn hoa giữa đồng
Trăm năm lòng cứ hẹn lòng
Trời quang lại thấy sen hồng nở hoa.

(Nguyên Cẩn - Lòng hẹn với lòng)

Nhà thơ Nguyên Cẩn vẫn từng ngày vững chãi, thảnh thơi, an lạc từng bước chân bằng phong cách ngôn ngữ thi ca sở trường của mình quyết tìm lại, trở về nơi cố hương ngàn đặm ấy.... Đó chính là hạnh phúc cứu cánh. Và tôi tin hạnh phúc ấy anh có được ngay trong từng giây phút trên từng mỗi bước chân trở về: Trở về với quê hương nguồn cội, trở về với nguyên lai bản giác, trở về với bản tâm chân như tịch tịnh trong vắt, hồn nhiên như thị của.

Hạnh Phương
18/4/2013

MANG VIÊN LONG
GIỚI THIỆU "CHUYỆN MỘT THỜI"
HIỆN THỰC XÃ HỘI NHIỀU MẶT & TÍCH CỰC

Khoảng tháng Tám năm 2012, trên trang Website Vanchuongviet, tôi có chia sẻ đôi điều về truyện ngắn - một thể loại văn học, cho đến nay, chưa có một định nghĩa nào khả dĩ có thể đáp ứng được mọi yêu cầu. Tôi đã tâm sự: *"(…) Tôi vẫn luôn nghĩ mỗi khi đặt bút viết một truyện mới là: "Truyện Ngắn - cũng như bất kỳ sinh hoạt văn học nghệ thuật nào, phải luôn đổi mới - làm mới cả hình thức diễn đạt và nội dung tìm ẩn, gởi gắm bên trong!". Nói nôm na, tác phẩm phải "lớn" cùng thời đại và đòi hỏi của người đọc!"*

Tôi có nghe một nhà nghiên cứu văn học nhận định: *"Viết truyện ngắn - phải ngắn, mới hay!"*. Dĩ nhiên là không ai hời hợt đến nỗi nghĩ rằng: "Viết truyện ngắn, phải dài - mới là truyện!". Việc ngắn dài không quyết định gì cho giá trị tác phẩm. Ngắn và dài còn tùy thuộc vào vấn đề cần bày tỏ và chia sẻ, vào phong cách sáng tạo riêng. Không thể "làm mới" mà viết ngắn để được gọi là "hiện đại"; cũng không thể "gắng gượng" mà kéo dài để mong hấp dẫn người đọc.

Điều quan yếu là cần kết thúc và chấm hết nơi cần thiết, tùy theo "dự kiến" và khả năng sáng tạo riêng của mỗi tác giả.

Đọc 16 truyện ngắn trong *"Chuyện Một Thời"* của Nguyên Cẩn, điều làm tôi thích thú đầu tiên là tìm thấy ở đó một nỗ lực cách tân truyện ngắn thật cẩn trọng, và có ý thức đúng đắn.

Là một nhà thơ trước khi viết truyện ngắn, nên Nguyên Cẩn đã có "lợi thế" trong cách đặt tên truyện của mình. Những cái tựa có nhiều chất thơ như: Người Ngắm Hoàng Hôn, Vớt Bọt Tình Không,

Giọt Sương Hạnh Phúc, Ngồi Đợi Gió Sang Canh, Chuyến Tàu Hoàng Hôn, Mưa Bóng Mây - phần nào đã gợi cảm, gây chú ý cho người đọc. Bên cạnh những cái tựa *"nên thơ"* như vậy, chúng ta cũng nhận ra vài cái tên lạ hoắc như: Tiếng Tặc Lưỡi Của Tắc Kè, Black Friday ở Marylan, Nắng Chiều Trong Mắt Kỳ Nhông, Bản Requiem Đã Tắt. Sự thể hiện đổi mới, đã bắt đầu ngay từ tên các truyện của anh.

Thơ và Văn, là hai thể loại văn học có cùng một "nguồn gốc và mục đích" là diễn đạt bằng ngôn từ những ưu tư, tình cảm và cả tâm sự cùng ước vọng, rồi phản ảnh hiện thực đời sống ấy một cách chân xác, mới lạ, sâu sắc nhất.

Chẳng hạn chỉ trong *"Tiếng Tặc Lưỡi Của Tắc Kè"*, chúng ta có thể hình dung ra cả một xã hội phức tạp trong giới kinh doanh - doanh nghiệp; đồng thời bên cạnh là một *"hệ thống làm ăn"* rất tinh vi đang phát triển khá mạnh trong thời đất nước công nghiệp hóa.

Thành và Công (và những mảnh đời chung quanh) là những mảng đời mê muội bị cuốn hút theo tiền tài, danh vọng; để rồi cuối cùng sau những thất bại, bất hạnh, cùng tìm được cho chính mình một nơi để chia sẻ, an trú chân chính bên vị thầy Thanh Thiện ở chùa Phổ Minh, với những lời khuyên sâu sắc, chí tình - "(…) Thầy nhỏ nhẹ nói: Hai anh tuy khác nhau về công việc mà lại giống nhau về hoàn cảnh. (…) "Công chân tình tâm sự: "Tôi nhớ ra rồi! Tôi có nghe nói anh đang vướng mấy vụ kiện cáo về tình trạng làm ăn gian dối của Công ty khai thác khoáng sản chứ gì? Tôi cũng là nạn nhân của nó, còn cay đắng hơn anh nhiều! Vì chúng lấy của nhà nước nhiều hơn của anh, còn tôi, bị thiệt hại trực tiếp (…)".

Một hôm *"… Chàng (Thành) nhớ có lần bắt tắc kè bằng cách túm lấy đuôi nó, lập tức đuôi sẽ đứt lìa giúp cho tắc kè chạy thoát. Đột nhiên con tắc kè hình như động đực hay sao kêu lên mấy tiếng. Trời vẫn còn tối lắm. Thành chợt nhớ mấy câu thơ của Tô Thùy Yên*

Con tắc kè sực tỉnh mộng tiền sinh
Kêu mấy tiếng vô minh buồn bã quá
Mấy chàng bạch diện giờ đâu cả
Chuyện đời kể dở đứt ngang sao

Đứt ngang thật rồi! Đây là vấn đề có tính nguyên tắc và đúng trình tự!"

"Người Ngắm Hoàng Hôn" là "Hắn" - Danh, một nhân viên của công ty in chứ không phải là một nghệ sĩ, hay họa sĩ- *"Đôi đồng*

tử chừng như giãn nở hết cỡ hút lấy mọi nét đẹp của buổi chiều. Ban đầu tôi cứ ngỡ hắn là họa sĩ. Nhưng không, hắn chỉ là một nhân viên trong nhà máy in của thành phố. Hắn trầm ngâm như thế rất lâu cho đến khi những vùng tối xuất hiện quanh mình".

Hắn đã trải qua bao thăng trầm, khổ đau từ thuở còn đi học, rồi vào bộ đội lặn lội tận núi rừng Campuchia *"qua Siem Reap, Kampong thom, cuộc chiến tranh ác liệt với quân Pol Pot.* Thế rồi *"Chiến tranh đi qua như một vết sẹo buồn trong tâm tưởng. Hắn vẫn bị ám ảnh vì những cái chết, nhất là của phụ nữ, dù thuộc phe nào. Phần đông họ là nạn nhân nhiều hơn là những kẻ chủ mưu. Hận thù nào cũng lắng xuống khi nhìn khuôn mặt kẻ thù, thấy họ phần nhiều cũng là những con người bị lùa vào cuộc chiến mà không ý thức mình đang làm gì. Hắn nhớ thật nhiều trong những buổi chiều như thế, khi đứng nhìn xa xa dòng Bàn Thạch lấp lóa những giọt nắng vàng như quẫy đạp ,như vùng vẫy nhưng thời gian vẫn cuốn đi mọi thứ để đổ ập xuống màu tối u buồn của bóng đêm".* Đang sống bơ vơ sau ngày trở về, Hắn gặp lại Bình – người bạn học cũ thân thiết giới thiệu cho vào làm ở nhà máy in. Ở đây, Hắn tình cờ gặp Thu - cô nhân viên cùng nhà máy, trên đường về sau tan sở; mối tình đầu đã đến với đời Hắn, có phần thơ mộng: *"Cứ thế câu chuyện lông bông trôi giạt từ biển ra sông rồi từ sông về nhà và họ ghé vào một quán nước dọc đường ... Ngày qua ngày, họ cảm thấy gần nhau hơn cho đến một hôm hắn mạnh dạn gửi một lá thư cho Thu với 4 câu thơ... con cóc mà hắn nghĩ mất nhiều ngày mới ra được.*

Đêm qua có người không ngủ được nên mới làm thơ viết tặng Thu

> *Hỏi em có muốn cùng ta thức*
> *Và viết thơ chung đến cuối đời?"*

Tình yêu gặp trắc trở bởi hình như Thu đã yêu Bình - người bạn chí cốt của Hắn. Rồi Bình cưới vợ - con gái ông Phó giám đốc sở. Thu tìm lại với Hắn, một đám cưới đơn giản được tổ chức, để sau 7 tháng Thu sinh một cậu con trai kháu khỉnh. Vài năm sau lại sinh thêm cô con gái. Khổ đau thứ nhất Hắn gặp phải là *"... Thu luôn so sánh hắn với những người bạn khác. Con Hồng bạn em lấy Việt kiều sướng ghê luôn, xây villa sát biển Tam Thanh; con Thúy cùng phòng lấy ông Giám đốc Công Ty Xuất nhập khẩu ở Đà Nẵng, có ba căn nhà , ở Tam Kỳ , Hội An , rồi Đà Nẵng nữa... Em là đứa khổ nhất trong mấy đứa!*

Còn Bình bây giờ đã lên Phó giám đốc Nhà in rồi, xe hơi bóng lộn đi về, lại vừa xây khách sạn ở Tam kỳ! Bất hạnh như ai đó nói là bạn luôn nhìn sang vườn nhà người hàng xóm để thấy cây trái hoa quả nó sum suê hơn mình! Hắn gằn giọng. Sao em không tự hài lòng đi. Chồng con đề huề. Đề huề nhưng nghèo mạt luôn anh hiểu không? Riết rồi hắn không muốn nói chuyện với nàng nữa... Hắn thấy mình như đám mây nhỏ bơ vơ trên bầu trời rộng lớn kia, như khóm lục bình trôi giạt trên sông, không định hướng.

Chẳng ai bất lực bằng gã đàn ông không tiền, không quyền, không tiếng nói trong gia đình!...".

Nỗi khổ thứ hai lại to lớn, và "khủng khiếp" hơn, đẩy Hắn vào ngõ cụt: "(…) Hắn nghe như có tiếng sét giữa trời quang khi ông bác sĩ lạnh lùng: Xin ông bình tĩnh, Ông không thể có con được vì tinh trùng ông không có đuôi. Nó không bơi được và một mớ lý thuyết tràng giang đại hải nghe ù tai hoa mắt!".

Cuối cùng "Người Ngắm Hoàng Hôn" vẫn cứ *"đứng ngắm hoàng hôn. Trong đôi mắt có dấu hiệu lão hóa ấy vẫn rực lên tia nắng vàng cuối cùng trước khi hắt vào ánh sáng nhá nhem những mộng tưởng của một đời người Hắn đứng yên, nghe đêm xuống dần và lặng lẽ ra về, đổ bóng dài dưới cột đèn đường, dài như một đời người sắp chìm trong bóng tối". Ồ, đêm tối, đêm tối, khi gió tràn lên những khoảng trống trần gian"* (Rilke).

Nguyên Cẩn trước khi chuyển nghề, đã là một nhà giáo trong nhiều chục năm. Truyện ngắn *"Chuyện Một Thời"* có lẽ là câu chuyện đáng ghi nhớ nhất về "nghề thầy" của anh. Câu chuyện tuy đơn giản chỉ xảy ra trong ngôi trường Cao Đẳng Sư Phạm Nha Trang một thời, nhưng có thể xem như một xã hội thu nhỏ, là câu chuyện có tính giáo dục cao, tính nhân văn rộng lớn - nhất là một bài học cần thiết về phẩm cách và thiêng chức của một nhà giáo mà tất cả chúng ta đều quan tâm.

Chuyện xoay quanh các đồng nghiệp, những sinh viên sư phạm, những kỷ niệm êm đềm và chua xót, những ưu tư còn đọng lại sau mấy chục năm ghé thăm mái trường xưa của Nguyên - nhất là về chuyện của cô sinh viên nhà nghèo bị thầy chủ nhiệm xếp đạo đức loại E (một loại đạo đức không thể cứu vãn tương lai).

Hai người bạn đồng nghiệp gặp nhau - *"Hình ảnh 35 năm trước lại sắp hàng ngay ngắn diễu hành trong tâm trí chàng. Một cảm xúc mơ hồ, kiêu hãnh, chán nản, vinh quang lẫn cay đắng như ăn phải một chén ớt to, cay xè, kích thích và ngại ngần, như gã cao bồi trước giờ đấu súng".*

Sự nhớ tưởng bắt đầu khi lời của ông Xuân - Trưởng khoa Ngoại ngữ vang lên: *"Này anh Nguyên, thôi nhé, tôi quyết định con Chanh lớp anh đạo đức loại E, anh đừng nhì nhằng nữa!*

Có tiếng ai đó nói vói theo: "Cái ông này lộn xộn quá! Học trò hư mà binh cái gì!"

Một cơn uất nghẹn bỗng dưng bóp nghẹt tim chàng. Ghét những đứa ăn hôi! Hùa theo kẻ có quyền có thế!

Con Chanh lớp chàng, con bé cục mịch nhà quê rặt. Nó thật thà đến độ khờ khạo".

Một trong những chuyện bất như ý đã đến với Nguyên *"Trong khi đám giáo viên thể dục đua nhau hành hạ lũ giáo sinh khoa ngoại ngữ chân yếu tay mềm, đánh rớt hàng loạt trong kỳ thi học kỳ 1 vừa qua, đến nỗi có hôm chàng phát cáu. Học trò tôi ra trường dạy ngoại ngữ chứ có dạy thể dục đâu mà xét điểm liệt loại chúng nó".* Chanh - khỏe nhất lớp, đã thi giúp bạn bị đau khớp mãn tính bị phát hiện. Thế là một cuộc trả thù lẫn nhau trong các đồng nhiệp đã ngấm ngầm từ lâu lại bắt đầu. Nguyên cương quyết bảo vệ Chanh - cô học trò tốt bụng nhà nghèo đáng thương hơn đáng trách, bởi nếu bị xếp loại E thì coi như… nghỉ học! Nhưng Xuân là người đã đẩy Chanh vào đường cùng mà không chút thương cảm, cho dầu *"Cả hai, thầy Xuân và cô Chi, đúng là một cặp trí thức xã hội chủ nghĩa, xứng đào xứng kép, nghe đâu họ là thầy trò của nhau từ Đại học Ngoại ngữ Hà Nội chuyển vào, ăn nói có gang có thép, đúng đường lối. Về chuyên môn, nghe đâu tiếng Nga của họ cực siêu vì đều ở Liên Xô trên 10 năm. Thầy lại là con một quan chức cao cấp".* Ông Xuân không nhân nhượng, không lắng nghe Nguyên, bởi có "thù riêng" khi Nguyên làm thư ký cho Chi bộ đêm họp "hạch tội" ông tuần trước. Nguyên đã nói thẳng với ông Xuân trước mặt bao người *"những con người cao đạo kia, những cái mặt nạ lung linh huyền ảo ấy không đủ nhân phẩm để đánh giá đạo đức người khác là D hay là E đã khiến chàng nói ra nỗi căm phẫn ấy. Quí vị dễ thường là loại dưới E ."*.

Bị nhà trường kỷ luật, Chanh viết thư cho thầy Nguyên:"Thưa thầy! em rất cảm ơn thầy đã giúp em thời gian vừa qua nhưng em đã quyết định rồi. Em xin nghỉ học vì gia đình em quá nghèo không thể nuôi em thêm một năm nữa mà sức học em lại yếu. Chúc thầy và các bạn ở lại vui vẻ. Em. Võ Thị Chanh".

Vì trách nhiệm, cũng là nghĩa vụ của người thầy - Nguyên đã lên ngay phòng Hiệu trưởng để trình bày, và yêu cầu tìm hiểu, cứu xét. Chàng nhớ hôm lên phòng Hiệu trưởng, sau khi nghe chàng trình bày, ông chỉ hỏi:

"Theo anh, đạo đức cô Chanh này là loại gì?" Loại D, thưa thầy vì nó có lòng tốt nhưng thực hiện lòng tốt một cách ngu dại. Đáng châm chước. Mà gia đình nó rất nghèo, nếu ở lại lớp, nó sẽ nghỉ học. Cuộc đời chẳng biết về đâu?".

Sáng hôm sau, một buổi họp ngoại lệ được Hiệu trưởng triệu tập - *Hiệu trưởng, thầy Lê, một con người sống khá mực thước, điềm đạm, luôn toát ra một cái uy ngầm mà ai cũng phải nể nang, ôn tồn phát biểu. "Hôm nay chúng ta có mặt ở đây để thảo luận về trường hợp cô Chanh ở lớp anh Nguyên...".* Sau khi phân tích vụ việc, Thầy Lê dõng dạc hỏi: "Ai đồng ý cô Chanh đạo đức loại D? Khi biểu quyết, thầy hiệu trưởng giơ cao tay trước, Nguyên thấy hả dạ vì những giáo viên ủng hộ ông Xuân bây giờ cũng trở mặt theo mình. Vậy là 100% nhé!".

Cuối truyện là cuộc hội ngộ thầy xưa trò cũ nay đã ông bà nội ngoại cả, rất đầm ấm, hạnh phúc. Nguyên cảm thấy *"... Kỷ niệm lướt thướt kéo qua, mơ hồ như khói sương nhưng vẫn đánh thức trong ta nhiều cảm xúc dạt dào về một thời đã sống, không dễ gì quên. Màn đêm dần xuống, trăng le lói trên biển... Bất chợt chàng nhớ một tứ thơ Bùi Giáng:*

Bàn chân bước người đi về một thuở
Lá phân vân bờ bến cát sương rung
Trời khuya khoắt phiêu du trăng bỡ ngỡ
Người đi đâu sông nước lạnh vô cùng!

Nhưng trong lòng , một chút tình dường như vẫn còn rất ấm!".

Nguyên Cẩn là một nhà giáo, là nhà thơ, nhà nghiên cứu Phật học, nên ánh nhìn của anh qua lăng kính hiện thực trong các trang viết, vừa nghiêm khắt, vừa dịu êm, vừa dạt dào tình yêu thương, niềm cảm thông sâu sắc. Những "bản chất" tự nhiên ấy, cũng đủ để người đọc tin yêu, và hy vọng ở những chia sẻ tiếp theo của anh.

Quê nhà, tháng 4.2018
Mang Viên Long

ĐẶNG CHÂU LONG

VỀ TẬP THƠ "NHÌN SÂU TRONG MẮT "CỦA NGUYÊN CẨN

Đọc bài thơ đầu tiên của quyển NHÌN SÂU TRONG MẮT, tôi chợt giật mình như có điều gì đó thân thuộc đã lâu vắng bóng. Và tôi cuốn hút theo những bài thơ anh như để sẻ chia nỗi niềm với tha nhân cùng anh. Tôi gác lại bài đầu để lại cuối cùng và bắt đầu với những bài sau.

Thơ trước hết là nhịp thở, là tiếng lòng. Người đời thường chọn thơ để dàn trải tâm sự, nỗi niềm hay ước mơ của chính mình, của cuộc đời hay của tha nhân. Vì thế, thơ mang tính chân thật của một con người dù đôi lúc có mộng mơ, hoài vọng.

Điều tôi khâm phục ở anh, bởi anh dụng thơ như một cách chia sẻ nỗi đau cuộc sống chẳng phải là đau đáu nỗi tình. Và đó cũng chính là lòng can đảm bởi không dễ gì được sự đồng cảm của cõi sống, vốn chưa thể hoặc không muốn phơi bày những sự thật quá đỗi phũ phàng của cuộc sống hôm nay. Thế giới muôn màu và hàng ngày vẫn phô ra những mảng trắng đen:

Đã thắp bao nhiêu pháo hoa rồi mà mặt người vẫn xám?
Đêm phố vui nghe có tiếng thở dài
Khi trong mơ người chẳng thấy ngày mai
Chẳng thấy những vì sao hộ mệnh
Lịch sử nổi trôi lục bình lênh đênh sóng dội
Những câu chữ mù mờ biết vịn vào đâu
Đã tô vẽ bao nhiêu tượng đài
mà đá tảng cứ muôn năm tảng đá
Những vần thơ diêm dúa chẳng tô thắm được vành môi hóa thạch

(Nguyên Cẩn, NSTM, Điều chưa thể giải thích...)

Nguyên Cẩn tự đặt cho mình, cho mỗi người biết bao câu hỏi tại sao.

Người gặt được gì từ cánh đồng nhân dân
Khi niềm tin trong những ngày giáp hạt
Bông lúa trĩu buồn đeo nặng những loài sâu
Người thu hoạch gì khi những ước mơ héo dần thành hạt lép
Lời hứa nào bốc hơi mà không hóa nổi thành mưa

....

Người gặt được gì từ cánh đồng nhân dân
Khi dân đã xa rồi như cánh đồng trơ cuống rạ
Khi nhân nghĩa là hạt lép
Còn lại người
Và bài diễn văn chật cứng mỹ từ
Nói về mai sau
Về những vụ mùa xanh ngắt giữa đồng khô

(Nguyên Cẩn, NSTM, Cánh đồng mùa hạn)

Phía sau những lời hứa hẹn, những mỹ từ là những thân phận. Những kiếp người ba chìm bảy nổi chẳng đủ vực mình lên, nói chi những hoài bão xa vời. Nếu những nỗi đời đó không có sự quan tâm đúng mức thì những hứa hẹn, những tiếng vỗ tay rân ran diễn ra hàng ngày trở nên phù phiếm, lạc điệu, đôi khi chỉ là những viên kẹo ngọt chứa đầy mật đắng mà thôi.

Có những lời nói dối được tháp trong khung kính
Hóa trang nghiêm xin phép cúi nghiêng chào
Lời trung thực cũng như lời xu nịnh
Hệt như nhau khi nói tự trên cao
Có những lời nói dối được bày ra triển lãm
Dưới nắng trời giả cũng lộng thành chân

....

Khi thiên hạ tung hê không biết mỏi
Kẻ lưu manh có lúc hóa anh hùng
Có những lời nói dối một đời không biết
Khi hiểu nhầm tướng cướp với thiền sư

....

Có những con vẹt cũng biết cười biết khóc
Theo lập trình rèn luyện đã từ lâu
Có những lời nói dối tạc sâu vào đá

Hóa thạch rồi đồng nghĩa với linh thiêng

(Nguyên Cẩn, NSTM, Suy niệm về ngụy ngữ)

Có những bài thơ anh đọng những nỗi niềm, viết lên từ những vết cứa sầu nhân thế. Dường như anh cả đời chỉ biết giao thoa cùng nhịp thở nhân sinh mãi tìm cho ra những câu hỏi còn bỏ ngỏ:

Làm gì đây anh với những mannequin biết khóc biết cười
Giọt nước mắt chứa bao nhiêu phần trăm sự thật?
Kiểm định bằng gì khi ngôn ngữ lập trình tươm tất
Những cái nhất viết rất to trên bảng hiệu muôn màu
Bất kể niềm tin xói mòn như doi đất bên bờ sông nước lũ

... .
Làm gì đi anh khi cầu xin những tượng đài mù
Sao thấy được những con người đang xuống cấp
Hay anh thấy chính mình đang vấp
Trên con đường –anh ngỡ là- chân lý năm xưa

(Nguyên Cẩn, NSTM ,Dựng lại những con người)

Bỗng nhiên tôi nhớ lại bài thơ Lời nguyện pháp trường của Luân Hoán, lời của kẻ tuyệt vọng cùng đường hét lên niềm bi phẫn cuối cùng:

Chắc trời còn xanh lắm,
Cho tôi quỳ xuống đây
Tiếng ru nào trót dậy
Chắc buồn mà không hay

Thơ Luân Hoán, nhạc Phạm Thế Mỹ, Lời nguyện pháp trường)

Và anh, Nguyên Cẩn, trong cơn thảng thốt ấy, anh đã viết lên những câu xao lòng:

Cho tôi xin gào lên một tiếng
Cho tôi nói thật lòng các anh có lúc cũng sai
Dù vẫn ra oai
Nghênh ngang – ngạo ngược
Những cái lưỡi mọc sau cuốn rốn

(Nguyên Cẩn, NSTM , Những cái lưỡi)

Anh giận lẫy những người bạn hừng hực lý tưởng một thời:

Những vần thơ rực lửa ngày xưa
Sao anh không viết tiếp

Hay lửa đã tắt rồi
Trong anh
Hôm nay
Khi anh đang no say
Ôm cuộc đời mà ngủ

.....

Anh đã không thắp được mình
Khi phải đi vay ánh sáng
Khi phải nhìn mình trong tấm gương người đối diện
Những vần thơ ngày xưa rực lửa
Bây giờ tắt ngấm

(Nguyên Cẩn, NSTM, gởi một người bạn cựu sinh viên)

Và các thi nhân, những người ôm trăng đón mộng, những kẻ đi thực tế một cách viễn vông, những người mãi đi tìm giải pháp mới cho thi ca… Nguyên Cẩn cũng cay đắng nói lên thiên chức nhân bản đầu tiên phải có khi đặt bút làm thơ:

Xưa thi sĩ hồn treo đầu ngọn bút
Nay anh treo lơ lửng trước hiên nhà
Tâm thượng giới mà thân lầy ngõ cụt
Bụng đói ngồi ca ngợi gió mưa qua

(Nguyên Cẩn, NSTM , Có những nhà thơ)

Có những nhà thơ không còn báo bão
Mà ngợi ca rực rỡ ánh dương lên
Những câu thơ che mặt gọi thành tên
Áo xiêm vụng múa qua ngày "tải gạo"

... .

Có những nhà thơ nay còn chiếc ghế
Bốn chân xoay tám hướng vẫn còn nghiêng
Sợ lăn chiêng nên phải ngồi thủ thế
Prométhée về trời, lửa đã hết thiêng!

(Nguyên Cẩn, NSTM , Có những nhà thơ)

Nỗi niềm anh đã tràn đầy những trang thơ. Chỉ một trăm hai mươi mốt trang mà anh đã tham lam mang chữ chất đầy, không cần dành những khoảng trống của những tập thơ thường tình trang trọng. Quyển thơ của anh là nỗi niềm anh. Dường như anh cố tuôn hết tâm sự, trưng ra hết những lắt lay đời để chia sớt cùng nhân gian sự cảm thông mặn đắng. Anh một mình cất lên tiếng hát vô vọng cho nỗi đời đang trôi như một sân khấu hát rong:

Sống có bao lâu, anh chị cứ làm trò
Những thằng hề nhảy khum trên sàn gỗ
Giá trị con người ngã nghiêng xiêu đổ
Dưới chân đời thần tượng đã ngủ yên
Trên cuộc đời sao có lắm thằng điên?
Hãy cứ làm trò, các anh các chị
Khua náo tương lai đầy mộng mị
Thắp chút tình người trong mắt láo liên

(Nguyên Cẩn, NSTM , Bài hát cho một mình)

Tôi đọc thơ Nguyên Cẩn trong cơn cuồng nộ với sự đồng cảm. Tôi thật sự ngưỡng mộ nỗi đau anh trong từng nhát chém vô úy vô ngại. Nhìn dáng vẻ anh trong tấm ảnh trắng đen, tôi chợt nhìn ra hình ảnh của một Đạt ma. Chân không, dấn sóng đời chẳng chút ngại ngần, anh là ai sao quá uy nghiêm.

Trong bài thơ đầu tiên của anh, tôi xem như một lời ngỏ, lời ngỏ cho tập thơ và dành riêng một người, người duyệt biên tập cho quyển thơ anh:

Bài thơ tôi,
Xin anh đừng cắt xén
Như những công trình xây dựng bấy lâu
Như những hố sâu khoét ruỗng móng cầu
Nhịp thơ kết như những thân xà cừ – xin đừng rút bớt!
Niềm tin tôi
Xin anh đừng cắt xén
Dù anh đang thanh lý tâm hồn
Hay đánh đĩ với lương tri
Lòng tham anh vừa mới dậy thì
Mà lý tưởng đã khom mình đeo kính lão
Đất nước tôi
Xin anh đừng cắt xén
Băm ruộng nương thành mẫu bánh của riêng mình
Dâng cho ai?
Những bổng lộc vong tình?
Như vết thẹo còn mưng trong máu thịt

Chút mây xanh
Xin anh đừng cắt xén
Cho em thơ
Còn thả mộng lên trời
Bao phận đời
Bèo dạt ngóng mây trôi
Mà bài học bây giờ khô khốc
Bài thơ tôi
Xin anh đừng cắt xén
Không thể nào thay được những vần –au
Khi còn đó: nỗi đau
Và những mối sầu
Còn đó những mố cầu không móng
Còn đó những chân trời vắng mộng
Nên thơ tôi không thể vội thay màu

(Nguyên Cẩn, NSTM , Xin đừng)

Hỡi lương tri những người biên tập nghĩ gì khi đọc bài thơ ấy? Riêng tôi, chỉ một bài thơ này tôi đã nhói đau khi mường tượng ra những vần thơ trăn trở cùng đời, thường có phận số không may bằng những câu thơ than mây khóc gió. Những người chân chính biết rung động cùng tha nhân đã vắng lâu rồi, đừng để cuộc đời càng thêm mất bóng họ.

Tôi đã viết bài này cùng nỗi niềm xao động, thơ đời anh đã dấy động cơn sóng tôi. Quyển thơ chào đời khá sớm, vào năm 2005, nhưng có lẽ phận số cũng mỏng manh, và anh, anh làm thơ chỉ để thỏa mình, anh đã rung động khi viết mấy vần thơ tâm sự cùng đời. Có được những cặp mắt xanh cũng là vui anh Nguyên Cẩn nhỉ. Tôi cố vì anh cảm thán đôi giòng:

Anh hãy cứ lưng tròng giọt lệ
Cùng tha nhân chia sẻ bùi ngùi
Mắt xanh trắng, đời say nên vẫn thế
Người còn buồn, anh cứ để sau vui.

Đặng Châu Long

BÙI CHÍ VINH
BÓNG CHỮ TRƯỚC ĐÈN' CỦA NGUYÊN CẨN

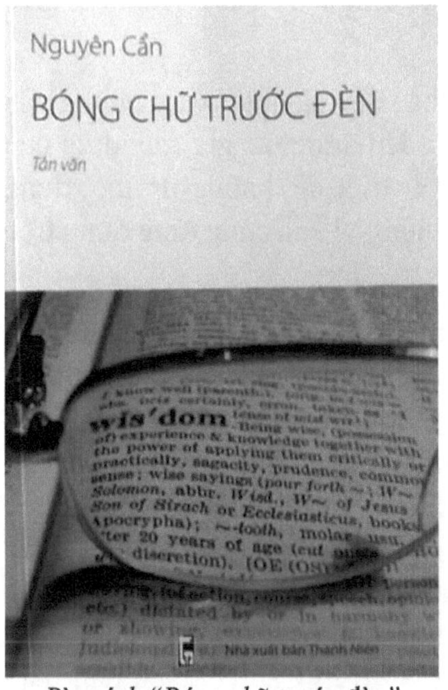

Bìa sách "Bóng chữ trước đèn"

Nguyên Cẩn đem mùi cống rãnh đô thành hoa lệ thổi vào những trang giấy, bắt nó biến thành văn chương, thành thi ca.

Nguyên Cẩn sinh năm 1956 tại Sài Gòn, nguyên quán ở Hải Dương. Biết điều này, tôi thấy sao mà hao hao như tôi về cội nguồn xuất xứ. Tôi cũng sinh tại Sài Gòn có nguyên quán ở Nam Định. Dân Nam gốc Bắc lưu lạc thời ông cha "từ độ mang gươm đi mở cõi", thử hỏi làm sao mà không cảm được dư vị tha hương của một hài nhi, vốn sinh ra đã sặc sụa mùi cống rãnh đô thành.

Lại cũng giống tôi, Nguyên Cẩn đem mùi cống rãnh đô thành hoa lệ thổi vào những trang giấy, bắt nó phải biến thành văn chương, thành thi ca, thành biên khảo, thành ngôn từ tráng lệ, để xây nên những lâu đài chữ nghĩa. Cuốn sách mới của anh mà tôi đang cầm trên tay cũng mang hình thái "lâu đài chữ nghĩa" đó - cuốn *Bóng chữ trước đèn*.

Sách mang danh nghĩa là nhiều tản văn ghép lại nhưng kế thừa được tinh hoa Nam Bộ của cụ Đồ Chiểu khi cụ đặt bút khởi đầu truyện thơ Lục Vân Tiên. Rằng "Trước đèn xem chuyện Tây Minh - Gẫm cười hai chữ nhân tình éo le".

Phát hành vào tháng 1 đầu năm nay, *Bóng chữ trước đèn* (NXB Thanh Niên) mau chóng bán hết được 1.000 cuốn. Có lẽ một trong những điều gây chú ý của cuốn sách là nhà thơ, nhà nghiên cứu Nguyên Cẩn đã "tra đúng chiếc chìa khóa" mở cánh cửa tâm hồn của nhiều tầng lớp thập loại chúng sinh trong xã hội đương đại.

Chiếc chìa khóa ấy được chế tạo từ bí quyết gì vậy? Rất giản dị, 23 bài viết trong cuốn sách tương đương 23 thứ hợp kim với đa dạng đề tài: từ Kim Dung đến Bùi Giáng, từ Phật đến Thiền, từ chữ Tâm đến chữ Tầm, từ Tây Du Ký đến công nghệ ứng dụng trái táo Steve Jobs, từ Tomas Transtromer đến Salingger *Bắt Trẻ Đồng Xanh*, từ gieo nhân đến gặt quả.

Vâng, tôi phải gọi là "từ gieo nhân đến gặt quả". Bởi những vấn đề mà Nguyên Cẩn nêu ra trong sách đều được tác giả truy đuổi đến tận cùng gốc ngọn và được giải quyết triệt để, không úp mở, đúng phong thái một người thầy có trách nhiệm, vì anh cũng từng đứng trên bục giảng.

Giờ hãy trở lại với một trang mở ra tùy hứng trong cuốn sách. Tôi mở trang 135 có tản văn "Đuốc xưa vẫn sáng" và giật mình khi Nguyên Cẩn bàn về ngọn đuốc sống Mohamed Bouazizi, ngọn đuốc sao mà thiêng liêng và luân hồi như ngọn đuốc sống Nhất Chi Mai, cô giáo dạy trường tiểu học Tân Định của tôi tự thiêu tại Sài Gòn trước năm 1975. Những ngọn đuốc sống phản quang sự rơi rụng của các người hùng quân sự chính trị Mubarak của Ai Cập, Gaddafi của Lybia và của những ai khác nữa khi các người hùng phản bội lại cuộc cách mạng do chính họ dẫn dắt. Rõ ràng Nguyên Cẩn có cách dấn thân trong đề tài "thế sự thăng trầm quân mạc vấn" bằng ngòi bút từng trải, linh hoạt không sợ hớ hênh.

Chuyển sang đề tài thiền học hay văn học Nguyên Cẩn lại càng uyển chuyển hơn bởi vì đó là "ánh sáng cuối đường hầm" mà ông đang trú ẩn. Chẳng hạn để "Tìm lối vào động Thiếu Thất trong tác phẩm Kim Dung" ông không băn khoăn như cây bút đàn anh Nguyễn Mộng Giác, không đau đớn giày vò như sư phụ Đỗ Long Vân với "Vô Kỵ giữa chúng ta". Nguyên Cẩn cứ thản nhiên tưng tửng phóng bút viết một bài thơ tổng kết mang tên "Tiếu ngạo giang hồ khúc".

Hay để thọ giáo Bùi Giáng, ông không cường điệu như nhiều nhà "Bùi Giáng học". Nhân danh một đứa học trò mê sách từng hạnh ngộ Bùi tiên sinh 3 lần trong đời. Ông kể chuyện chân phương như chuồn chuồn châu chấu cào cào khiến Bùi tiên sinh cảm thấy thân mật thú vị như đang ngao du hòa âm điền dã. Coi, để làm được như vậy con người phải sống như tờ giấy trắng chứ đâu phải chuyện chơi.

Cổ nhân dạy "Gần mực thì đen, gần đèn thì sáng", Nguyên Cẩn trút hết đời vào lửa đèn vào ánh sáng để phục sinh. Ai đó tắm mình trong dòng sông Hằng để thịt da thuần khiết thì Nguyên Cẩn cũng chọn cách tắm mình trong lửa trong bão táp. Ông dám nêu và sàng lọc ra những vấn đề nhức nhối nhất để tìm lại tiếng khóc oa oa trong sạch lúc chào đời:

"Tôi ngồi sầu rụng thành hoa
Tịnh liên chớm nở Mạn Đà La rơi"

Trước tôi đã có vài đồng nghiệp viết về Nguyên Cẩn như Tần Hoài Dạ Vũ, Chu Thụy, Tâm Nhiên, Mang Viên Long. Vài đồng nghiệp ấy viết hoặc thẩm định về những tập thơ đã in của ông. Còn tôi chọn cách giới thiệu về hành trình của một con người.

Tôi tin rằng con người mượn tà nói thiện, mượn tục nói thanh, mượn thăng trầm lịch sử nói hiền triết của Nguyên Cẩn sẽ đi hết con đường của mình.

Bùi Chí Vinh

Liên lạc Nhà xuất bản
Nhân Ảnh
han.le3359@gmail.com
(408) 722-5626

www.ingramcontent.com/pod-product-compliance
Lightning Source LLC
Chambersburg PA
CBHW030551170726
48283CB00002B/274